இதயத்தை நோக்கித் திரும்புதல்

ஸூஃபி வழியில் விழிப்படைதல்

ஷெய்கு ஹஸ்ரத் ஆஸாத் ரஸூல்

இதயத்தை நோக்கித் திரும்புதல்

ஸூஃபி வழியில் விழிப்படைதல்

ஷெய்கு ஹஸ்ரத் ஆஸாத் ரஸூல்

தமிழில்: நாகூர் ரூமி

கிழக்கு

இதயத்தை நோக்கித் திரும்புதல்: சூஃபி வழியில் விழிப்படைதல்
Idhayathai Nokki Thirumbudhal: Sufi Vazhiyil Vizhippadaithal

by Shaykh Al-Tariqat Hazrat Azad Rasool ©
Translation by Nagore Rumi

First Edition: June 2017
248 Pages

ISBN: 978-81-8493-738-1
Kizhakku - 995

Kizhakku Pathippagam
177/103, First Floor,
Ambal's Building, Lloyds Road
Royapettah, Chennai 600 014.
Ph: +91-44-4200-9603

Email : support@nhm.in
Website : www.nhm.in

kizhakkupathippagam
kizhakku_nhm

Kizhakku Pathippagam is an imprint of New Horizon Media Private Limited

சமர்ப்பணம்

மெய்ப்பொருளை நாடிச்செல்லும்
எல்லா நேர்மையான சாதகர்களுக்கும்

அருஞ்சொற்பொருள்

நிஸ்பாஹ் / நிஸ்பத் :	குருவுக்கும் சீடருக்கும் இடையிலான உறவு
நபி :	இறைத்தூதர்
தவஜ்ஜுஹ் :	ஒரு இதயத்திலிருந்து இன்னொரு இதயத்துக்கு செய்தி அனுப்பப்படுவது.
தரீக்கா :	ஆன்மிகப் பாதை
சுன்னா / சுன்னத் :	நபிவழி
சஹாபா :	நபித்தோழர்
ஆஹதீத் :	நபிமொழிகள்
அவ்லியா :	இறைநேசர்கள்
ஹதீஸ் :	நபிமொழி
லத்தீஃபா :	விழிப்புணர்வு மையம்
லத்தாயிஃப் :	விழிப்புணர்வு மையங்கள்

இதயத்தினுள்ளே செல்லுமுன்

புகழுக்கு உரியவன் இறைவன் ஒருவன் மட்டுமே.

ஸூஃபி ஸ்கூல் மற்றும் நக்ஷபந்தி முஜத்திதி பாதையின் உறுப்பினர் சகோதரர் அபூபக்கரையும் அவர் மூலமாக நக்ஷபந்தியா முஜத்திதி தரீக்காவையும், ஷெய்கு ஹஸ்ரத் ஆஸாத் ரஸூல் அவர்களின் கேள்வி பதில்களாக வெளியிடப்பட்ட Turning Toward the Heart என்ற நூலையும், ஷெய்கு ஹஸ்ரத் ஹாமித் ஹஸன் அவர்களையும் எனக்கு அறிமுகப்படுத்திய இறைவனுக்கு நன்றி.

'ஸூஃபி வழி இதயத்தின் மார்க்கம்' என்ற என் நூலைப் படித்துவிட்டு Turning Toward the Heart என்ற நூலை நான் தமிழாக்கம் செய்தால் நன்றாக இருக்கும் என்ற எண்ணத்தை சகோதரர் அபூபக்கருக்கு அல்லாஹ் ஏற்படுத்தியுள்ளான். சென்னையில் ஷெய்கு ஹஸ்ரத் ஹாமித் ஹஸன் அவர்களைச் சந்தித்த பிறகு அந்தக் கருத்தை நானும் ஏற்றுக்கொண்டேன். ஒரு உண்மையான குருவை சந்தித்த சந்தோஷம் எனக்கு ஏற்பட்டது. அவரிடம் கேட்கப்பட்ட கேள்விகளுக்கு அவர் கொடுத்த விளக்கங்களில் இருந்து அவரை என்னால் புரிந்துகொள்ளவும் நேசிக்கவும் முடிந்தது.

ஓர் உண்மையான குருவின் தந்தையாகவும் சிறந்த ஞானாசிரியராகவும் இருந்த ஹஸ்ரத் ஆஸாத் ரஸூல் அவர்களிடம் வெளிநாட்டவர்கள், குறிப்பாக மேற்கத்தியர்கள், கேட்ட கேள்விகளும் அவற்றிற்கு அவர் கொடுத்த பதில்களையும் கொண்ட தொகுப்புதான் Turning Toward the Heart என்ற நூல். நாற்பது கேள்விகளும் பதில்களும் அடங்கிய அந்நூல்

சூஃபித்துவம் பற்றிய சந்தேகத்துக்கு அப்பாற்பட்ட தெளிவை வாசகருக்கு ஏற்படுத்தும். இன்றுவரை செல்வாக்கும் புகழும் பெற்ற பல உலகளாவிய முக்கியமான சூஃபிப் பாதைகளின் வரலாற்றையும் அதிலிருந்து நாம் தெரிந்துகொள்ள முடியும். சூஃபித்துவம் இஸ்லாத்தில் கிடையாது என்ற மேலோட்டமான தவறான வாதத்தை முன் வைக்கும் குழுக்களுக்கு வெளிச்சம் ஏற்படுத்துவதாகவும் இந்த நூல் அமைகிறது. ஒவ்வொன்றுக்கும் உடலும் உயிரும் உள்ளது. இஸ்லாத்தின் உயிராக சூஃபித்துவம் உள்ளது என்பதை பல வரலாற்றுச் சம்பவங்களின் மூலமும், நபிகள் நாயகத்தின் வாழ்வும், வாக்கும், திருமறையும் எப்படி இதற்கு மூலமாக விளங்குகின்றன என்றும் இந்நூல் தெளிவாக எடுத்துக்கூறுகிறது.

நக்ஷபந்தி முஜத்திதி பாதை மற்ற பாதைகளிலிருந்து ஒரு மிக முக்கியமான விஷயத்தில் வேறுபடுகிறது. மற்ற பாதைகளில் ஆர்வம் உள்ளவர்கள் அப்பாதைகளின் குருமார்களின் அனுமதியோடு தீட்சை பெற்றுக்கொள்ளலாம். ஆனால் இந்தப் பாதையில் எடுத்த உடனேயே தீட்சை கொடுக்கப்படுவதில்லை. ஒவ்வொரு மனிதனுக்குள்ளும் லத்தாயிஃப் எனப்படும் பத்து விழிப்புணர்வு மையங்கள் உள்ளன என்றும், அவற்றை முதலில் விழித்தெழச் செய்யவும், அவற்றுக்கு ஒளியூட்டவும் பயிற்சிகள் கொடுக்கப்படுகின்றன. தீட்சை எதுவும் பெற்றுக்கொள்ளாமலே ஆன்மிகத்தில் நாட்டம் கொண்ட எவரும் இப்பயிற்சிகளை மேற்கொள்ள முடியும்.

இந்த விழிப்புணர்வு மையங்களில் ஒன்று இதயம். அதில்தான் இப்பாதை முதலில் கவனம் செலுத்துகிறது. இதயம் என்பது நம்முடைய சுருங்கி விரியும் உறுப்பல்ல. இது வேறு. நூலைப் படிக்கும்போது எல்லாம் விளங்கிவிடும். அந்த இதயத்தை விழிப்புணர்வடைய வைப்பதன் மூலம் மற்ற மையங்களெல்லாம் எளிதாக ஒளியூட்டப்பட்டுவிடும். அதனால்தானோ என்னவோ இந்த நூலுக்கு ‘இதயத்தை நோக்கித் திரும்புதல்’ என்று பெயரிடப்பட்டுள்ளது.

எல்லா விழிப்புணர்வு மையங்களும் ஒளியூட்டப்பட்ட பிறகு, அதற்கான அறிகுறிகள் கிடைக்கப்பெற்ற பிறகு, ஒரு மாணவர் விரும்பினால் தீட்சை பெற்று மேற்கொண்டு இப்பாதையில் பயணிக்கலாம் என்பது இப்பாதையின் தனிச்சிறப்பாகும்.

ஆன்மிகப் பாதையில் நாட்டம் கொண்ட யாருக்கும் இந்த நூல் சிறப்பான தூண்டுதலாகவும், வழிகாட்டுவதாகவும் நிச்சயம் அமையும். இதில் கூறப்பட்டுள்ள வழிமுறைகளும் உதாரணங்களும், வாழ்க்கை வரலாறுகளும் எனக்கு வழிகாட்டியுள்ளன. என் ஆன்மிக தாகத்தை பெருமளவில் தணித்துள்ளன. எனக்குச் செய்ததை ஆன்மிக தாகம் கொண்ட யாருக்கும் இந்நூல் செய்யும் என்பதில் சந்தேகமில்லை.

பல முக்கியமான விஷயங்களை நான் இந்த நூலில் இருந்து தெரிந்துகொள்ள முடிந்தது. உயிரோடிருக்கும் ஒரு சீடருக்கு உடலை விட்டு மறைந்துபோன, காலமாகிவிட்ட ஒரு குரு வழிகாட்ட முடியும் என்பது என் அனுபவத்தில் நான் கண்ட ஒன்று. பதினோரு ஆன்மிகப் பாதைகளில் கலீஃபாவாகச் சிறந்திருந்த, ஹஸ்ரத் மாமா என்று நாங்கள் அன்போடு அழைக்கும் நாகூர் நாயகம் பெரிய எஜமான் காதிர் வலீ அவர்களின் பேரரும் மறைந்த எங்கள் ஞானாசிரியருமான எஸ். அப்துல் வஹ்ஹாப் பாகவி அவர்கள் உடலை விட்டுச் சென்ற பிறகு எனக்கு சில நேரங்களில் வழிகாட்டியும், உதவியும் உள்ளார்கள். இது என் அனுபவம். ஆன்மிகப் பாதைகளின் வரலாற்றில் இத்தகைய சம்பவங்களுக்குப் பல முன்னுதாரணங்களும் அத்தகைய தொடர்புக்கு ஒரு பெயரும் இருந்ததை நான் இந்த நூலில் இருந்துதான் தெரிந்துகொண்டேன். ‘உவைசி தொடர்பு’ என்று அதற்குப் பெயர்.

மகான் ஹஸ்ரத் உவைஸுல் கர்னி அவர்கள் பெருமானார் (ஸல்) அவர்கள் காலத்திலேயே வாழ்ந்தபோதும் அவர்களை நேரடியாகப் பார்க்கும் வாய்ப்புப் பெறவில்லை. ஆனாலும் அலீ(ரலி), உமர் (ரலி) ஆகியோரிடம் ஒரு போர்வையைக் கொடுத்து, உவைஸுல் கர்னி அவர்களின் அங்க அடையாளங்களை விளக்கி (!) தான் கொடுத்ததாகக் கொடுக்கச் சொன்னார்கள் பெருமானார்! அதுமட்டுமல்ல. அலீ, உமர் ஆகியோருக்காக உவைஸுல் கர்னி அவர்களை பிரார்த்தனை செய்யும்படிக் கேட்டுக்கொள்ளவும் சொன்னார்கள்! அதன் படியே அலீயும் உமரும் உவைஸுல் கர்னியை பெருமானார் மறைவுக்குப் பின் சந்தித்து செய்தியைச் சொன்னதும் உவைஸுல் கர்னியும் அவர்களுக்காக ‘துஆ’ செய்தார்கள்.

பெருமானாருக்கு உஹதுப் போரில் ஒரு பல் உடைந்துவிட்டது என்று கேள்விப்பட்ட உவைஸுல் கர்னி தன்னுடைய ஒரு

பல்லையும் உடைத்துக்கொண்டார். பின்னர் யோசித்து எந்தப் பல் என்று தெரியாததால் எல்லாப் பற்களையும் உடைத்துக் கொண்டார் என்கிறது வரலாறு! ஒரு குருவின்மீது சீடர் வைக்க வேண்டிய அன்பின் உச்சகட்ட வெளிப்பாடு அது. அங்கே வேலை செய்தது அறிவல்ல. இதயம். அந்த குரு சீடர் உறவுக்குத்தான் ‘உவைசி தொடர்பு’ என்று பெயர். உவைசித் தொடர்பு பெற்ற பாக்கியசாலிகளில் நானும் ஒருவன் என்று அறிந்துகொண்டபோது எனக்கு நன்றியுணர்ச்சிதான் மேலிட்டது.

ஆங்கில மூலநூலில் நபிகள் நாயகம், மற்ற இறைத்தூதர்கள், நபித்தோழர்கள், வலிமார்கள் என்றும் அவ்லியா என்றும் சொல்லப்படும் இறைநேசர்கள் ஆகியோர்களுக்கு உரிய மரியாதை சொற்கள் அரபி மொழியிலேயே அடைப்புக்குறிகளுக்குள் கொடுக்கப்பட்டுள்ளன.

தமிழறிந்த அனைவருக்கும் பயன்பட வேண்டும் என்பதாலும், ஒரு ஸூஃபி ஆன்மிகப் பாதையானது ஆன்மிகத்தில் நாட்டம் கொண்ட அனைவருமே இணைந்து பயனடையக்கூடியது என்பதாலும், அது முஸ்லிம்களுக்கு மட்டும்தான் என்று சுருங்கிப் போய்விடவில்லை என்பதாலும், தமிழ் நூலில் ஆங்காங்கு அரபிச் சொற்கள் வந்தால் அது வாசிப்பின் ஓட்டத்துக்கு இடையூறாக இருக்கலாம் என்பதாலும் அத்தகைய மரியாதைச் சொற்கள் இந்தத் தமிழாக்கத்தில் கொடுக்கப்படவில்லை. மாறாக அவரவர்க்கு உரிய மரியாதை எந்த விதத்திலும் குறையாதவாறு தமிழிலேயே, வாசிப்பின் நீரோட்ட ஒழுக்கு சிதையா வண்ணம், வாக்கியங்கள் அமைக்கப்பட்டுள்ளன. சில சமயங்களில் தேவை கருதி சில கௌரவச் சொற்களுக்கான சுருக்கம் அடைப்புக் குறிகளுக்குள் கொடுக்கப்பட்டுள்ளன.

இந்நூலில் வரும் மாணவர், சாதகர், சீடர் ஆகிய சொற்கள் ஆன்மிகப் பாதையில் ஈடுபட்டுப் பயிற்சி மேற்கொள்ளும் ஒருவரையும், குரு, குருநாதர், ஞானாசிரியர், ஷெய்கு ஆகிய சொற்கள் ஒரு சீடருக்கு பயிற்சிகள், உபதேசங்கள், சொற்பொழிவுகள், காட்சிகள், அற்புதங்கள் போன்றவற்றின் மூலம் வழிகாட்டும் குருவையும் குறிக்கும். இடத்துக்குத் தக்கவாறு சொற்கள் மாறிமாறி வரும்.

இந்த நூலை அறிமுகப்படுத்தியது மட்டுமின்றி இந்தத் தமிழாக்கத்தில் மிகவும் கவனமாக பிழைதிருத்தமும் செய்து

உதவிய சிங்கப்பூர் சகோதரர் அபூபக்கர் அவர்களுக்கும், இதை தமிழாக்கம் செய்ய அனுமதி கொடுத்த ஹஸ்ரத் ஹாமித் ஹஸன் அவர்களுக்கும், இந்த நூலை அழகிய முறையில் வெளிவர எல்லா உதவிகளையும் செய்த திரு. பத்ரி அவர்களுக்கும், கிழக்குப் பதிப்பகத்தாருக்கும் என் நன்றிகள்.

அன்புடன்

நாகூர் ரூமி

18.03.2017

ஆம்பூர்

முன்னுரை

தனிமனிதர்களுக்கும், நாடுகளுக்கும், இதயங்களுக்கும் இடையில் கலகத்தையும், கலவரத்தையும், கலக்கத்தையும் உண்டுபண்ணுகின்ற இன்றைய உலகில், நம்பிக்கை எனும் வாசல் கதவைத் திறந்து வைக்கும் சூஃபித்துவத்துக்கு நன்றி சொல்லவேண்டும். நவீன கலாச்சாரப் பாலைவனங்களில் பயணித்துக்கொண்டிருக்கும் தாகம் கொண்ட பல பயணிகள், சூஃபிகள் கூடியிருக்கும் ஒளிபொருந்திய நீர்ச்சுனைகளை நோக்கிக் கவரப்படுகின்றனர். மற்றவர்களுக்கும் அந்த ஒளிமிகு பாதைக்குச் செல்லும் வழியைக் காட்டியுள்ளனர். அப்படிப்பட்ட பாலைவனவாசிகளுக்கு, பல நேரங்களில், ஒரேயொரு துளி தண்ணீரைப்போல, இறைவனின் பெயரோ, ஞானம் மிகுந்த ஒரு சொல்லோ, போதுமானதாக இருந்துள்ளது. இவ்வகையான ஆன்மிகப் பயணிகள் மட்டுமின்றி, அறிஞர்களும், பல்கலைக் கழகங்களில் பயிலும் அவர்களது மாணவர்களும் மௌலானா ரூமியைப் போன்ற சூஃபிகளின் பாடல்களால் கவரப்பட்டுள்ளனர். ஏன், மயங்கிப் போயுள்ளனர் என்றுகூடச் சொல்லவேண்டும். வேறு பலரோ, இமாம் கஸ்ஸாலி, இப்னு அரபி ஆகியோரைப் போன்ற சூஃபிகளின் உரைநடை இலக்கியங்களின்பால் ஈடுபாடு கொண்டுள்ளனர். எனவே, (இஸ்லாமிய மறைஞானம் என்று சொல்லப்படும்) சூஃபித்துவமானது தனிப்பட்ட காரணங் களுக்காக பலரிடம் முக்கியத்துவம் பெறுகிறது என்பதைத் தாண்டி, கடந்த நூறாண்டு காலமாக சூஃபித்துவம் பற்றிய அறிவார்ந்த ஆராய்ச்சியானது, இலக்கியம், தத்துவம், உளவியல், வரலாறு என்று அனைத்தையும் அணைத்துக்கொண்டு மேற்கத்திய உலகில் முக்கியத்துவம் பெற்று விளங்குகிறது.

ஸூஃபித்துவம் பற்றிய ஆராய்ச்சிக்கு உதவும் வகையில், 'இதயத்தை நோக்கித் திரும்புதல்: ஸூஃபி வழியில் விழிப்படைதல்' என்ற இந்த நூல் ஸூஃபித்துவத்தின் முக்கியமான பண்புகளை முன்வைக்கிறது. ரத்தினச் சுருக்கமாக, கேள்வி-பதில் வடிவத்தில் எழுதப்பட்ட இந்த நூலானது ஸூஃபித்துவத்தின் கோட்பாடுகள், வரலாறு ஆகியவற்றை அதன் பாரம்பரியத்தின் தொடர்ச்சியாக வாழ்ந்துகொண்டிருக்கும் ஒரு பிரதிநிதியின் பார்வையில் முன்வைக்கிறது. இந்நூலின் முக்கிய நோக்கம் ஸூஃபித்துவத்தின் வரலாற்றை மட்டும் சொல்வதல்ல. மாறாக, ஸூஃபி பாரம்பரியத்திற்குள்ளாகவே, 1200 ஆண்டுகளுக்கும் மேலாக, உண்மையை அறிந்துகொள்ள மனித ஆன்மா எடுத்த தீவிர முயற்சிகளை பிரதிபலிப்பதாகும்.

பத்தொன்பதாம் நூற்றாண்டைச் சேர்ந்த இந்திய ஆன்மிக குருவான சய்யித் அப்துல் பாரி ஷாஹ் அவர்களின் பாரம்பரியத்தில் வரும் ஆன்மிக குருமார்களின் வழியை பிரதிநிதித்துவப் படுத்துகிறார் ஹஸ்ரத் ஆஸாத் ரஸூல். ஸூஃபி குருமார்கள் பின்பற்றிய ஆறு ஸூஃபிப் பாதைகள் அப்துல் பாரி ஷாஹ் அவர்களிடத்திலே இணைகின்றன. ஏனெனில், நக்ஷபந்தி, முஜத்திதி, காதிரி, சிஷ்தி, ஷாதிலி மற்றும் கரானி ஆகிய ஆன்மிப்பாதைகளில் (தரீக்கா) வழிநடத்திச் செல்ல அப்துல் பாரி ஷாஹ் அவர்களுக்கு அதிகாரம் கொடுக்கப்பட்டிருந்தது. இந்த ஆறு பாதைகளுமே விஞ்ஞானப் பூர்வமாக வடிவமைக்கப்பட்ட, தங்களுக்கே உரிய தனித்தனியான கலைச்சொற்களையும், வழிமுறைகளையும் கொண்டவை. இவையனைத்துமே 'தசவ்வுஃப்' என்று சொல்லப்படும் ஆன்மிக பாரம்பரியத்தின் பகுதிகளாகும். காலங்காலமாக இருந்துவரும் மனிதகுலத்தின் ஆன்மிகத் தேடலின் பகுதியாக இஸ்லாமிய உலகில் இருந்துவரும் உண்மையை நோக்கிய தேடலுக்குப் புத்துயிரூட்டுவதில் இந்த ஆன்மிகப் பாதைகள் முக்கிய பங்காற்றியுள்ளன.

கடந்த எண்ணூறு ஆண்டுகளாக ஷெய்குகள் எனப்படும் ஸூஃபி குருமார்களின் வழிகாட்டுதல் மூலமாக ஸூஃபிப் பாதைகள் (ஒருமை: தரீக்கா, பன்மை: துருக்) ஸூஃபித்துவத்துக்கு ஒரு தனித்தன்மையை வழங்கியிருந்தாலும், ஸூஃபித்துவம் உருவான எட்டாம் நூற்றாண்டிலிருந்து 11-ம் நூற்றாண்டு வரையிலான காலகட்டத்தில் இப்பாதைகள் எதுவும் உருவாகியிருக்கவில்லை. மாறாக, கொராஸான், பாக்தாது ஆகியவற்றின் ஸூஃபி

பாரம்பரியங்களுக்கு இடையே ஒருவித கருத்துரீதியான கொடுக்கல் வாங்கல் சூஃபித்துவத்தின் ஆரம்ப கட்ட வரலாற்றில் இருந்ததைக் காணமுடிகிறது. சூஃபித்துவ வரலாற்றின் அடுத்த முக்கியமான காலகட்டம் சூஃபிப் பாதைகள் உருவான காலகட்டமாகும். இக்காலகட்டத்தில் ஒரு சங்கிலித்தொடர் போல, குருவிடமிருந்து தீட்சை பெற்றுக்கொண்ட சீடருக்கு உண்மை பரிமாறப்படுதல் நிகழ்ந்தது. அப்படிப்பட்ட சூஃபிப் பாதைகளில் மிக முக்கியமான ஒன்று (இன்றுவரை) நக்ஷபந்தி பாதையாகும். இது மத்திய ஆசியாவில், குறிப்பாக (இரான், உஸ்பெக்கிஸ்தான், தஜிகிஸ்தான் போன்ற பகுதிகளை உள்ளடக்கிய) ட்ரான்ஸோக்சியானாவில் 14-ம் நூற்றாண்டின் ஆரம்ப கட்டத்திலேயே பிரதான சூஃபிப்பாதையாக பின்பற்றப் பட்டது.

புகழ்பெற்ற க்வாஜஹான்களில் (ஷெய்குமார்களில்) ஸ்தாபகரான க்வாஜா அபூ அல் ஹஸன் அல் கர்கானி, யூசுஃப் ஹமதானி ஆகியோர் அடங்குவர். இக்கால கட்டத்தைச் சேர்ந்த சில மறைஞானிகள் இறைக்காதல், இறை இணைப்பு ஆகியவற்றை வலியுறுத்தியபோது, போலியான சுயத்தை வெற்றி கொள்வதையும் மேற்கண்ட ஷெய்குமார்கள் வலியுறுத்தினார் கள். 'மனிதனையும் இறைவனையும் இணைக்கின்ற பேராற்றல் காதல்தான் என்பது அனைவருக்குமே தெரியும். ஆனால் சுயத்தை வெற்றிகொள்ளாமல் அன்பு செலுத்துவது சாத்தியமே இல்லை' என்று கூறினார் யூசுஃப் ஹமதானி. அவரைத் தொடர்ந்து வந்த க்வாஜா அப்துல் ஹாலிக் குஜ்துவானி அந்தப் பாதையில் ஆன்மிகக் கல்வி பெறும் வழிமுறைகளை சீர்படுத்தி மேம்படுத்தினார். அவருடைய போதனைகளின் மூலமாக நக்ஷபந்தியா பாதையின் கோட்பாடுகள் பெரும்பான்மையான மக்களைச் சென்றடைந்தது.

துர்கிஸ்தான் முழுவதும் இந்த ஆன்மிகப்பாதை விரிந்து பரவ முக்கியக் காரணமாக இருந்தவர் க்வாஜா பஹாவுத்தீன் நக்ஷபந்த் ஆவார். பாதையின் பயிற்சிகளை மேலும் செழுமைப் படுத்தியதன் மூலம் அவைகள் கருதிய பயனைத் தரத்தக்கதாக மாற்றினார். அவர் அறிமுகப்படுத்திய உத்தி 'இந்திராஜ் அந்-நிஹாயா வல் பிதாயா' (மற்றவர்களின் முடிவில் நமது தொடக்கம்) என்று அறியப்படுகிறது. கொடுக்கப்பட்ட பயிற்சிகளின் நிரல் ஒழுங்கை அவர் மாற்றியமைத்ததை இது இங்கே குறிப்பிடுகிறது. சுயத்தின்மீது கவனத்தை

ஒருமுகப்படுத்துவதற்கு பதிலாக 'கல்ப்' எனும் இதயத்தின் மீது கவனத்தை ஒருமுகப்படுத்துமாறு மாணவர்கள் கேட்டுக்கொள்ளப் பட்டனர். இதயத்தின்மீது கவனத்தை வைப்பதானது இறைவனின் உள்ளமையை உள்வாங்கிக்கொள்ளும் வாய்ப்பை அதிகப் படுத்தியது என்றும் அதேசமயம், உள்நோக்கிப் பாயும் இறையன் பானது சுயத்தை பரிபூரணமாக பண்பு மாற்றம் செய்யவல்லது என்றும் பஹாவுத்தீன் நக்ஷபந்தும் அவரைப் பின்பற்றியவர் களும் நம்பினர். இந்த ஆன்மிகப்பாதையைப் பொருத்தமட்டில் பஹாவுத்தீன் நக்ஷபந்தின் அளப்பரிய பங்களிப்பு எவ்வளவு மகத்தானது என்பதை இன்று அந்தப் பாதையே அவரது பெயரால் நக்ஷபந்தி என்று அறியப்படுவதிலிருந்து புரிந்துகொள்ளலாம்.

16-ம் நூற்றாண்டின் முடிவில், ஷெய்கு அஹ்மது ஃபாரூக்கி சர்ஹிந்தி நக்ஷபந்தி பாதையின் கோட்பாடு, பயிற்சி இரண்டையும் மேலும் சீர்திருத்தம் செய்தார். இதனால் 'முஜத்திதி அல் ஃபஸானி' (இரண்டாம் இஸ்லாமிய சகத்திராண்டின் சீர்திருத்தவாதி) என்று அவர் அறியப்படுகிறார். அவர் மூலமாக வந்திறங்கிய ஆன்மிகப் பாரம்பரியம் நக்ஷபந்தி முஜத்திதி என்று அறியப்படுகிறது. இந்தியாவில் தோன்றிய பல புதுமையான சூஃபிப் பயிற்சிகளை நிராகரித்த அவர், சூஃபிப் பயிற்சிகளின் மையமாக ஷரியத் எனப்படும் இஸ்லாமிய சட்டம் இருப்பதை உறுதிப்படுத்தினார். அரசியல் ஈடுபாடும் நக்ஷபந்தியின் குணாம்சம்தான் என்பதையும் அவர் தெளிவுபடுத்தினார். 'வஹ்ததுஷ் ஷுஹூத்' என்ற தத்துவத்தை அவர் உறுதியாக எடுத்துரைத்தார். அதன்படி ஆன்மிக நிலையில் உச்சகட்டம் என்பது ஆன்மிகப் பாதையில் இருக்கும் ஒருவர் இறைவனுடன் ஒன்றுதலுக்கு சாட்சியாக இருத்தலாகும், அதேசமயம் அவருக்கும் இறைவனுக்கும் இடையிலுள்ள வேறுபாட்டை மறக்காமலிருத்தலும் ஆகும். சர்ஹிந்தியின் இந்தக் கோட்பாடு மற்ற இந்திய சூஃபிகளின் கோட்பாட்டுக்கு மாற்றமானதும், தனித்தது மாகும். இது வஹ்தத்துல் வுஜூத் என்ற தத்துவத்தை மறுதலித்தது. வஹ்தத்துல் வுஜூத் தத்துவத்தின்படி, இறைவனைத்தவிர வேறெதற்கும் இருப்பு இல்லை. எனவே அவனுடன் ஒன்றுதலானது, அவனல்லாத இன்னொன்றை அவனாக அடையாளப்படுத்திவிடும் அபாயத்தைக் கொண்டதாகும். தன்

காலத்து ஆன்மிக ஆர்வலர்களின் தேவைகள் என்ன என்பதை வரையறை செய்து அவற்றை மேம்படுத்துகின்ற நக்ஷபந்தி போதனைகளை சீர்படுத்தும் வேலையையும் சர்ஹிந்தி செய்தார்.

மனித உடலுக்குள் லத்தாயிஃப் எனப்படும் பத்து விழிப்புணர்வு மையங்கள் இருப்பதை அறிந்து எடுத்துக்கூறியதோடு மட்டுமின்றி, அவற்றை நோக்கிய பயிற்சிகளையும் அவர் மறுசீரமைப்பு செய்தார். ஆப்கனிஸ்தான், துருக்கி, சிரியா போன்ற நாடுகளில் இந்த ஆன்மிகப்பாதை பரவ அவரது முயற்சிகள் உதவின. 19-ம் நூற்றாண்டின் இறுதியில், சீடர்களின் முன்னேற்றத்துக்கு உதவும் வகையில், நக்ஷபந்தி முஜத்திதி பாதையின் கோட்பாடு மற்றும் பயிற்சிகளில் மேலும் பல சீர்திருத்தங்களை சய்யித் அப்துல் பாரி ஷாஹ் செய்தார்.

காதிரி ஆன்மிகப் பாதையானது ஷெய்கு அப்துல் காதிர் ஜீலானி அவர்களால் ஈராக் நாட்டில் ஸ்தாபிக்கப்பட்டது. ஹம்பலி மதஹபைப் போதித்த ஒரு பள்ளியின் தலைவராக அவர்கள் இருந்தார்கள். பாக்தாதில் இருந்த தங்களது கான்கா எனப்பட்ட ஆன்மிக பயிற்சிக்கூடத்தில் அவ்வப்போது சொற்பொழிவுகளைக் கொடுத்தார்கள். இரண்டு இடங்களிலும் அவர்கள் நிகழ்த்திய பேருரைகள் 'ஃபத்ஹுர் ரப்பானி (தெய்வீக சொற்பொழிவுகள்)' என்ற பெயரில் நமக்குக் கிடைத்துள்ளன. இஸ்லாமிய சட்டம் மற்றும் ஆன்மிகம் ஆகிய இரண்டு துறைகளின் பிரதிநிதியாக இருந்த அவர்கள் உருவாக்கிய பாதையின் ஆன்மிகப் பயிற்சிகளும், தூய்மைப்படுத்துதலும் திருமறையின் போதனைகள் மற்றும் நபிகள் நாயகம் (ஸல்) அவர்களின் நபிமொழி ஆகியவற்றின் அடிப்படையில் அமைந்தது. அவர்களது மகன்களும், அவர்களது பாதையை ஏற்றுக்கொண்ட மற்ற பிரதிநிதிகளும் அவர்களது தரீக்காவின் சட்டதிட்டங்களையும் கோட்பாடுகளையும் இஸ்லாமிய உலகம் முழுவதும் பரப்பினார்கள். இன்று மொராக்கோவிலிருந்து ஆசியா மைனர் முழுவதும், மலேசியாவைத் தாண்டியும் உலகளாவ அது பரவியுள்ளது.

சிரியாவைச் சேந்த ஷெய்கு அபு இஸ்ஹாக் அவர்கள் சிஷ்தி பாதையை ஸ்தாபித்தார். மிகவும் பிரபலமான செல்வாக்கு மிகுந்த இந்தப் பாதையானது இந்தியாவில் பெரும்பாலோரால் பின்பற்றப்படும் பாதையாகும். 10-ம் நூற்றாண்டிலிருந்து, இந்திய

துணைக்கண்டத்தில் வாழ்ந்த பலதரப்பட்ட மதங்களைச் சேர்ந்த மக்களை இஸ்லாத்தின் பக்கம் ஈர்ப்பதில் இந்தப் பாதை பெரும் பங்காற்றியுள்ளது. 13-ம் நூற்றாண்டில், ஷெய்கு முயீனுத்தீன் சிஷ்தி அவர்களின் தலைமையில் இது இன்னும் வலுவும் புகழும் அடைந்து விரிவாகப் பரவியது. அஜ்மீரில் அடக்கமாகியுள்ள இறைநேசர் முயீனுத்தீன் சிஷ்தி அவர்களின் பெயராலேயே இது வழங்கப்படுகிறது.

இந்தப் பாதையின் மிகப்பிரபலமான பெருமக்களில் ஒருவர் ஷெய்கு பாபா ஃபரீதுத்தீன் கஞ்ச ஷெகர். அவர் சுருக்கமாகச் சொன்ன மணிமொழிகள் அனைத்தும் இந்திய சூஃபிப் பாரம்பரியத்தின் ஞானச்சொத்தாக சேர்க்கப்பட்டுள்ளன. பாபா ஃபரீதின் மிகவும் புகழ்பெற்ற மாணாக்கர் ஷெய்கு நிஜாமுத்தீன் அவ்லியா ஆவார். 14-ம் நூற்றாண்டில் நடந்த அரசியல் கிளர்ச்சிகளுக்கு மத்தியிலும் இந்தப் பாதையை அவர்தான் முன்னெடுத்துச் சென்றார். அவருடைய தலைமை, வழிகாட்டுதல், செல்வாக்கு ஆகியவற்றால் இந்தியா முழுவதும் இந்த ஆன்மிகப்பாதை பரவியது. எல்லா மத ஞானிகளுக்கும் நிஜாமுத்தீன் அவ்லியா கொடுத்த மரியாதையாலும், மார்க்கச் சடங்குகளைவிட சக மனிதனுக்குச் செய்யும் சேவை உயர்ந்தது என்ற அவரது நம்பிக்கையாலும் முஸ்லிம்கள் ஹிந்துக்கள் என்ற பாகுபாடின்றி அனைவரும் அவரை ஏற்றுக்கொண்டனர். இந்தப் பாதையின் அழைப்பானது (ஏற்கெனவே சொல்லப்பட்ட) வஹ்தத்துல் வுஜூத் என்ற தத்துவத்தின் அடிப்படையில் அமைந்தது. அஹிம்சை, மானிட சேவை, தர்ம காரியங்கள் ஆகியவற்றுக்கு இப்பாதை தன்னை அர்ப்பணித்துக்கொண்டது. இதன் காரணமாக பெரும்பாலான மக்கள் தொகை இப்பாதையை ஏற்றுக்கொண்டது. சிஷ்தி பாதையில் பயணித்து அதன் கோட்பாடுகளையும் பயிற்சிகளையும் பெற விரும்பும் ஒருவர் இஸ்லாத்தை ஏற்றுக்கொள்ளவேண்டும் என்ற நிபந்தனை இப்பாதையில் இல்லை. மதமாற்றம் என்பது பாதையில் பயணிக்கும் ஒருவர் செய்யும் பயிற்சிகளின் விளைவாக இருக்கலாமே தவிர, அது ஒரு முன்நிபந்தனை அல்ல.

ஷாதிலி ஆன்மிகப் பாதையின் வேர்கள் வட ஆப்பிரிக்காவின் மறைஞானப் பாரம்பரியத்தில் உள்ளது. ஷெய்கு அபூ அல் ஹஸன் ஷாதிலி இந்தப் பாதையை எகிப்தில் ஸ்தாபித்தார். மொராக்கோவில் பிறந்த அவர், இப்னு மஷீஷ் என்ற குருவிடம்

ஆன்மிகப் பயிற்சிகளைப் பெற்றுக்கொண்டார். கோட்பாடுகளை விரித்துரைத்தலும் சம்பிரதாயமான சட்டம் பிறழாத நடவடிக்கைகளும் பரவலாகப் பின்பற்றப்பட்டு வந்த காலகட்டமது. எகிப்தில் சூஃபித்துவம் அரசால் ஏற்றுக்கொள்ளப் பட்டு பரிந்துரைக்கப்படும் பாதையாக இருந்தது. ஷெய்கு அபுல் ஹஸனும் அவரது வாரிசுகளான அபூ அல் அப்பாஸ் முர்சி மற்றும் இப்னு அதாவுல்லாஹ் ஆகியோர் இஸ்லாமிய ஆன்மிகத்தின் ஒருங்கிணைக்கும் குணத்தை உறுதிப்படுத்தினார்கள். திருக்குர்' ஆனுடைய வசன வெளிப்பாடுகளுக்கும் மறையியல் ஞானத்துக்கும் இடையேயான உள்ளார்ந்த உறவையும், சரியாக வழிகாட்டப்பட்ட கண்ணியமிகு நடத்தையையும் வலியுறுத்தினர். மாணாக்கர்கள் இஸ்லாமிய சட்டத்தையும் ஆன்மிக ஒழுக்கத்தை யும் நன்கு அறிந்திருக்க வேண்டும் என்றும் எதிர்பார்க்கப் பட்டனர். குடும்பத்தையும் தொழில்ரீதியான வாழ்வையும் பராமரிக்க வேண்டும் என்றும் அவர்கள் ஊக்குவிக்கப்பட்டனர்.

ஒன்றிணைக்கப்பட்ட நிறுவனம் அல்லது ஒரு சூஃபிப் பாதை என்பதைவிட முழுக்க முழுக்க ஓர் ஆன்மிகப்பள்ளியாகத் திகழ்வதே ஷாதிலி பாதையின் குறிப்பிடத்தகுந்த அம்சமாகும். பன்முகத்தன்மை கொண்ட சமூக மற்றும் வரலாற்று சூழ்நிலைகளும் அதனை ஏற்றுக்கொள்ளும் விதத்தில் தொடங்கிய காலத்திலிருந்தே ஷாதிலி ஆன்மிகப்பாதையானது நெகிழ்வுத்தன்மை கொண்டதாகவே இருந்து வந்துள்ளது. தர்காவி, ஹர்ராக்கி, ஆலவி போன்ற கிளைப்பாதைகளினூடே வட ஆப்பிரிக்காவிலும் மத்திய கிழக்கிலும் ஷாதிலி ஆன்மிகப்பாதை விரிந்து பரவியுள்ளது. மேற்கத்திய உலகில் ஆழமானதொரு ஆன்மிக வாழ்வை நாடுபவர்களுக்கு வழிகாட்டும் விதமாக பலரது உள்ளங்களில் தனியிடத்தை இப்பாதை பெற்றுள்ளது.

மேற்கூறப்பட்ட எல்லா ஆன்மிகப் பாதைகளையும் கற்றுக் கொடுக்க அதிகாரம் கொடுக்கப்பட்ட ஆசானான சய்யித் அப்துல் பாரி ஷாஹ் அவர்கள் இப்பாதைகளின் கோட்பாடுகளையும் பயிற்சிகளையும் விளக்கிச் சொல்லிக்கொடுப்பதில் தன் வாழ்நாளைச் செலவிட்டார். பல பாதைகளை அவர் பிரதிநிதித்துவப்படுத்தினார் என்பதைவிட, அப்பாதைகளின் பாடங்களிலும் அவைகளை எடுத்துரைத்தலிலும் அவர் கொண்டு வந்த மாற்றங்கள் மிக முக்கியமானவை. நக்ஷபந்தி முஜத்திதி பாதையின் இந்திராஜ் அந்நிஹாயா ஃபில் பிதாயா எனப்படும்

பிரத்தியேக பாணியை அவர் எல்லாப் பாதைகளிலும் புகுத்தினார். பயிற்சிகளை ஒழுங்குபடுத்தினார். தங்களுக்கென்று குடும்பமும் தொழிலும் கொண்டிருந்தாலும் ஆன்மிகப்பாதையில் நாட்டம் கொண்டவர்கள் யாரும் அப்பாதையில் படிப்படியாக முன்னேற்றம் காண முடிகிறவகையில் ஒரு ‘பாடத்திட்டத்தை’ உருவாக்கினார். அப்துல் பாரி அவர்களிடமிருந்து இப்பாதையை கற்பிக்கின்ற அதிகாரமும் பொறுப்பும் ஹஸ்ரத் ஹாமித் ஹஸன் ஆலவி அவர்களுக்கும், அவர்களுக்குப் பின் முஹம்மது சயீத் கான் அவர்களுக்கும் சென்றது. சயீத் கானுக்குப் பின்னவரான ஆன்மிக வாரிசுதான் (ஹஸ்ரத் ஆஸாத் ரஸூல்) இந்த நூலின் ஆசிரியராவார்.

ஹக்கீம் திர்மிதி, ஹாரித் அல் முஹாசிபி, அபூ அப்துர் ரஹ்மான் அஸ்ஸுலமி போன்றோரின் படைப்புகளில் கையாளப்பட்ட கேள்வி பதில் வடிவத்தை இந்த நூலின் வடிவம் நினைவுக்குக் கொண்டுவருகிறது. குரு சீடருக்கிடையேயான முக்கிய பிணைப்பை எடுத்துக்காட்டும் விதமாக இவ்வடிவம் ஓர் ஆன்மிகத் தோழமையை இந்த நூலுக்குக் கொடுக்கிறது. கேட்கப் பட்ட கேள்விகளில் உள்ள உயிர்த்தன்மையானது கொடுக்கப் பட்ட பதில்கள் வெறும் கோட்பாட்டுரீதியான அல்லது கல்வித் துறை சார்ந்த தகவல்களாக ஆகிவிடாமல், வாழ்ந்து காட்டப்பட்ட அனுபவங்கள் என்ற உணர்வை ஏற்படுத்துகின்றன. சிக்கலான சொற்களில் ஆஸாத் ரஸூல் பேசவில்லை. எனினும், அவரது சொற்களில் வெளிப்படும் ஆழம் விவரிக்கப்பட்ட பாதையின் பிரத்தியேகமான தன்மையை நோக்கி வாசகரை இழுக்கிறது. முழுமையான ஆன்மிக மாற்றம் பெறுவது எப்படி, அதற்கான வழிமுறைகள் என்ன என்பதையெல்லாம் இதயத்தை நோக்கித் திரும்புதல் என்ற இந்த நூல் எடுத்துரைக்கிறது.

ஆன்மிகம், உளவியல் ஆகிய இரு தளங்களிலும், சிறப்புப் பயிற்சி பெற்றவருக்கும், பெறாதவருக்கும் பொருந்துவதாக இந்த நூல் அமைந்துள்ளது. மதரீதியான ஆய்வுகள் அல்லது வரலாற்று வகுப்பறை எதுவாயினும், இஸ்லாமிய ஆன்மிக பாரம்பரியத்தை எடுத்துரைக்கும் சமகாலத்திய ஆசான் ஒருவர் மூலமாக சூஃபி செயல்நுட்பவியலுக்கான நல்ல உதாரணமாக இது விளங்குகிறது. மனித ஆன்மா மற்றும் அதன் நிலைகள் பற்றிப் படிக்கும் உளவியல் விஞ்ஞான சாதகர்களும் சுயம் என்பதோடான நெருக்கமானதொரு பேச்சுதான் இந்த நூல் என்பதையும் பல

நூற்றாண்டுகளாக உலகின் பல பாகங்களிலும் கற்பிக்கப்பட்டு வந்த சூஃபிப் பாதைகளின் சொற்தொகுதியின் வளம் என்ன என்பதையும் புரிந்துகொள்வார்கள்.

இறுதியாக, மனித ஆன்மாவைப் புரிந்துகொள்ளவேண்டும் என்ற ஆழமான தேடல் கொண்ட யாருக்கும் மனிதகுலத்தின் காலவரையறையற்ற ஆன்மிகத் தேடலுக்குச் சான்றாக இந்த நூல் நிச்சயம் இருக்கும்.

கென்னத் எல். ஹார்னர் கேம்ப்

ஏதன்ஸ், ஜார்ஜியா

•

மொராக்கோவின் குராவிய்யைன் மற்றும் ஐக்சன் ப்ராவின்ஸ் பல்கலைக்கழகங்களின் பயின்ற பட்டதாரியான கென்னத் எல். ஹார்னர் கேம்ப், அபூ அப்துர் ரஹ்மான் அஸ்ஸுலமியின் பல படைப்புகளை பதிப்பித்தும் மொழிபெயர்த்தும் உள்ளார். ரோண்டாவைச் சேர்ந்த இப்னு அப்பாதின் *ரசாயிலுல் குப்ரா* உட்பட. தற்போது ஏதன்ஸின் ஜார்ஜியா பல்கலைக்கழகத்தில் மார்க்கத்துறையில் துணைப் பேராசிரியராகப் பணியாற்றுகிறார்.

நூலாசிரியரின் வாழ்க்கை வரலாறு

இந்தியாவில் இந்தியாவில் உதய்பூரில் உள்ள கங்க்ரோலி என்ற நகரில் 1920-ல் ஹஸ்ரத்[1] ஆஸாத் ரஸூல் பிறந்தார். குழந்தைப் பருவத்திலிருந்தே அவருக்கு ஆன்மிக விஷயங்களில் தீவிரமான ஆர்வம் இருந்தது. முன்னேறிக்கொண்டிருந்த அவரது மனம் விரைவிலேயே மறைபொருளைப் பற்றிய கேள்விகளில் திளைக்க ஆரம்பித்தது: 'மனித அனுபவத்தில் உடலையும் மனதையும் தாண்டிய ஆற்றல் இருக்கிறதா? இறைவன் இருக்கிறானா? இறைவன் ஒருவன்தான் எனில், ஏன் மதங்களெல்லாம் வித்தியாசப்படுகின்றன?' மக்கள் பிரார்த்தனை செய்வதைப் பார்த்து அவர் வியந்தார்: 'பிரார்த்தனைகளுக்கெல்லாம் உண்மையிலேயே பதில்கள் கிடைக்கின்றனவா? அல்லது அவை யாவும் சும்மா மன ஆறுதலுக்காகவா?' இப்படியான கேள்விகளுக்குள் சிறுவயது முதலே ஹஸ்ரத் மூழ்க ஆரம்பித்தார்.

கங்க்ரோலி நகரம் ஹிந்துக்களால் வெகுகாலமாகப் புனித மானதாகக் கருதப்பட்ட நகரமாகும். ஹஸ்ரத் ஆஸாத் ரஸூல் அங்குதான் தன் குழந்தைப்பருவ நாட்களைக் கழித்தார். அங்கிருந்த ஒரு பெரிய ஹிந்துக் கோயில் இந்தியா முழுவதிலு மிருந்து பக்தர்களை அங்கு இழுத்து வந்தது. அதன் காரணமாக பல அறிஞர்களையும் பக்திமான்களையும் இளம் ஆஸாத் ரஸூல் சந்திக்க வாய்ப்புக் கிடைத்தது. கல்விக்காக ஊரைவிட்டு வெளியே சென்றபோதும், கோடை விடுமுறைக்கு மீண்டும் கங்க்ரோலிக்கே வந்துவிடுவார் ஹஸ்ரத். ஒரு இளைஞராக, தனக்குத் தோன்றும் சந்தேகங்களையும் கேள்விகளையும் ஆன்மிக குருமார்களிடம் கேட்டு அவர்களைக் கலந்தாலோசிப்பது வழக்கம்.

ஆரம்பக் கல்வியை ஜாமியா மில்லியாவில் தொடங்கிய ஹஸ்ரத் தன் இளங்கலைப் படிப்புவரை அங்கேயே தொடர்ந்தார். ஆன்மிகம் தொடர்பான தன் கேள்விகளையும், கல்லூரிப் படிப்பு சார்ந்த முயற்சிகளையும் இணைத்த அவர் தனது பி.ஏ. இளங்கலைப் பட்டத்தை இஸ்லாமியக் கல்வியிலும் அரபி மொழியிலும் பெற்றார். அதன் பிறகு கல்வி மீதான தன் இரண்டாவது இளங்கலைப் பட்டப்படிப்பை அலாகாபாத் பல்கலைக் கழகத்திலிருந்து பெற்றார்.

ஜாமியா மில்லியாவிலிருந்த இரண்டு பேராசிரியர்கள் ஹஸ்ரத்தின் வாழ்வில் மிக முக்கிய பங்காற்றினார்கள். ஒருவர் ஹஸ்ரத்தின் வரலாற்று ஆசிரியரான பேராசிரியர் எம். முஜீப். ஆக்ஸ்ஃபோர்டு பல்கலைக்கழகத்தில் படித்த இவர் எண்ணற்ற நூல்களை எழுதியுள்ளார். அவற்றில் 'இந்திய முஸ்லிம்கள்' (Indian Muslims) என்ற நூலும் ஒன்று. அவரை 'மகிழச்செய்கின்ற ஆளுமை' என்று ஹஸ்ரத் வர்ணித்தார். பேரா. முஜீப் ஒரு முறையான சூஃபி அல்ல என்றாலும், ஒரு சூஃபிக்குரிய இயல்பையும் குணாம்சத்தையும் பெற்றவர். திரும்பத்திரும்ப பேராசிரியர் முஜீப் ஹஸ்ரத்திடம் இப்படிச் சொல்வார்: 'ஒவ்வொருவரும் எதையாவது எடுத்துக்கொள்ளவே முயற்சி செய்கிறார்கள். ஆனால் எதையாவது கொடுக்கின்ற மனிதனாக நீ ஆகவேண்டும்'. அந்த சொற்கள் இளம் ஹஸ்ரத்தின் மனதில் ஆழமாகப் பதிந்தன. பின்னாளில் ஹஸ்ரத்தின் வாழ்க்கைப் போக்கையும் பணியையும் வடிவமைக்க உதவிய அறிவுரையாகிப்போனது அது.

இரண்டாவதாக ஹஸ்ரத்தின்மீது தாக்கம் ஏற்படுத்திய பேராசிரியர் முனைவர் ஈ.ஜெ.கல்லத் ஆவார். அன்பான, அறிவார்ந்த கிறிஸ்தவரான அவர் மாணவர்களுக்கு ஆங்கிலம் கற்பித்ததோடு மட்டுமின்றி, கல்லூரியின் விளையாட்டுக் கழகத்தின் மேற்பார்வையாளராகவும், ஹாக்கி குழுவின் பயிற்சியாளராகவும் அவர் இருந்தார். ஹாக்கி அணியின் தலைவராக இருந்த ஹஸ்ரத் முனைவர் கல்லத்தோடு நெருங்கிப் பழகும் வாய்ப்பு ஏற்பட்டது. 'எங்களுக்கு அவர் ஒரு முக்கியமான பாடத்தைக் கற்பித்தார். உங்களை ஒரு மனிதனாக மாற்றிக்கொள்ளுங்கள். முதலில் தகுதியை வளர்த்துக்கொள்ளுங்கள், பிறகு ஆசைப்படலாம். வேறு வார்த்தைகளில் சொன்னால், எதற்கும் ஆசைப்படுவதற்கு முன்னால், அதை அடைவதற்கான தகுதியை முதலில்

வளர்த்துக்கொள்ளவேண்டும்' என்று அவர் சொன்னதை ஹஸ்ரத் நினைவு கூர்ந்தார். அவர் ஒரு முஸ்லிமாக இல்லாவிட்டாலும், 'நல்ல, புதிதாய்ப் பிறந்த முஸ்லிமாக இருங்கள்' என்று அவர் மாணவர்களுக்கு அறிவுரை கூறினார். அவர் அடிக்கடி ஹஸ்ரத்தைத் தன் வீட்டுக்கு அழைப்பார். அங்கே இருவரும், கிறிஸ்தவ மறையியல் தொடர்பான விஷயங்களையும் பைபிளில் இருந்து தெய்வீக வசனங்களையும் படித்துக் கலந்தாலோசித்துக் கொள்வார்கள்.

பல மதங்களின்மீது முனைவர் கல்லத் கொண்டிருந்த மரியாதை யானது அவரது மாணவர்களுக்கும் எல்லா மதங்களின் மீதும் ஆழ்ந்த ஆர்வத்தை ஏற்படுத்தியது. 'நான் பிறப்பால் ஒரு முஸ்லிம். ஆனால் நான் மரபாகப் பெற்ற மதம் ஒன்று மட்டுமே எப்போதும் எனக்குத் திருப்தியளிப்பாக இருக்கவில்லை. அதிலிருந்து என்னை விடுவித்துக்கொண்டு சிந்திக்க எந்தக் கணத்தில் கற்றுக் கொண்டேனோ, அப்போதிருந்தே திறந்த மனதுடன் உண்மையை அறியும் வழியில் விசாரணையைத் துவங்கிவிட்டேன். பாரம்பரிய வல்லுனர்களின் பிடியிலிருந்து என்னை நான் விடுவித்துக் கொண்டு என் மனதை எல்லா விதமான தாக்கங்களையும் அனுமதிக்கக்கூடியதாக ஆக்கிக்கொண்டேன்' என்று விளக்குகிறார் ஹஸ்ரத்.

பலவித மத அமைப்புகளும் ஏற்றுக்கொள்ளத்தக்கவையே என்ற உண்மையை ஹஸ்ரத் ஆராய்ந்து பார்த்துத் தெரிந்துகொண்டார். அவருடைய கேள்விகளுக்கான பதில்களை பல மதங்களின் புனித நூல்களில் தேடினார். பலதரப்பட்ட மார்க்க அறிஞர்களோடும் நாத்திகர்களோடும்கூட பேசிப்பார்த்தார். நவீன தத்துவம், விஞ்ஞானப்பூர்வமான வழிமுறைகள் ஆகியவற்றோடு பரிச்சயம் ஏற்படுத்திக்கொண்டார். பகவத் கீதை அவருக்கு எந்த அளவுக்குப் பிடித்துப்போனதென்றால், அவர் அதை பலமுறை மீண்டும் மீண்டும் படித்துள்ளார். அதன் விளைவாக, அதன் பல பகுதிகள் அவருக்கு மனப்பாடமாகியிருந்தன.

'உயிர்' எனப்படும் உணரக்கூடிய நிகழ்வின் ஊடாக இன்னும் நிரந்தரமான ஏதாவதொன்றைக் கண்டுணர முடியுமா என்ற வேட்கையிலும் நம்பிக்கையிலும் பலவிதமான ஆன்மிகப் பயிற்சிகளை ஹஸ்ரத் மேற்கொண்டு பார்த்தார். யோகம், வேதாந்தம் ஆகியவற்றை ஆராய்ந்து பார்த்தார். புனித கங்கையில்

நீராடிப்பார்த்தார். (யோகா மாணவராகவும், சந்நியாசியைப் போலவும்) பிரம்மச்சாரியத்தைக் கடைப்பிடித்துப் பார்த்தார். வேறுபல யோகப் பயிற்சிகளையும் செய்துபார்த்தார். ஒரு பல்கலைக்கழக ஆராய்ச்சி மாணவனைப்போல இந்துமதம் தொடர்பாகவும் ஆராய்ந்து பார்த்தார். அவர் அலிகர் முஸ்லிம் பல்கலைக் கழகத்தில் பெற்ற முதுகலைப் பட்டப்படிப்பில் சிறப்புப் பாடமாக ஹிந்துமத தத்துவத்தையும் இஸ்லாமியத் தத்துவத்தையும் எடுத்துப் படித்தார்.

இவ்வளவும் செய்தபின்னும் அவருடைய வேட்கைதணியவில்லை. தான் தேடிய பாதையை அவரால் அடைய முடியவில்லை.

முதுகலைப் பட்டம் பெற்ற பிறகு முனைவர் பட்டத்துக்கான ஆராய்ச்சிப் படிப்பை அமெரிக்காவில் தொடர ஒரு வாய்ப்பு வந்தது. ஆனால் அவர் அதை மறுத்துவிட்டார். கூடுதல் சம்பளமும் கண்ணியமிகு பதவிகளும் வேறு இடங்களில் கிடைக்கும் என்றாலும், எடுப்பதைவிட கொடுப்பதே மேல் என்ற பேராசிரியர் முஜீப் அவர்களின் வழிகாட்டுதலைப் பின்பற்றும் முகமாக, ஜாமியா மில்லியா பல்கலைக் கழகத்தில் பேராசிரியராகச் சேர்ந்தார். அவருடைய தோழர்களில் பலர் பதவி, அந்தஸ்து, பொருளாதார லாபம் இவற்றை அதிகமாகக் கொடுக்கும் வாய்ப்புகளைப் பற்றிப் பிடித்துக்கொண்டனர். ஆனால் 'ஒரு கருத்துமுதல்வாதி' என்று முத்திரை குத்தப்பட்ட போதும், சேவை செய்யவேண்டும் என்பதையே நோக்கமாகக் கொண்டு புதிதாகத் துவங்கப் பட்டு போராட்டத்தினூடே இயங்கிக் கொண்டிருந்த அந்த பல்கலைக் கழகத்தோடு ஹஸ்ரத் தன்னை இணைத்துக் கொண்டார்.

மாணவர்களுக்குக் கற்றுக்கொடுத்து அவர்களை உருவாக்குவதை விட சிறந்த பணி இருக்கமுடியாது என்ற அவரது நம்பிக்கையை ஜாமியா மில்லியாவின்மீது அவர் கொண்டிருந்த உறுதியான ஈடுபாடு பிரதிபலித்தது. பள்ளியின் பிரதான லட்சியம் இளைஞர்களை சுதந்திரத்திற்கு முந்திய இந்தியாவில் ஆதிக்கம் செலுத்திக்கொண்டிருந்த ஆங்கிலேயர்களின் கருவியாக மாற்றுவதாக அல்லாமல், நல்ல குடிமக்களாக, இந்திய தேசபக்தர் களாக, உண்மையான முஸ்லிம்களாக உருவாக்குவதாக இருந்தது. ஜாமியா மில்லியாவிலிருந்த ஆசிரியர்களனைவரும் அந்த நோக்கத்துடனேயே மார்க்கச் சேவையாற்றும் ஆர்வத்துடன் பணி புரிந்தனர்.

அந்த காலகட்டத்தில் ஜாமியா மில்லியாவுக்கு அரசு உதவித்தொகை எதுவும் கிடைக்கவில்லை. அதன் வருமானம் முழுவதும் நன்கொடைகள், அன்பளிப்புகள், சமுதாய ஆதரவு, மற்றும் தனிப்போதனை ஆகியவற்றின் மூலமாக மட்டுமே வந்தது. மாதச்சம்பளம் என்பது மிகக்குறைந்த அளவுதான் இருந்தது. ஹஸ்ரத்தின் வருமானம் மாதம் நாற்பது ரூபாய்கள். ஜாமியா மில்லியாவின் துணை வேந்தராகவும், பின்னாளில் இந்திய ஜனாதிபதியாகவும் இருந்த டாக்டர் ஜாகிர் ஹுசைனின் சம்பளம் மாதம் எண்பது ரூபாய்கள் மட்டுமே. ஆசிரியர் களெல்லாம் தொழிலையே தங்களுக்கான விருதாக நினைத்தனர். தம் கடமைகளை ஒரு வழிபாட்டைப்போல அவர்கள் நிறைவேற்றினர். வேலையை வேலைக்காகவே செய்யவேண்டும் என்ற அடிப்படையில் கடுமையாகப் பணியாற்றினர்.

மாணவர்களுக்குக் கற்பிக்கும் காரியமானது வாழ்க்கையில் ஒரு அர்த்தம் காணவேண்டும் என்ற ஹஸ்ரத்தின் ஆசையை நிறை வேற்றும் வடிகாலானது. தத்துவ ரீதியாகவும் ஆன்மிக ரீதியாகவும் இயற்கையின் இருப்பைப் பற்றி ஹஸ்ரத் தொடர்ந்து சிந்தித்துக் கொண்டிருந்தார். அவர் இப்போது பேராசிரியர் முஜீபின் தோழராக அவருடனிருக்கும் வாய்ப்பைக் கொடுத்தது. அவர்களிருவரும் அடிக்கடி சந்தித்து தங்கள் பணிகளைப் பற்றி விவாதித்துக்கொண்டனர். பல நேரங்களில் அவர்களது பணி இருபது நிமிடங்களில் முடிந்துவிடும். அதன்பிறகு அவர்களிரு வரும் தற்கால சிந்தனைப் போக்கை அடிப்படையாக வைத்து சூஃபித்துவம் பற்றி விவாதித்துகொண்டனர்.

இவ்விதமான தேடலும் முயற்சியும் பல ஆண்டுகள் தொடர்ந்து நடந்து கொண்டிருந்தபோதும் ஹஸ்ரத்துக்கு ஏமாற்றமாகவே இருந்தது. தன்னுடைய தேடலுக்கான விடைகாண்பது முடியாத காரியமல்ல என்றாலும் மிகவும் கடினமான காரியமாகும் என்று தன் மனதுக்குள் ஹஸ்ரத் உணர்ந்துகொண்டார்.

கிட்டத்தட்ட நம்பிக்கையை இழந்துவிட்ட ஒரு நிலையை ஹஸ்ரத் நெருங்கியபோது, அவர்களிருந்த பகுதிக்கு சூஃபி குரு ஹஸ்ரத் ஷெய்கு முஹம்மத் சயீத் கான் (ரஹ்) அவர்கள் விஜயம் செய்ய இருப்பதாக ஹஸ்ரத்தின் நண்பர் ஆர்.ஆர். வாஹிதி சொன்னார். உ.பி.யில் இருந்த ஆஸம்கர் என்ற ஊரில் அரபிப் பாடம் போதிப்பவராக இருந்த சூஃபி ஹஸ்ரத் சயீத்கான்

டெல்லியிலிருந்து அதிக தூரத்திலில்லாத, பிருந்தாவனுக்கு அருகிலிருந்த மதுரா என்ற நகருக்கு ஒரு புத்தாக்கப் பயிற்சிக்காக வர இருந்தார்கள்.

ஷெய்கு சயீத் கான் (ரஹ்) அவர்களை ஹஸ்ரத் சந்தித்தால் நல்லது என்று வாஹிதி ஆலோசனை சொன்னார். ஹஸ்ரத்தும் அதை ஏற்றுக்கொண்டார். ‘சரி, போய்ப்பார்க்கலாம். ஒருவேளை எனக்கு அந்த மனிதரிடமிருந்து வழிகாட்டுதல் கிடைக்கலாம் என்று எண்ணினேன்’ என்று பின்னாளில் அந்நிகழ்ச்சியை ஹஸ்ரத் நினைவு கூர்ந்தார்.

நம்பிக்கையுடனும் தனக்குக் கிடைத்த ஒரு நல்ல வாய்ப்பு என்ற எண்ணத்துடனும் ஹஸ்ரத் மதுராவுக்குச் சென்றார். பள்ளிவாசலில், ஷெய்கு சயீத்கான் இருந்த இடத்துக்கு வழிகாட்டப்பட்டார். ஷெய்கு இருந்த அறையை அணுகிய ஹஸ்ரத், உள்ளே எளிமையான உடையுடுத்தி, வட்டவடிவத் தொப்பி ஒன்றை அணிந்த ஷெய்கைப் பார்த்தார். ஹஸ்ரத்தைப் பார்த்ததும் ஷெய்கு உள்ளே அழைத்தார். ஹஸ்ரத் கொடுத்த அறிமுகக் கடிதத்தை வாங்கி மகிழ்வுடன் படித்துக்கொண்டார் ஷெய்கு.

அதன் பிறகு, தான் சந்திக்க வந்திருப்பதன் நோக்கத்தை ஷெய்கிடம் சொன்னார் ஹஸ்ரத். பல ஆண்டுகளாக தேடலில் ஈடுபட்டிருப்பதாகவும், பல பாதைகளின் வழிமுறைகளைப் பரிசோதித்துப் பார்த்திருப்பதாகவும் சொன்னார். ‘உங்களுடைய பாடத்தில் உண்மை இருக்குமானால், தயவுசெய்து எனக்கும் அதை சொல்லிக்கொடுங்கள். ஆனால் உங்களுடைய போதனைகள் மக்களை சந்தோஷப்படுத்துவதற்காக மட்டும்தான் என்றால், உங்களுடைய நேரத்தையும் என்னுடைய நேரத்தையும் நான் வீணடிக்க விரும்பவில்லை’ என்று முடித்தார்.

ஹஸ்ரத் சொன்னதையெல்லாம் கேட்டுக்கொண்ட ஷெய்கு, ‘இந்தப் பாதை அனுபவத்தை அடிப்படையாகக் கொண்டது. ஆரம்பியுங்கள், பிறகு என்ன நடக்கிறதென்று பாருங்கள்’ என்று சொன்னார். அவ்வளவுதான்.

அந்த சுருக்கமான கூற்று ஹஸ்ரத்தின்மீது உடனடி தாக்கத்தை ஏற்படுத்தியது. ‘அந்தக் கணத்தில், இந்த உலகத்திலிருந்து நான் விடுபட்டுவிட்டதாக உணர்ந்தேன். என் இதயம் ஷெய்கின் பக்கம்

வெகுவாகச் சாய ஆரம்பித்தது. என் இதயத்தில் காதல் எழுந்தது' என்று ஹஸ்ரத் சொன்னார். அவ்வப்போது ஷெய்கு சயீத் கானைச் சந்தித்து தனக்கான உத்தரவுகள் மற்றும் பயிற்சிகள் வேண்டும் என்று ஹஸ்ரத் கேட்டுக் கொண்டார்.

அந்த ஆரம்பகட்ட சந்திப்புக்குப் பிறகு, ஷெய்கு அவர்களின் ஷெய்கான ஹஸ்ரத் ஹாமித் ஹஸன் ஆலவி (ரஹ்) அவர்களைச் சந்திக்க ஹஸ்ரத் ஆவல் கொண்டார். அவரது அடுத்த குளிர்கால விடுமுறை அவருக்கு அந்த வாய்ப்பைக் கொடுத்தது. ஷெய்கு ஆலவியைச் சந்தித்து அவர்களுடன் கொஞ்சநேரம் செலவுசெய்த பிறகு, இறைவன் தன் பிரார்த்தனைகளை அங்கீகரித்து ஏற்றுக் கொண்டுவிட்டான் என்ற முடிவுக்கு ஹஸ்ரத் வந்தார். சரியான மனிதரையும், சரியான பாதையையும் கண்டுகொண்டு விட்டோம், இந்த மனிதராலும் இந்தப் பாதையாலும்தான் தன் தாகத்தைத் தீர்த்துத் தன் அகவயமான உந்துதலைத் திருப்திப்படுத்த முடியும் என்பதில் ஹஸ்ரத்துக்கு பரிபூரண பற்றுறுதி ஏற்பட்டது. இப்படித்தான் தொடங்கியது ஹஸ்ரத்தின் பயணம்.

நீண்ட காலமாக தன்னிடம் சிக்காமல் நழுவிக்கொண்டிருந்த திருப்தியை சூஃபித்துவத்தில் ஹஸ்ரத் கண்டுகொண்டார். தான் பிறந்த மார்க்கத்தில் இருந்த ஆழமான அர்த்தத்தையும் உணர்ந்து கொண்டார். பல ஆண்டுகள் கழித்து அவர் இப்படிச் சொன்னார்: 'நான் இப்போது ஒரு முஸ்லிம். ஒரு முஸ்லிம் குடும்பத்தில் பிறந்ததனால் மட்டுமல்ல, என்னுடைய நீண்டகால தாபத்தின் மூலமாகவும், ஆய்வின் மூலமாகவும், அனுபவத்தின் மூலமாகவும் இஸ்லாத்தை நான் கண்டுகொண்டேன்'.

குருவோடு பயணம், அவரது ஆஸம்கர் வீட்டுக்கு விஜயம் என ஷெய்கு முஹம்மது சயீத் கான் (ரஹ்) அவர்களோடு முப்பது ஆண்டுகள் கூடவே இருந்து ஹஸ்ரத் பயின்றார். தன் குருவின் வழிகாட்டுதல்களையும் உத்தரவுகளையும் எப்போதுமே சரியாக உள்வாங்கி செயல்படுத்துபவராக ஹஸ்ரத் இருந்தார். அவரது ஷெய்கும் தாராளமாகவே ஹஸ்ரத்துக்குக் கற்றுக்கொடுத்துக் கொண்டிருந்தார். இறுதியாக, புனிதமும் ஆழமும் மிக்க நக்ஷபந்தி, முஜத்திதி, சிஷ்தி, காதிரி மற்றும் ஷாதிலி ஆகிய ஐந்து சூஃபிப் பாதைகளில்[2] தேடல் கொண்டவர்களுக்கு வழிகாட்டும் அனுமதியை ஹஸ்ரத்துக்கு ஷெய்கு வழங்கினார்: இறுதியாக ஒரு நாள் ஷெய்கு முஹம்மது சயீத் கான் (ரஹ்) சொன்னார்: 'நான் என்

ஷெய்கிடமிருந்து எதையெல்லாம் பெற்றுக்கொண்டேனோ, அதையெல்லால் உங்களுக்குக் கொடுத்துவிட்டேன். இனி நீங்கள் இறைவனின் அருட்கொடைகளுக்காகக் காத்திருங்கள். ஏனெனில், வெற்றியானது அவனது கருணையையும் பிரியத்தை யும் சார்ந்துள்ளது. நீங்கள் செய்யும் முயற்சியின் பலனாக அது கிடைப்பதில்லை'. இப்படிச் சொல்லிவிட்டு, 'தான் நாடியவர் களுக்கு இறைவன் கணக்கின்றியே கொடுக்கிறான்' *(24:38)* என்ற திருக்குரானின் வசனமொன்றையும் மேற்கோள் காட்டினார்.

ஆன்மிகப் பாதைக்கு வந்த ஆரம்ப நாட்களில், மற்ற புதிய சாதகர்களைப் போலவே, ஹஸ்ரத்தும் தனது நேரமனைத்தையும் தியானத்திலும் தொழுகையிலும் கழிக்க விரும்பினார். ஆனால் 'தசவ்வுஃப்'[3] மாணாக்கர்கள் இந்த உலகைத் துறக்கவேண்டும் என்று சொல்லப்படவில்லை. மாறாக, அவர்கள் 'உலகில் இருந்தாலும், உலகுக்காக' இருக்க மாட்டார்கள். அன்றாட குடும்ப வாழ்க்கையில், அவர்களுடைய வாழ்க்கை முறை, கட்டுப்படுத்தும் வரையறைகள், ஒருதலைச் சார்பு - இவற்றைத்தான் அவர்கள் வெற்றிகொள்ளவேண்டுமே தவிர, குடும்பத்தை விட்டு விலகி இருப்பதற்கு அனுமதி கிடையாது. இறைவனுக்கும் அவனது படைப்புகளுக்குமான சேவையை அவர்கள் இங்கிருந்தே தொடங்கிக்கொள்ளலாம். தன் வேலையை ராஜினாமா செய்துவிட்டு, முழுநேரத்தையும் ஆன்மிகப் பயிற்சிகளுக்காக ஒதுக்க விருப்பம் என்று ஹஸ்ரத் தன் ஷெய்கு சயீத் கான் (ரஹ்) அவர்களிடம் சொன்னபோது, அப்படிச் செய்ய வேண்டாம் என்று ஷெய்கு தடுத்தார். இவ்வுலகம் தொடர்பான ஒரு காரியத்தை நிறைவேற்றுவது ஆன்மிகப் பாதையின் வெற்றியோடு நெருங்கிய தொடர்புடையது என்பதை ஷெய்கு விளக்கினார். ஹஸ்ரத்தும் ஒரு ஆசிரியராகத் தன் பணியைத் தொடர்ந்தார். ஜாமியாவுக்குத் தலைமை ஆசிரியராகவும் ஆனார். இறுதியாக முப்பத்தாறு ஆண்டுகள் பணிக்குப் பிறகு ஓய்வு பெற்றார்.

தனது ஷெய்கின் வாழ்நாளிலேயே, இந்தியர்கள் மட்டுமின்றி மேற்கத்தியர்களும் எளிதில் அணுகக்கூடிய ஒன்றாக சூஃபித்துவத்தை மாற்றும் முயற்சிகளை மேற்கொண்டார் ஹஸ்ரத். உண்மையைத் தேடி உலகெங்கிலுமிருந்து தனிமனிதர் கள் பலர் இந்தியாவுக்கு வந்திருந்தபோதும், சூஃபி வழியில் நன்மைகளைக் கண்டுகொண்டவர்கள் வெகு சிலரே என்ற நிஜம்

ஹஸ்ரத்தை வெகுகாலம் வாட்டியது. பெரும்பாலானவர்கள் பரவலாக அறியப்பட்ட வேதாந்த மற்றும் யோகப் பள்ளிகளை நோக்கியே சென்றனர். உத்திகளைக் கற்றுக்கொள்வது சுலபமாக இருந்தது. பயிற்சி மையங்களைத் திறப்பதற்காக குருமார்கள் உலகெங்கிலும் வலம் வந்தனர். ஆனால் உண்மையான முன்னேற்றம் கண்டதற்கான அறிகுறிகள், குறிப்பாக சமகாலச் சமுதாயத்தில் வாழ்ந்து பணியாற்ற வேண்டிய தனி மனிதர்களின் தேவைகளைப் பிரதிபலித்த முன்னேற்றம், அரிதாகவே கிடைத்தன.

நவீன உலகில் உண்மையான தேடலில் ஈடுபட்டிருப்பவர்களின் தாகத்தை சூஃபித்துவத்தால்தான் தணிக்க முடியும் என்பதைப் புரிந்துகொண்ட ஹஸ்ரத், ஐந்து சூஃபிப் பாதைகளிலும் பயிற்சியளிக்கும் பள்ளிகளை நிறுவுவது பயனளிக்கும் என்று நினைத்தார். தன் ஷெய்கின் அனுமதியுடனும் வழிகாட்டுதலின் பேரிலும், 'சத்திய வேட்கை நிலையம்' (Institute of Search for Truth) என்ற நிறுவனத்தை டெல்லியில் உருவாக்கினார். இங்கிலாந்து, அமெரிக்கா, ஜெர்மனி, ஃப்ரான்ஸ், போலந்து, துருக்கி மற்றும் ஆஸ்திரேலியாவில் அந்நிறுவனத்தில் கிளைகளைத் தொடங்கினார் ஹஸ்ரத்.

நவம்பர் 07, 2006 அன்று ஹஸ்ரத் ஆஸாத் ரஸூல் காலமானார். சூஃபித்துவத்தின் செய்தியை உலகெங்கிலும், குறிப்பாக மேற்கத்திய நாடுகளிலும், பரவச்செய்ய, ஐம்பத்து ஐந்து ஆண்டுகளுக்கும் மேலாக அயராது அவர் உழைத்தார். இந்தியா முழுவதும் மட்டுமின்றி, ஆஸ்திரேலியா, கிழக்கு ஆசியா, ஐரோப்பா மற்றும் அமெரிக்கா ஆகிய கண்டங்களுக்கும் சென்று அவர் சூஃபித்துவத்தின் செய்தியைப் பரப்பினார். அவரைப் பின்பற்றி ஆன்மிகப் பாதையில் பயணிப்பவர்கள் இன்று உலகெங்கிலும் உள்ளனர். அவரது போதனைகளின் மூலம் பயனடைபவர்களின் எண்ணிக்கை அதிகரித்துக்கொண்டே செல்கிறது. சத்தியத் தேடல் நிலையத்தின் மூலமும் (Institute of Search for Truth) சூஃபிப் பள்ளியின் மூலமும் (www.sufischool.org) அவரது பணி தொடர்கிறது, வளர்கிறது. பல நாடுகளில் அதற்குக் கிளைகள் உள்ளன. சூஃபிப்பாதைகளின் பாரம்பரிய வழக்கப்படி தடையின்றி பணி தொடர்ந்துகொண்டிருக்கிறது. சத்தியத்தேடல்

நிலையம் மற்றும் சூஃபிப்பள்ளியின் மூலம் ஹஸ்ரத் ஆஸாத் ரஸுல் அவர்களின் மகனாரும் பிரதிநிதியும் (கலீஃபா) ஆன ஷெய்கு ஹாமித் ஹஸன் இப்போது தலைமையேற்று வழிநடத்திச் செல்கிறார். சூஃபிப்பாதையில் பயணிப்பவர் களுக்கு தீட்சை வழங்கி வழிகாட்டிக்கொண்டிருக்கிறார்.

ஒரு சூஃபித்துவ மாணவரின் தேவைகள் என்ன, அடிப்படைத் தன்மைகள் எவ்வாறு இருக்கவேண்டும் என்பதையெல்லாம் இந்த சுருக்கமான வாழ்க்கை வரலாறு வெளிப்படுத்துகிறது. ஹஸ்ரத் ஆஸாத் ரஸுல் அவர்களின் மன எழுச்சி, நம்பிக்கை, உறுதிப்பாடு மற்றும் நேர்மை ஆகியவை புறவயமான வெற்றிக்கும், மிகமுக்கியமாக அகவயமான வெற்றிக்கும் வழிவகுக்கும் உறுதிப்படுத்தப்பட்ட கருவிகளாகும். ஒவ்வொரு சவாலையும் வளர்ச்சிக்கும் இபாதத் எனப்படும் இறைவணக் கத்திற்குமான வாய்ப்பாக மாற்றுகின்ற அவர்களது திறமையானது ஓர் உண்மையான சூஃபிக்கான அடையாளமாகும்.

வாழ்க்கையின் அர்த்தமென்ன, அதன் நோக்கமென்ன என்ற கேள்விகள் சிறுவயதிலிருந்தே ஹஸ்ரத்தை ஆட்கொண்டன. ஒரு சத்குருவைக் கண்டு கொள்ள அவர் முயன்றார். அப்படி ஒருவரைக் கண்டுகொண்டதும், அவரது கட்டளைகளை சிரமேற் கொண்டு பின்பற்றி தன் லட்சியத்தை அடைந்துகொண்டார். அதேசமயம், ஒரு கணவன், தந்தை, தாத்தா, பள்ளி ஆசிரியர், தலைமையாசிரியர், சமுதாயத் தலைவர் மற்றும் மரியாதைக்குரிய பெரியவர் - போன்ற எல்லா பாத்திரங்களிலும் தன் கடமைகளை முழுமையாக நிறைவேற்றினார். தொழிலிலிலிருந்து அவர் ஓய்வு பெற்றது உலகிலிருந்து ஓய்வு பெற்றதாகாது. சொல்லப் போனால், தன் ஆன்மிக முயற்சிகளுக்கும் சேவைகளுக்கும் அதிகப்படியான நேரத்தை அவர் செலவிட்டார். அதில் இன்ஸ்ட்டிட்யூட் நிறுவியது, ஒரு பள்ளிவாசல் கட்டியது, ('கான்கா' எனப்படும்) ஆன்மிகப் பயிற்சி மையம் உருவாக்கியது மற்றும் குடும்பக் கடமைகளை நிறைவேற்றியது - எல்லாம் அடக்கம்.

இந்த நூல் வார்த்தைகளால் எதையெல்லாம் விளக்குகிறதோ அதையெல்லாம் ஹஸ்ரத் ஆஸாத் ரஸுல் தன் வாழ்வின் மூலம் செய்து காட்டினார். ஒரு சூஃபி என்றால் யார் என்பதை ஒரு பள்ளி மாணவராக அவர் இருந்த காலம் தொட்டு அவரது இறுதி மூச்சு வரையிலான அவரது வாழ்க்கை எடுத்துக்காட்டுகிறது.

சூஃபித்துவம் பற்றி ஒன்றுமே தெரியாதவர்களுக்கும், ஏற்கனவே அதில் ஈடுபட்டிருப்பவர்களுக்கும் இந்நூல் பயனளிக்கும். ஆழமான புரிந்துகொள்ளலை ஏற்படுத்தும். இந்த நூலில் காணப்படும் உரையாடல்கள் மூலம் புதியவர்களுக்கு சூஃபித்துவம் மற்றும் அதன் பலன்கள் பற்றிய அறிமுகம் கிடைக்கும். தசவ்வுஃப் எனும் பாதையில் வெற்றிகரமாகப் பயணித்த ஒருவரின் ஒளியிலிருந்து இரு சாராருக்குமே உள்ளுணர்வுப் பூர்வமான ரத்தினங்கள் கிடைக்கும்.

தொடக்கக் குறிப்புகள்

மறைஞானம் என்பது எல்லா மதங்களின் அடிச்சரடாக இருக்கும் மூலத்தின் வெளிப்பாடாகும். ஒவ்வொரு மதமும் அதற்கான அகவயமான, ஆன்மிகப் பரிமாணத்தைக் கொண்டுள்ளது. இஸ்லாத்தில் அந்த பரிமாணம் 'சூஃபித்துவம்' அல்லது 'தஸவ்வுஃப்' என்று அறியப்படுகிறது.

மறைஞானி என்பவர் இறைக்கருணையால் தன் விழிப்பு நிலையில் நீட்சி பெற்றவராவார். அதன் காரணமாக, அவருடைய உள்ளார்ந்த ஆற்றல்கள் வெளிப்பட ஆரம்பிக்கின்றன. அவரது பார்வை விசாலப்படுகிறது. அது மனித அறிவாற்றலுக்கு விளங்காத உண்மையின் பல கூறுகளைச் சூழ்ந்துகொள்கிறது. அவர் ஆணாக இருந்தாலும் சரி, பெண்ணாக இருந்தாலும் சரி, இறைவனின் இருப்பை அவர் நேரடி அனுபவத்தில் உணர்ந்து கொள்கிறார். 'கண்டவர் விண்டிலர் விண்டவர் கண்டிலர்' என்பதைப்போல, அந்த அனுபவத்தை வார்த்தைகளால் விளக்க முடியாது.

மறைஞான அறிநிலையானது கால, தேச, வர்த்தமானங்களைக் கடந்தது. எனினும், குறிப்பிட்ட மறைஞானப் பாரம்பரியங்கள் ஒவ்வொரு காலகட்டத்தின், இடத்தின் தேவைக்கேற்றவாறு புகழடைந்து மறைகின்றன. நீங்கள் ஐரோப்பாவில் நானூறு ஆண்டுகளுக்கு முன்பு வாழ்ந்திருந்தீர்களென்றால், சூஃபித்துவம் பற்றிய ஒரு நூலை கைகளில் வைத்திருக்கும் சாத்தியமில்லை. திருச்சபையின் ஆதிக்கத்தின் பிடியிலிருந்த மேற்கத்திய சமுதாயங்களை கிழக்கத்திய மறைஞானம் ஈர்க்கவில்லை. ஆனால் 'என்லைட்டென்மெண்ட்'டுக்கும்[4], கிறிஸ்தவத்துக்கும் விஞ்ஞான ரீதியான பொருள்முதல் வாதத்துக்கும் இடையே

நடந்த விவாதங்கள் ஒரு ஐயவாத காலத்தை ஏற்படுத்தின. பாரம்பரிய சமயக்கொள்கையினால் மக்கள் தங்களைப் பற்றியும் தங்களைச் சுற்றியிருக்கும் பிரபஞ்சத்தைப் பற்றியும் எழுப்பிய கேள்விகளுக்கும் சந்தேகங்களுக்கும் பதில் சொல்ல முடியவில்லை.

பத்தொன்பதாம் நூற்றாண்டின் இறுதியில் தங்கள் கேள்விகளுக் கான பதில்களைத் தேடி மேற்கத்தியர்கள் கிழக்கின் பக்கம் திரும்ப ஆரம்பித்தனர். 1875-ல் நியூயார்க் நகரில் துவங்கப்பட்ட பிரம்ம ஞான சபை (தியோசோஃபிகல் சொசைட்டி) பரவலான மக்களுக்கு கிழக்கத்திய மறைஞானத்தை அறிமுகப்படுத்தியது. 1883-ல் சிகாகோ நகரில் நடந்த உலக மதங்களின் மாநாட்டில் சுவாமி விவேகானந்தர் வேதாந்தத்தை எடுத்துரைத்தார். அதைத் தொடர்ந்து வந்த ஆண்டுகளில் வேதாந்தம், யோகா, பௌத்தம் போன்ற விஷயங்களில் மக்களின் ஆர்வம் அதிகரித்தது.

ஆனால் பெரும்பாலானோருக்கு, கிழக்கத்திய மறைஞான போதனைகளின் மீதான ஆர்வம் மேலோட்டமானதாகவே இருந்தது. ஒரு சிலர் மட்டும் தினசரி வாழ்க்கையின் மீதான ஒட்டு மொத்தமான, ஆன்மிக அணுகுமுறையைத் தெரிந்துகொள்ள விரும்பினர். அதே நேரத்தில் மேற்கத்திய அறிஞர்கள் இஸ்லாத்தின்மீதான தங்களது ஆராய்ச்சிகளை விரிவுபடுத்திக் கொண்டனர். அறிஞர்கள் மற்றும் ஆன்மிகத் தேடல் கொண்டவர் கள், இருசாராரின் கவனமும் சூஃபித்துவத்தின் பக்கம் திரும்பியது.

மேற்கத்திய உலகில் சூஃபித்துவத்தைப் பரப்பிய ஈன மிக ஆரம்பகால ஞானாசிரியர்களில் ஒருவர் ஹஸ்ரத் இனாயத்கான். 1910-ல் தொடங்கி வட அமெரிக்காவிலும் ஐரோப்பாவிலும் சூஃபித்துவம் பரவுவதற்குக் காரணமாக இருந்த முன்னோடிகளில் அவர் ஒருவர். அதைத் தொடர்ந்து வந்த ஆண்டுகளில் அமெரிக்கா, யூ.கே. போன்ற முஸ்லிம் உலகுக்கு வெளியிலிருந்த பகுதிகளில் சூஃபி குருமார்கள் 'தகியா' அல்லது 'தைக்கால்' எனப்படும் கல்வி மையங்களைத் தொடங்கினர். சூஃபித்துவம் தொடர்பான நூல்களும் பரவலாகக் கிடைத்தன. மேற்கத்திய உலகின் பெருநகரங்களில் சூஃபித்துவம் தொடர்பான நூல்களைப் பெற உள்ளூர் கடைகளுக்குப் போனாலோ, சூஃபிப் பயிற்சிகள் தரும் பள்ளிகளைப் பற்றி அறிய தொலைபேசி

விவரக்குறிப்பேட்டைப் புரட்டினாலோ போதும் என்பது இன்றைய நிலையாகும்.

பலதரப்பட்ட தகியாக்களும் நூல்களும் சூஃபி போதனைகளின் பின்னாலுள்ள பலவகையான சூஃபிப் போக்குகளை பிரதிநிதித்துவப் படுத்துகின்றன. இந்தப் புத்தகமும் அதற்கு விதிவிலக்கல்ல. சூஃபித்துவம் பற்றி இந்நூல் பொதுவாக எடுத்துரைப்பதோடு, ஹஸ்ரத் சையித் அப்துல் பாரி ஷாஹ் (ரஹ்) அவர்களின் பாரம்பரியத்தின் வழியாகக் கிடைத்த போதனை களையும் எதிரொலிக்கிறது. நக்ஷபந்தி முஜத்திதி ஆன்மிகப் பாதையைச் சேர்ந்த இந்திய ஷெய்கான ஹஸ்ரத் சையித் அப்துல் பாரி ஷாஹ் (ரஹ்) சிஷ்தி, காதிரி, ஷாதிலி ஆகிய பாதைகளிலும் போதனைகள் கொடுக்க அதிகாரம் கொடுக்கப்பட்டவர். பிரசித்தி பெற்ற பல ஆன்மிகப் பாதைகளில் இருந்து நக்ஷபந்தி முஜத்திதி பாதை பல வகையில் வித்தியாசப்படுகிறது.

முதலாவதாக, அர்த்த மேம்பாடு கொண்ட வாழ்க்கைக்கு தியானங்கள் நிச்சயம் உதவும் என்று பல மேற்கத்தியர்கள் உள்ளுணர்ந்து நம்பினாலும், உண்மையான சூஃபித்துவம் முன்வைக்கும் கட்டுப்பாடுகளை ஏற்றுச் செயல்பட அவர்கள் தயங்குகின்றனர். எனவே, சில சூஃபி வட்டங்கள் சூஃபித்துவத்தை மேலோட்டமானதாகவும், புரிந்துகொள்ளமுடியாததாகவும் பார்க்கத் தொடங்கின. இதற்கு மாறாக, சூஃபித்துவத்தின் கனிகளைச் சுவைக்க வேண்டுமென்றால் அதற்கு நிறைய முயற்சிகள் வேண்டும் என்ற கருத்துக்கு இந்த நூல் முக்கியத்துவம் தருகிறது. ஒரு அதிகாரப்பூர்வமான குருவின் வழிகாட்டுதல் மூலமாக, சரியாக வடிவமைக்கப்பட்ட பயிற்சிகளை மேற்கொள்ள வேண்டியதன் முக்கியத்தையும் இது வலியுறுத்துகிறது.

இரண்டாவதாக, பொதுவான ஆன்மிக அனுபவங்களைப் பெறுவதன் மீதான ஆசையைப் பற்றி இந்நூல் பேசுகிறது. அத்தகைய ஆசைகள் சூஃபித்துவத்திலிருந்து இஸ்லாத்தைத் தனியாகப் பிரித்தெடுக்கும் முயற்சியில் கொண்டுபோய்விடும் அபாயம் உண்டு. எந்தவொரு நேர்மையான ஆன்மிகப் பாதையும் அதை உருவாக்கிய தெய்வீக வெளிப்பாடுகொண்ட மார்க்கம் என்ற கட்டமைப்பிலிருந்து பிரிக்க முடியாததாகவே உள்ளது.

சூஃபித்துவமானது திருக்குரானின் இறைவசன வெளிப்பாடு களிலும் சுன்னத் எனப்படும் நபிகள் நாயகம் (ஸல்) அவர்களின்

வழிமுறையிலும் தனது வேர்களைக் கொண்டுள்ளது. ஆனால் பெரும்பாலோர் சூஃபித்துவத்தின் இஸ்லாமியப் பிறப்பை மறுப்பவர்களாக உள்ளனர். சூஃபித்துவத்தின் பயிற்சிகளையும் கட்டளைகளையும் பற்றி அறியாத முஸ்லிம்கள் அது இஸ்லாத்துக்கு அந்நியமானது என்று கூறி விலக்கி விடுகின்றனர். ஆன்மிக போதனைகளில் ஆர்வமும், அதேசமயம் மதத்தின்மீது ஆர்வமும் இல்லாத முஸ்லிமல்லாதவர்கள், சூஃபித்துவத்தை அறிந்துகொள்ள இஸ்லாம் தேவையில்லை, அதைத் தனியாகவே புரிந்துகொள்ள முடியும் என்று நினைக்கின்றனர். இரு சாராரும் இஸ்லாத்தைத் தெளிவாகப் புரிந்துகொண்டார்களேயானால், இஸ்லாம் என்ற ரோஜா செடியிலிருந்து சூஃபித்துவம் என்ற ரோஜாவைப் பிரிக்கவே முடியாது என்பதைப் புரிந்துகொள்வார்கள். இந்த நூலில் கொடுக்கப்பட்டுள்ள விளக்கங்கள் அந்தத் தெளிவையும் புரிந்துகொள்ளலையும் ஏற்படுத்தும், இன்ஷா அல்லாஹ்.

மூன்றாவதாக, நான் இங்கே பகிர்ந்துகொள்ள விரும்புகிற நக்ஷபந்தி பாதையின் போதனைகள் மேற்கத்திய உலகில் மற்ற ஆன்மிகப் பாதைகளைவிடக் குறைவான கவனத்தையே பெற்றிருக்கின்றன. உதாரணமாக, கல்விச்சாலைகளின் பேராசிரியர்களுக்கு சூஃபித்துவத்தின் மறைஞானப் போக்கு பற்றி நன்றாகத் தெரியும். இரண்டறக் கலந்து ஒன்றாகி நிற்கும் அனுபவம்தான் ஆன்மிக உணர்நிலையின் உச்சகட்டம் என்று மறைஞானிகள் கூறுகிறார்கள். இந்தக் கருத்து, பாரசீகத்தில் வாழ்ந்து போதித்த இமாம் அபூ ஹமீத் அல் கஸ்ஸாலி[5] (ரஹ்), புகழ்பெற்ற ஸ்பானிய ஷெய்கான இப்னு அரபி (ரஹ்) போன்ற 12, 13-ம் நூற்றாண்டுகளில் வாழ்ந்த சூஃபி ஞானிகளால் எடுத்துரைக்கப்பட்டது. ஆனால் நக்ஷபந்தி முஜத்திதி பாதையின் ஞானாசிரியர்கள் சூஃபித்துவத்தின் நோக்கத்தை வேறு வகையில் எடுத்துரைத்தார்கள். அவர்கள் *ஃபனா*[6], *பகா* ஆகிய இரண்டு விஷயங்களை மையப்படுத்தினார்கள் ஆன்மிக செம்மைக்கு ஒரு பிரத்தியேகமான அணுகுமுறையை அவர்கள் உருவாக்கினார்கள். அது *'இந்திராஜ் அந் நிஹாயா வல் பிதாயா'* என்று அறியப்படுகிறது. 'எங்கே அடுத்தவர்கள் முடிகின்றார்களோ, அங்கேதான் நமது தொடக்கம்' என்று அதற்கு அர்த்தம். இதுவும் இன்னும் நக்ஷபந்தி முஜத்திதியின் மற்ற சிறப்பியல்புகளும் இந்நூலில் விவரிக்கப்படுகின்றன.

நியூடெல்லியில் ஹஸ்ரத் உருவாக்கிய Institute of Search for Truth என்ற நிறுவனத்திலும், ஐரோப்பாவிலும் அமெரிக்காவிலும் உள்ள அதன் கிளைகளிலும் சாதகர்களோடு நடந்த உரையாடல்களே இந்நூலில் கொடுக்கப்பட்டுள்ளன. வெளிநாட்டில் உள்ள இன்ஸ்ட்டிட்யூட்டின் கிளைகளில் முஜத்திதி, நக்ஷபந்தி, காதிரி, சிஷ்தி, ஷாதிலி பாதைகளில் பயிற்சிகள் கொடுக்கப்படுகின்றன. இந்த மையங்களில் கற்பிக்கும்போது, பல சாதகர்கள் சில கேள்விகளை திரும்பத் திரும்பக் கேட்டதை நான் கண்டேன். அவர்களது அக்கேள்விகள் தான் இந்த நூலுக்கான கட்டமைப்பாகும். சூஃபித்துவத்தின் பொதுவான கோட்பாடுகளை அறிமுகப்படுத்தும் விதமாகவும், நக்ஷபந்தி முஜத்திதி பாதையின் பிரத்தியேக பயிற்சிகளை விளக்குவதற்கும், சமகாலத்திய மேற்கத்திய ஆர்வலர்களுக்கு சூஃபித்துவத்தின் பொருத்தத்தை விளக்கும் விதமாகவும் என் பதில்களை நான் அமைத்துள்ளேன். நேர்மையுடன் உண்மையைத் தேடுபவர்களுக்கு இந்நூல் வழிகாட்டி உதவும் ஆதார நூலாகும் என்று நம்புகிறேன்.

அன்றாட வாழ்வுக்கான தேவைகளுக்கும் அகவயமான தேடல் களுக்கும் இடையில் ஒரு சமநிலையை ஏற்படுத்த முடியுமா என்று இன்றைய வேகமான, பொருள்முதல்வாத உலகு சவால் விடுகிறது. அறிவைத்தேடும் வழியில் பலவிதமான தேர்வுகள் உண்டு. அவற்றில், அதிகாரம் கொடுக்கப்பட்ட ஞானகுருமார்கள் மூலமாக கற்பிக்கப்பட்ட சூஃபி போதனைகள், சமகால ஆன்மிக தத்துவ சூழ்நிலையோடு முரண்படாமல் இந்த உலகில் வாழ்வதற்கான ஒரு வழியைக் காட்டுகிறது என்பது என்னுடைய அனுபவமாகும். நமது பணி, குடும்பம் மற்றும் சமூகப் பொறுப்புகளுக்கு மத்தியில் எல்லாவற்றையும் இணைக்கக் கூடிய, நமக்குத் தேவையான நடைமுறை உத்திகளை நக்ஷபந்தி முஜத்திதி ஞானாசிரியர்கள் கொடுத்துள்ளனர். பலதரப்பட்ட இயல்புகளும், உள்ளார்ந்த திறனும் கொண்ட வாசகர்களுக்கு நிச்சயம் இது பலன் தரலாம், ஏனெனில் பல தலைமுறைகளாக உண்மைத்தேடல் கொண்டவர்களை இது மேலே தூக்கிவிட்டுள்ளது.

பல நூற்றாண்டுகள் கடந்துவிட்டபோதும், மரியாதைக்குரிய கடந்த கால சூஃபி ஷெய்குமார்களின் அருள்பாலிப்புகளால்தான்

ஸூஃபி போதனைகள் இன்றுவரை நீடித்து வாழ்கின்றன. அந்த மகா ஞானாசிரியர்களின் ஆசிகளைக்கொண்டு என் பணிவான இந்த முயற்சி இறைவனை சந்தோஷப்படுத்துமாக. அவனது உண்மையைப் பற்றிய என் பேச்சை அவன் ஏற்றுக்கொள்வானாக.

ஆஸாத் ரஸூல்

ஜாமியா நகர், புதுடெல்லி

கேள்விகளும் பதில்களும்

பகுதி 1

பொதுவான தலைப்புகள்

கேள்வி 1

ஸூஃபித்துவம்

ஸூஃபித்துவம் என்றால் என்ன?

மறைஞானத்தை நோக்கிய ஒரு உந்துதல், பொருள்களால் ஆன இந்த உலகைத் தாண்டிய பரிமாணத்தை அனுபவித்துப் பார்த்துவிடவேண்டும் என்ற ஆர்வம், ஆன்மிக மூலாதாரம் அல்லது உண்மையைத் தெரிந்துகொண்டு அதற்குத் திரும்பிவிடவேண்டும் என்ற ஆசை ஒவ்வொரு மனிதரிடத்திலும் உண்டு. அவர் எந்த மதத்தைச் சேர்ந்தவராக இருந்தாலும் சரி. ஆனால் இந்த ஆசை ஒவ்வொரு மனிதரிடத்திலும் வெவ்வேறு அளவில் இருக்கும். சிலருக்கு அதிகமாகவும், சிலருக்கு மிகக் குறைவாகவும் இருக்கும். அந்த ஆசையை வளர்த்து, அதை அன்றாட வாழ்வின் அனுபவமாகப் பார்க்கும் வாய்ப்பு சிலருக்கு மட்டுமே கிடைக்கிறது. மற்றவர்களுக்குக் கிடைப்பதில்லை. எனினும், உண்மையை அறிந்துகொள்ள வேண்டும் என்ற உந்துதல் ஒவ்வொரு மனிதனிடத்திலும் இருக்கத்தான் செய்கிறது.

ஸூஃபித்துவத்தை மறைஞானம் அல்லது மறைஞானியின் வழி என்று வரையறை செய்வோமானால், அதன் செய்தி, ஒரு குறிப்பிட்ட மதத்தைச் சார்ந்தவர்களுக்கு மட்டுமின்றி, எல்லா மனிதர்களுக்கும் போய்ச்சேரும். ஒவ்வொரு மதத்துக்குள்ளும் அதற்கே உரிய ஸூஃபித்துவம் உண்டு. எல்லா நாடுகளிலும், எல்லா சமுதாயங்களிலும், ஸூஃபிகள் இருந்திருக்கிறார்கள். அவர்களுக்கு

பெயர்கள் வெவ்வேறாக இருந்திருக்கலாம். அவர்கள் மேற்கொண்ட பயிற்சிகள் வேறுபட்டவையாக இருந்திருக்கலாம்.

மனிதன் என்பவன் தசையாலான உடலால் மட்டும் செய்யப் பட்டவனல்ல. அவனுக்கு இன்னொரு பகுதி உள்ளது. அது 'நான்' என்றும் 'சுயம்' என்றும் அறியப்படுகிறது. (சூஃபிகள் அதை 'நஃப்ஸ்' என்று குறிப்பிடுவர்). மறைஞான அனுபவமானது அந்த 'நான்' என்பதைத் தூண்டிவிடுகிறது. மின்சார ஓட்டத்தைப்போல, ஒவ்வொரு மனிதனுக்குள்ளும் அது ஓடுகிறது. அதுவரை பயன்படுத்தப்படாத ஆற்றல்களை அது வெளிக்கொண்டு வருகிறது. சுயம் தூண்டப்படும்போது குறிப்பிட்ட அளவு விழிப்புணர்வும் அகப்பார்வையும் வந்துவிடுகின்றன. தன்னுடைய 'நான்' இன்னொரு மிக உயர்ந்த 'நான்' என்பதைப் பிரதிபலிக்கிறது என்பதை மெல்ல அம்மனிதன் உணர்ந்து கொள்ளத் தொடங்குகிறான். படைப்புகளிலும், படைப்புகள் மூலமாகவும் இறைவனே செயல்பட்டுக் கொண்டிருக்கிறான் என்பதை உணரத் தொடங்குகிறான்.

பல பேருக்கு இந்தவகை விழிப்புணர்வு வாழ்க்கையின் ஏதோ ஒரு கணத்தில் கிடைத்துவிடுகிறது. ஒரு சந்திப்பு, ஒரு நிகழ்ச்சி, ஒரு உணர்ந்துகொள்ளல் - இப்படி ஏதோ ஒன்று அவர்களைவிடப் பெரியதொரு உண்மையை அவர்களுக்குக் காட்டிவிடுகிறது. பெரும்பாலானோருக்கு இவ்வகையான விழிப்புணர்வே போதுமானதாக இருக்கிறது. ஆனால் வேறு சிலருக்கோ இன்னும் அதிகம் தேவைப்படுகிறது. இறைவனைத் தொடர்பு கொள்ள வேண்டும், இறைவனைப் பார்க்க வேண்டும், உண்மையை அனுபவித்து அறிய வேண்டும் என்றெல்லாம் தோன்றுகிறது. வெறும் பகுதியாக இருப்பது மட்டும் அவர்களுக்குப் போது மானதாக இல்லை. முழுமையில் தங்களை அழித்துக்கொள்ள அவர்கள் விரும்புகிறார்கள். ஊற்றிலிருந்து தண்ணீர் ஓடிவருவது மாதிரி, தங்களது நம்பிக்கை தூண்டப்படாமல் தானாகவும் தொடர்ந்தும் வந்துகொண்டிருக்க வேண்டும் என்று அவர்கள் விரும்புகிறார்கள். இறைவன் தன் பிடரி நரம்பைவிட அருகில் இருக்கிறான் என்பதை தனிப்பட்ட முறையில் உணர்ந்துகொள்ள ஏங்குகிறார்கள்.[7]

இந்த ஏக்கத்தை எப்படி நிறைவேற்றுவது? இறைவன் மிக உயர்ந்தவன். மனிதர்களோ மிகவும் திடமாகவும் கரடுமுரடாகவும்

இருப்பவர்கள். ஐம்புலன்களைக் கொண்டு அவர்களால் கேட்க, தொட, பார்க்க, ருசிக்க, நுகர முடியும். ஆனால் மிக உயர்ந்த இறைவனோ புலன் அனுபவத்தால் அறிய முடியாதவன். ஒரு துகள் எப்படி சூரியனோடு தொடர்புகொள்ளமுடியும்? ஒரு பகுதி எப்படி முழுமையாகும்? இந்தப் பிரச்னையைத் தீர்க்க காலம் காலமாக மனிதர்கள் முயன்றுகொண்டுதான் இருக்கிறார்கள்.

சூஃபி போதனைகளின்படி, தெய்வீக இருப்பை உணர்ந்து கொள்ளும் பாதை உள்ளிருந்தே தொடங்குகிறது. தன்னை உணர்ந்துகொள்ளும் ஒருவன் தன் நாயனையும் உணர்ந்து கொள்கிறான் என்று சொல்லப்படுகிறது. இறைவன் இருக்கிறான். ஆனால் எல்லாம் வல்ல அவனை மனிதர்களால் பார்க்க முடியாது. ஏனெனில், அறியாமைத் திரைகள் அவர்கள் கண்களை மறைக்கின்றன. அவர்கள் இதயங்கள் துருப்பிடித்துள்ளன. சராசரியான ஒரு மனிதன் தான் என்ற அகந்தை கொண்டவனாக இருக்கிறான். அவன் தன் இதயத்தை மெருகேற்றி, சுயத்தை சுத்தப்படுத்திய பிறகுதான் திரைகள் விலகும். துரு உதிரும். அதன் பின்னர்தான் கடவுளைப் பார்க்கின்ற தகுதி கண்களுக்கு வரும்.

அப்படிப்பட்ட மெருகூட்டுதலுக்கான விஞ்ஞானப்பூர்வமான அணுகுமுறையை பல ஆண்டுகள் முயற்சி செய்து சூஃபி ஞானாசிரியர்கள் உருவாக்கினர். மனம் என்ற ஒன்று மட்டுமின்றி மனிதனிடம் வேறு பல விழிப்புணர்வு மையங்களும் உள்ளன. அவை உண்மையான அறிவை அடைய அகவயமான திறன்களுக்கு உதவுகின்றன என்று சூஃபிகள் கண்டுபிடித்தார்கள். அந்த விழிப்புணர்வு மையங்களில் முதன்மையானது இதயமாகும். கடினமான பயிற்சியின் பலனாக, இதயத்தைத் தூண்டும் உத்திகளை சூஃபி ஞானாசிரியர்கள் பரிபூரணப்படுத்தினார்கள். அதன் மூலமாக ஆழமான உள்ளுணர்வு மற்றும் அறிநிலை ஆகியவற்றை வளர்த்தார்கள்.

சுத்தப்படுத்தப்பட்டு பளபளப்பாக்கப்பட்ட இதயம் உண்மையின் ஒளியை வாங்கும் கண்ணாடியாகி விழிப்புணர்வில் அதை பிரதிபலிக்கிறது. அந்த ஒளி பிரதிபலிக்க ஆரம்பித்ததுமே கண்ணுக்குத் தெரிகின்ற பொருள்களால் ஆக்கப்பட்ட இந்த உலகைத்தாண்டி ஒரு பேரிருப்பு உள்ளது, இந்தப் பிரபஞ்சம் முழுவதுமே அதன் பிரதிபலிப்பாகவே உள்ளது என்பது

புரியத்தொடங்குகிறது. தனி மனிதனின் இருப்பும்கூட அந்தப் பிரபஞ்சப் பேரிருப்பையே பிரதிபலிக்கிறது.

தெய்வீக ஆற்றலின் இருப்பை ஒருவர் கண்டுகொள்ளும்போது அவரது நம்பிக்கையில் அசைக்க முடியாத உறுதியும், அவர் உணர்ந்துகொண்ட உண்மையில் நிச்சயத்தன்மையும் ஏற்படுகிறது. அதன் பிறகு ஒருவர் முழுமையாக தன்னை எல்லாம் வல்லவனிடம் ஒப்படைத்துவிடுகிறார். ஒரு மழைத்துளி கடலிடம் தன்னை ஒப்படைத்துக் காணாமல் போவதுபோல. அதன் பின்னர், இறைவனின் விருப்பமே அந்த மனிதனின் விருப்பமாகிறது. எல்லா செயல்களும் இறைவனுக்காகவே செய்யப்படும்.

தன்னலமற்ற கீழ்ப்படிதல் மூலமாக, ஒவ்வொரு நிகழ்விலும், ஒவ்வொரு சூழ்நிலையிலும் தெய்வீக இருப்பை ஆன்மிகத் தேடல்கொண்டவர் உணர்ந்து கொள்கிறார். ஒவ்வொரு கணத்திலும் இறைவனைப் பற்றிய விழிப்புணர்வு அவரை ஆக்கிரமித்துக்கொள்கிறது. எல்லாம் வல்ல இறைவனின் நேர்மையான ஊழியனாக அவர் மாறிவிடுகிறார். சூஃபித்துவம் என்பதே ஒருவகையில் உள்ளேயும் வெளியேயும் நேர்மையாக இருப்பதுதான்.

தனிமனிதனைதூய்மைப்படுத்துவதில் கவனம் செலுத்துவதோடு சூஃபித்துவம் சுருங்கிவிடவில்லை. தன்னலமற்ற தன்மைக்காக போராடும் அதே நேரத்தில், 'சாலிக்' எனப்படும் ஆன்மிகப் பயணியானவர், சமுதாயம், கலாச்சாரம், நாடு மற்றும் ஒட்டுமொத்த மனிதகுலத்துக்குமான சூழ்நிலைகளை மேம்படுத்தவும் முயற்சி செய்கிறார். மானிட சேவை மீதான அந்த ஈடுபாடும் ஒப்படைப்பும் சூஃபித்துவத்தை இயக்காற்றல் மிக்கதாகவும், தனி மனிதனிலிருந்து உலகம்வரை, எல்லா தளங்களிலும் மாற்றத்தை ஏற்படுத்த வல்லதாகவும் மாற்றுகிறது.

வரலாற்றுப்பூர்வமாகப் பார்ப்போமேயானால், அறிவுப்பூர்வ மான விவாதங்கள் மட்டுமே ஏற்றுக்கொள்ளக்கூடியவை என்ற பாரம்பரியத்தில் வருபவர்கள் சூஃபித்துவம் ஒரு பயனற்ற காரியம் என்றும், சூஃபிப் பயிற்சிகளை மேற்கொள்பவர்களின் கற்பனையால் மட்டுமே அது முன்னெடுத்துச் செல்லப்படுகிறது என்றும், உண்மையான அறிவை வைத்து அது செயல்படவில்லை என்றும் நினைத்து அதை ஒதுக்கி வைத்துள்ளனர். ஆனால் இன்று,

மனிதனின் விழிப்புணர்வு, க்வாண்டம் இயற்பியல், உயிரியல், வேதியியல், உளவியல் ஆகியவற்றில் ஆராய்ச்சி செய்தவர்களின் முடிவுகளெல்லாம் சூஃபித்துவம் காட்டும் உண்மையை ஒட்டி, அதற்கு இணையான கோட்டிலேயே செல்வதைக் காணலாம்.

உதாரணமாக, இந்தப் பிரபஞ்சத்தில் நாம் காணும் அனைத்துமே ஒன்றுக்கொன்று தொடர்புடையவை என்பதை இன்று உலகில் உள்ள பெரும்பாலான விஞ்ஞானிகள் ஏற்றுக்கொண்டுள்ளனர். கடவுள் என்ற சொல்லைப் பயன்படுத்தி அவர்கள் பேசாவிட்டாலும், காலம்காலமாக மறைஞானிகள் கண்ட தெய்வீக ஒருமையைத்தான் அவர்களது உள்ளுணர்வுகளும் எதிரொலிக்கின்றன. பொதுவான புரிந்துகொள்ளலின் அடிப்படையில், இன்று சூஃபித்துவ ஆசிரியர்களும் சாதகர்களும் விஞ்ஞானிகளோடு கலந்துரையாடி, தங்களுக்கிடையே இருக்கின்ற இடைவெளியை நிரப்ப முயற்சி செய்கின்றனர். அதன் மூலம், வாழ்க்கையை ஆன்மிக அடிப்படையில் அணுகுவதன் பயன்களை அதிகமான மக்கள் புரிந்துகொள்ள உதவுகின்றனர்.

பலதுறைகளைப்போலவே, சூஃபித்துவமும் முறையான பயிற்சி இல்லாதவர்களின் தாக்கத்துக்கு உள்ளாகியிருக்கிறது. சீர்கேடடைந்த வடிவங்கள் தோன்றியிருக்கின்றன. எனவே எது சூஃபித்துவம் என்ற கேள்விக்கு பதில் சொல்லுமுன், எது சூஃபித்துவம் இல்லை என்பதில் நாம் தெளிவாக இருக்க வேண்டியுள்ளது. அதிசயிக்கத்தக்க ஆற்றல்களோ, அறிவுத்திறனோ சூஃபித்துவத்துக்கு பிரதானமல்ல. கலாச்சார உத்திகள் மற்றும் அகந்தை ஆகியவற்றை அது சார்ந்து இல்லை. ஒரு தனி மனிதர் மற்றவர்களைவிட தான் மேம்பட்டவர் என்று காட்டிக்கொள்வதற்காகவோ, அவருடைய குணமாக்கும் திறமைகள் மற்றும் மன ஆற்றல்களை வெளிப்படுத்தவோ உதவுவது அதன் வேலையல்ல. ஆசிரியர்கள் மற்றும் நிறுவனங்களின் தலைவர்கள் தங்கள் வாழ்க்கையை வசதியாக ஆக்கிக்கொள்வதற்காக உருவாக்கப்பட்டதல்ல சூஃபித்துவம். சாதகர்களை வேண்டுமென்றே புரியாத சூழலில் அது வைத்திருப்பதில்லை. மையக்கருத்துக்களை ஒன்றிணைப்பதிலேயே எப்போதும் ஆர்வம் கொண்ட மேற்கத்தியர்கள், எல்லா மதங்களையும், கோட்பாடுகளையும் இணைக்கும் போதனை என்றெண்ணி சூஃபித்துவத்தை அணுகலாம். ஆனால், இதுவும்

ஸூஃபித்துவத்தின் குவிமையத்தை தவறாக பிரதிநிதித்துவப் படுத்துவதாகும். சகிப்பின்மை, மதவெறி, ஒருதலைச் சார்பு, முரண்பாடு ஆகியவற்றை முன்னேறிய மனிதர்களின் ஆன்மிக ஆற்றல் நிச்சயமாகக் குறைக்கும். ஆனால் இவையெல்லாம் ஸூஃபி வழியின் இரண்டாம் தரமான விளைவுகளே அன்றி அதன் நோக்கமல்ல.

நீர்த்துப்போன கிளைகள் நிறைய இருந்தாலும், இறைவனின் கருணையைக்கொண்டு, ஸூஃபித்துவத்தின் சாரம் இன்னும் நிலைத்திருக்கிறது. எல்லாக் காலத்துக்கும் பொருந்தக் கூடியதாகவும், இந்த பின்நவீன காலத்திலும் நமது நோக்கங் களுக்கும் செயல்பாடுகளுக்கும் அடிப்படையாக இருக்கக்கூடிய கோட்பாடுகளைக் கொடுக்கக்கூடியதாகவும் ஸூஃபித்துவம் உள்ளது அதன் சிறப்பாகும். புற வாழ்க்கைக்கும் அகவயமான பயிற்சிகளுக்கும் இடையில் ஒரு நடுநிலையை ஸூஃபித்துவம் ஏறபடுத்துகிறது. வாழ்க்கையின் வேகம் கூடிக்கொண்டே போகும் இக்காலத்தில், ஸூஃபித்துவம் தரும் சமநிலை இன்னும் அதிக முக்கியத்துவம் பெறுகிறது.

மற்ற கல்விகள் யாவும் உடலின் மீதோ மனதின் மீதோ மட்டும் கவனம் செலுத்துகின்றன. திறமைகளை, தொழில்ரீதியான தகுதிகளை, அதற்குத் தேவையான பாத்திரங்களை உருவாக்க அவை பயன்படுகின்றன. ஸூஃபித்துவம் இதயத்தைப் பயிற்று விக்கிறது. இதயத்தின் எல்லையற்ற தகுதியை வளர்க்கும்போது, அது விழிப்புணர்வுடன் பிரபஞ்சத்தை ஆழ்ந்து நோக்குகிறது. ஆன்மிகப் பாதையில் பயணிக்கும் சாதகர்களுக்கு அகப்பார்வை கிடைக்கிறது. அது அவர்கள் வாழ்க்கையில் வழிகாட்டுகிறது. தன்னையும் இறைவனையும் அறிந்துகொள்ள உதவும் வாகனமாகிறது. விழிப்புணர்வு பெற்ற இதயத்தில்தான் இறை விழிப்புணர்வு ஏற்பட முடியும். மனித மனதால் அதைப் பெறமுடியாது. ஸூஃபி பாதையில் செல்பவர்கள் இதயத்தை விழிப்படையைச் செய்யும் ரகசியங்களைக் கற்றுக் கொள்கின்றனர். 'வானங்களும் பூமியும் என்னை வைத்திருக்க வில்லை. ஆனால் என்மீது நம்பிக்கை கொண்ட அடியானின் இதயத்தில் நான் குடிகொண்டுள்ளேன்' என்று இறைவன் இறுதித்தூதர் முஹம்மது நபி (ஸல்) அவர்களுக்குச் சொன்னதை அவர்கள் உணர்ந்துகொள்கிறார்கள். அந்த அறிவில் அவர்கள் வாழ்கிறார்கள்.

கேள்வி 2

ஆன்மிகப் பாதைகளை ஒப்பிடுதல்

பௌத்தம், யோகா போன்ற மற்ற ஆன்மிகப் பாதைகளிலிருந்து ஸூஃபித்துவம் எப்படி வேறுபடுகிறது?

பல ஆண்டுகளுக்கு முன்னால் நான் யோகப்பயிற்சிகளை மேற்கொண்டு யோகா பற்றிய ஆராய்ச்சியில் ஈடுபட்டிருந்தேன். ஆனாலும் ஸூஃபித்துவம்தான் என் வாழ்வின் ஆராய்ச்சியும் பணியும் என்றாகிவிட்டது. எனவே ஸூஃபித்துவத்தின் போதனைகளைப் பற்றி மட்டுமே என்னால் ஆதாரப்பூர்வமாகப் பேசமுடியும். மறைஞானப் பாதைகளின் வழிமுறைகளை ஒப்பிட்டு விளக்கிப் பேசுவது என் நோக்கமல்ல. உண்மையைத் தேடுபவர்களுக்கு நான் சென்ற பாதையைக் காட்டி அவர்களுக்கு உதவி செய்வது மட்டுமே என் ஆசை.

மனித குலத்தின் மீதான அன்பு, கடமையுணர்வு, மற்ற மனிதர்களை மதித்தல், உண்மையான அறிவுக்கான ஏக்கம் - இப்படிப்பட்ட விஷயங்களிலெல்லாம் பௌத்தம், யோகா மற்றும் இதர ஆன்மிகப் பாதைகள் யாவும் அடிப்படையான, அதேசமயம் முக்கியமான தளத்தில் ஒன்றுபடுகின்றன. எனினும், வித்தியாசமான செயல்முறைகளாலும், குறிப்பிட்ட மனிதருக்குப் பொருத்தமானதா என்பதிலும் அவைகள் தங்களுக்குள்ளும் ஸூஃபித்துவத்திலிருந்தும் வேறுபடுகின்றன.

பெரும்பாலான பாதைகள் ஒரு குறிப்பிட்ட மதம் சார்ந்த ஆன்மிக மற்றும் கலாச்சார பாரம்பரியத்தோடு தொடர்புகொண்டவையாக உள்ளன. அந்த மதச்சார்புப் பாரம்பரியம் பெரும்பாலான நேரத்தில் அதன் வருங்கால சாதகர்கள்மீது சில வரையறைகளைத் திணிக்கிறது. உதாரணமாக, ஹிந்துவாகப் பிறக்காத ஒருவரின் வாழ்வில் ஜாதி அமைப்பு இல்லாத காரணத்தால், யோகப் பயிற்சிகளை முழுமையாக உள்வாங்கிக் கொள்ள முடியாது. யூதர்களின் ஆன்மிகப் பயிற்சிகளுக்கு நீண்டகால கௌரவமான வரலாறு உண்டு. ஆனால் யூதப் பாரம்பரியத்தின்படி, யூதர்களாகப் பிறந்தவர்களுக்கே அப்பாதைகளின் பயிற்சிகள் தரப்படுகின்றன. பௌத்தத்தைப் பொறுத்தவரை, அது துறவற வாழ்வை ஆதரிக்கிறது. அப்படிப்பட்ட வாழ்முறை ஒரு சிலருக்கே பொருத்தமானதாக இருக்கும்.

இறைவனின் ஆசியைக்கொண்டு, இன்றுவரை வளமோடு நிலைத்திருக்கக்கூடிய பாரம்பரியமாக சூஃபித்துவம் திகழ்கிறது. சூஃபித்துவத்தின் கொள்கலமான இஸ்லாம் மாற்று மதத்தவரின் நம்பிக்கைகளையும் பயிற்சிகளையும் பாதுகாக்கவேண்டும் என்று கூறுவதுபோல, சூஃபித்துவமும் மதம், கலாச்சாரம், இனம் எல்லாவற்றையும் தாண்டி எல்லா மனிதர்களையும் அழைக்கிறது. மனிதர்களின் இயல்பான விருப்பங்களுக்கு ஏற்ப தன் வழிமுறைகளை அமைத்துக்கொடுக்கிறது.

தனிமனித மேம்பாடு என்ற விஷயத்தில் சூஃபித்துவம் மற்ற பாதைகளிலிருந்து வேறுபடுகிறது. பல ஆன்மிகப் பாதையின் வழிமுறைகள் சுயத்தை தொடக்கத்திலேயே தூய்மைப்படுத்த வேண்டும் என்று வலியுறுத்துகின்றன. உதாரணமாக, யோகா பயில்பவர், முதலில் தன் மனதை (அதாவது சுயத்தின் விழிப்புணர்வு கொண்ட பகுதியை) ஒரு புள்ளியில் நிலைப்படுத்த வேண்டியவராகிறார். ஆன்மிக உள்ளுணர்வு அனுபவங்களைப் பெறுவதற்கு முன், மனதின் செயல்முறைகளை நெறிப்படுத்த அவர் நீண்டகாலம் போராட வேண்டியிருக்கலாம்.

இதற்கு மாறாக, நக்ஷபந்தி முஜத்திதி தரீக்கா (பாதை) இதயத்தைத் தூய்மைப்படுத்தும் காரியத்திற்கு முக்கியத்துவம் கொடுக்கிறது. இதயம் இயல்பாகவே ஒருமித்த கவனம் கொள்ளும் தன்மை கொண்டது. அந்தத் திறமையைப் பயன்படுத்துவதன் மூலம், நற்பேறுகளை ஏற்றுக்கொள்ளும் நிலைக்கு சாதகர்கள் விரைவாகச்

செல்லமுடிகிறது. ஆரம்ப கட்ட சாதகர்கள்கூட 'நிய்யத்' எனப்படும் நோக்கம் வைத்துக்கொள்வதன் மூலம் இதயத்தை நோக்கித் திரும்புவதற்கும், இதயத்தின் கவனத்தை இறைவனை நோக்கித் திருப்புவதற்கும் கற்றுக்கொள்ள முடியும். முராகபா (தியானம்)[8] என்று சொல்லப்படும் இந்தப் பயிற்சியின் மூலம், சாதகர்கள் தளர்ச்சியான நிலைக்குச் சென்று, இறையருளைப் பெற்றுக்கொள்வதற்கான தயார் நிலைக்குச் செல்ல முடியும். இவ்விதமாக பரிபூரண மாற்றம் இதயத்தில் உண்டான பிறகுதான், சுயத்தையும், மனதையும் எப்படி கவனிப்பது என்று ஷெய்கு எனப்படும் குருவானவர் சொல்லிக்கொடுப்பார்.

சில ஆன்மிகப் பாதைகள் அசாதாரண ஆற்றல்களை உண்டாக்கு கின்றன. ஆனால் அவைகள் அகந்தையை மேலும் பெருக்க வைக்கலாம். ஆனால் நக்ஷபந்தி முஜத்திதி பாதையானது இதற்கு நேர் மாறானதாகும். முராகபா பயிற்சியானது பணிவையும் பொறுமையையும் ஊக்குவிக்கிறது. அதன் மூலமாக 'தஸ்கியா' எனப்படும் தூய்மைப்படுத்தும் காரியம் நிறைவேறுகிறது. ஒரு காதலி காதலனுக்காகக் காத்திருப்பதுபோல, தியானம் செய்யும்போது சாதகர் காத்திருக்கிறார். சிலர் பல ஆண்டுகள் காத்திருக்க நேரிடலாம். ஆனாலும் அந்தக் காத்திருப்பு நம்பிக்கையால் நிறைந்திருக்கும்.

கேள்வி 3

ஓர் ஆன்மிகப் பாதையைத் தேர்ந்தெடுப்பது

ஸூஃபித்துவம்தான் எனக்கான மிகச்சிறந்த பாதை என்று எனக்கு எப்படித் தெரியும்?

ஒவ்வொரு துறையிலும் இருக்கும் ஆசிரியர்கள் தங்கள் துறைதான் மிகச்சிறந்தது என்று நினைக்கின்றனர். எனவே அவர்களுடைய நற்சாட்சிப் பத்திரங்களை வைத்து அத்துறையின் பயன்பாட்டை அளந்துவிட முடியாது. இவ்விஷயத்தில் தனிமனித பரிசோதனைகளும், உள்ளுணர்வுப் பூர்வமான புரிந்துகொள்ளல்களும்தான் நம்பத்தகுந்தவை. எனவே, உங்களுக்கான சரியான பாதை எது, அது உங்கள் தேவைகளுக்கும் முன்னேற்றத்துக்கான தகுதிக்கும் எவ்விதம் உதவி செய்கிறது என்பதையெல்லாம் நீங்கள் மட்டுமே முடிவுசெய்ய முடியும்.

ஒரு பாதையைத் தேர்ந்தெடுக்கும்முன் கருத்தில் கொள்ள வேண்டிய முக்கியமான விஷயங்கள் பல உண்டு. வேகமாக மாறிக்கொண்டிருக்கும் நம் சமுதாயத்தில், பலனளிக்கக்கூடிய வழிமுறையானது தகவமைத்துக்கொள்ளக்கூடிய தன்மை கொண்டதாக இருக்கவேண்டும். ஆன்மிக முன்னேற்றத்தை ஏற்படுத்த வேண்டுமானால், சுய கட்டுப்பாட்டை அது ஊக்குவிக்க வேண்டும். வழிபடும் மனப்பான்மையையும், மதரீதியான மனப்பான்மையையும் தாண்டி, உளவியல் ரீதியான, ஆன்மிக ரீதியான போக்குகளைத் தாண்டி அது சாதகரைக் கொண்டுசெல்ல வேண்டும். நவீன உலகில் வெற்றிகரமான முறையில் முன்னேற

தனிமனிதர்களுக்கு அது உதவவேண்டும். உயிருள்ள அனைத்திற்குமிடையில் இருக்கும் தொடர்பையும் கடமைகளையும் பற்றிய விழிப்புணர்வை வளர்க்கவேண்டும்.

இப்படியான பரிபூரண மாற்றங்களைக் கொண்டுவரக்கூடிய சூஃபித்துவமாக நக்ஷபந்தி முஜத்திதி பாதை உள்ளது என்பதை என் தனிப்பட்ட அனுபவங்களிலிருந்து என்னால் உறுதியாகச் சொல்லமுடியும். உண்மையைத் தேடும் எந்த முயற்சியாக இருந்தாலும் அது ஒரே மாதிரியானதுதான் என்று ஓரளவுக்குச் சொல்லமுடியும். எனினும், மேலே சொல்லப்பட்ட பாதையானது மேலே விவரிக்கப்பட்ட அம்சங்களைக் கொண்டிருப்பதால் இன்றைய சாதகர்களுக்கு மிகவும் பொருத்தமானதாக உள்ளது.

புதிய ஆர்வலர்கள் இயல்பாகவே தங்கள் மதம் சார்ந்த ஆன்மிகப் பாதையைத்தான் தேர்ந்தெடுப்பார்கள். மேற்கத்திய உலகில் உள்ள முஸ்லிமல்லாத பலர் இஸ்லாத்தை அந்நியமானதாகவே பார்க்கின்றனர். சூஃபித்துவம் என்பது இஸ்லாத்தின் ஆன்மிகப் பரிமாணம் என்று தெரியவரும்போது, அதன் போதனைகளும் பயிற்சிகளும் இஸ்லாமியப் பின்புலத்திலிருந்து வருபவர் களுக்கே பொருத்தமானதாக இருக்கும் என்று நினைக்கலாம். ஆனால் உண்மையில் சூஃபித்துவத்தை நாடி எந்தப் பின்புலத்தில் இருப்பவரும் வரலாம். ஒருவர் கிறிஸ்தவரோ, யூதரோ, ஹிந்துவோ, பௌத்தரோ, அல்லது வேறு மதத்தைச்சார்ந்தவரோ, அவர் யாராக இருந்தாலும், மனநிறைவு, விருப்ப நிறைவேற்றம் ஆகியவற்றின் புதிய ஆழங்களை அவர்கள் கண்டுகொள்ள சூஃபித்துவத்தால் அவர்களுக்கு நிச்சயம் உதவ முடியும்.

கேள்வி 4

மேற்கத்திய உலகில் சூஃபித்துவத்தின் செல்வாக்கு

சமீப காலமாக, மேற்கத்திய உலகை சூஃபித்துவம் வெகுவாகக் கவர்ந்துள்ளது. சூஃபித்துவத்தின் புகழ் கூடிக்கொண்டே போவதற்கு என்ன காரணம் என்று நினைக்கிறீர்கள்?

எல்லா விதமான மறைஞானப் பாதைகளும் மேற்கத்திய உலகில் அதிகம் நாடப்படுவனவாக உள்ளதற்குப் பல காரணங்கள் உண்டு. முதலாவதாக, நியாயவாதம், நியதிவாதம், பொருள்முதல் வாதம் போன்ற தத்துவங்களின் பிடியில் மாட்டிக்கொண்ட சகாப்தத்திலிருந்து மேற்கத்திய சமுதாயங்கள் வெளியேறிக் கொண்டிருப்பதாகத் தெரிகிறது. ஒரு காலத்தில் மனித அறிவு மட்டுமே கோலோச்சிக்கொண்டிருந்தது. ஆனால் அதை மட்டுமே வைத்து நிச்சயத்தன்மையுடன் நிஜத்தைப் புரிந்துகொண்டுவிட முடியாது என்பது பொதுவாக எல்லோராலும் ஏற்றுக்கொள்ளப் பட்டுவிட்டது. மறைஞானம் கொடுக்கின்ற நேரடியான, தனிமனித அனுபவங்களின் மூலமாக உண்மையையும் அதன் மதிப்பையும் அதிகமானோர் கண்டுகொள்ளத் தொடங்கி விட்டார்கள்.

சூஃபித்துவத்தின் பரவலான அக்கறைகளையும் அணுகுமுறை களை யும் வளர்ந்துகொண்டே போகும் அதன் செல்வாக்கு பிரதிபலிக்கிறது. மனரீதியான, உணர்ச்சி ரீதியான இறுக்கம். வாழ்க்கையின் அர்த்தம் என்ன என்ற குழப்பம், மரண பயம், எதிர்காலத்தைப் பற்றிய பாதுகாப்பின்மை, சமூக மதிப்பீடுகளின்

சீர்கேடு, சிதைவு ஆகியவற்றைக் குறைப்பதற்கும் நிவர்த்தி செய்வதற்கும் மக்கள் சூஃபித்துவத்தை நாடுகிறார்கள். ஒரு சிலர் அற்புதங்களை நாடி சூஃபித்துவத்தை அணுகுகிறார்கள். எல்லாக் காலத்திலும் எல்லா ஞானிகளையும் எந்த உணர்வு சூஃபித்துவத்தை நோக்கி இழுத்துவந்ததோ அதே உணர்வால் உந்தப்பட்டு வேறு பலர் வருகிறார்கள். தெய்வத்தோடு இன்னும் ஆழமான, இன்னும் நெருக்கமான உறவை ஏற்படுத்திக் கொள்ளவேண்டும் என்ற உணர்வுதான் அது.

இப்படிப்பட்ட எல்லாவிதமான வேறுபட்ட ஆர்வங்களையும் நடைமுறைக்கேற்ற வகையில் அணுகி, புறவயமான மற்றும் அகவயமான முன்னேற்றங்களுக்கு மத்தியில் சமநிலையை சூஃபித்துவம் ஏற்படுத்துகிறது. ஆகக் கடைசியான மிக உயர்ந்த அறிநிலை அனுபவம் ஏற்படுவதிலிருந்து யாரையும் சூஃபித்துவம் தடுப்பதில்லை. உலக வாழ்க்கை சார்ந்த பொறுப்பு களை ஒரு சாதகர் நிறைவேற்ற அனுமதிப்பதோடு, அவர் நிறைவாகவும் வெற்றிகரமாகவும் செய்வதை சாதகரின் முன்னேற்றத்தின் பகுதி அது என்று பாராட்டவும் செய்கிறது. சூஃபித்துவத்தின் பயிற்சிகளுக்கு நேரமும் முயற்சியும் தேவைப் பட்டாலும் அது கடினமானதாகவோ, அதிகநேரம் எடுத்துக் கொள்வதாகவோ, சுமையாகவோஇருப்பதில்லை. அதன் போதனை கள் அதிகாரப்பூர்வமானவை, முன்னேற்றம் கொடுப்பவை, மாபெரும் அனுபவ ஞானத்தின் அடிப்படையில் உருவானவை. அவைகள் உங்களை நேசிக்கின்றன, பலனளிக்கின்றன.

நூற்றுக்கணக்கான ஆண்டுகளாக, எண்ணற்ற மனிதர்களுக்கு சூஃபி பயிற்சிகள் வெளிப்படையான மற்றும் நுட்பமான பலன்களைக் கொண்டுவந்துள்ளன. சூஃபித்துவ மாணவர்களைச் சந்திக்கும் மனிதர்களும் சூஃபித்துவ பாதையின் பால் ஈர்க்கப்படுகின்றனர். ஏனெனில், அவர்கள் விரும்புவதையும், அவர்களுக்குத் தேவைப்படுவதையும் அந்த சாதகர்களிடம் அவர்கள் பார்க்கின்றனர். தங்கள் தேவையின் முக்கியத்துவமும் பருமஅளவும் அவர்களுக்குப் புரியாவிட்டாலும், ஒரு காந்தசக்தியால் இழுக்கப்படுவதைப்போல அவர்கள் உணர்கின்றனர்.

மறுக்க முடியாதவாறு, எல்லாவற்றுக்கும் எது மூலமாக இருக்கிறதோ அதோடு சூஃபித்துவம் இணைக்கப்

பட்டிருப்பதால், பயனுள்ள அறிவையும் பயிற்சியையும் தன்னகத்தே அது கொண்டிருக்கிறது. அது தனிமனித அனுபவத்தோடு பிணைக்கப்பட்ட நம்பிக்கையை நோக்கிய பாதையாகும். சாதகர்களுக்கு நேரடி அனுபவத்தின் மூலம் உண்மையைக் காட்டுகிறது அது. நித்தியமான அந்த பேருண்மையோடு தொடர்பை இழந்துவிட்ட கலாச்சாரங்களுக்கு இடையில், நிலைத்திருக்கக்கூடிய ஒரு பாலத்தின் மூலமாக நமக்கும் நித்தியத்துக்கும் இடையில் ஏற்பட்டுவிட்ட இடைவெளியை நிரப்புகிறது. அதன் மிக முக்கியமான ஈர்ப்புத்தன்மைக்குக் காரணம் இதுதான் என்று நினைக்கிறேன். மனிதர்கள் என்ற வகையில், கிழக்கும் மேற்கும் தெய்வத்தைத் தேடிக் கொண்டுதான் இருக்கும். சூஃபி போதனைகள் தொடர்ந்து பரவிக்கொண்டே இருக்கும் என்று நம்புகிறேன்.

கேள்வி 5

மேற்கத்திய உலகின் சூழலமைப்பு

கிழக்கத்திய சாதகர்களுக்கும் மேற்கத்திய சாதகர்களுக்கும் வித்தியாசம் என்ன?

ஒரு சாதகர் கிழக்கத்தியரோ மேற்கத்தியரோ, அல்லது இரண்டையும் சேர்ந்தவரோ, அவருடைய கலாச்சார பின்புலத்தை மாற்ற முடியாது. எனவே என்ன வித்தியாசம் என்று கேட்டு நாம் செய்யப்போவது ஒன்றுமில்லை. பயிற்சியை மேற்கொள்ளும் ஒருவர் அதன்மீதும், அதை எப்படி இன்னும் ஆழமாகச் செய்யவேண்டும் என்பதிலும் கவனத்தை வைக்க வேண்டுமே தவிர, மற்ற சாதகர்களை ஒப்பிட்டுப் பார்ப்பதில் கவனம் செலுத்தக்கூடாது.

ஒருவர் சூஃபித்துவப் பயிற்சிகளை மேற்கொள்வதற்கு தகுதி உள்ளவரா இல்லையா என்பதை கலாச்சாரம் முடிவு செய்வதில்லை. ஒரு நல்ல மேற்கத்திய மாணவர் ஒரு நல்ல கிழக்கத்திய மாணவரைப் போன்றவரே ஆவார். சூஃபித்துவமானது எல்லா கலாச்சாரங்களுக்குமானது. அதனது செயல்முறைகள் சாதகரை அனுசரித்தவை. ஒரு இதயத்திலிருந்து இன்னொரு இதயத்துக்கு இறைச்செய்தியை அனுப்புவதன் மூலமாக குருவுக்கும் சீடருக்குமான தனிப்பட்ட, இதயப்பூர்வமான உறவை நக்ஷபந்தி முஜத்திதி பாதையின் குருமார்கள் நிறுவுகின்றனர். ஒரு சாதகர் கிழக்கோ மேற்கோ, வடக்கோ தெற்கோ, அவரது இனம், பின்புலம் எதுவாக இருந்தபோதும்,

அவருக்கு ஆன்மிக முன்னேற்றத்தை ஏற்படுத்தும் தகுதி சூஃபித்துவத்துக்கு உண்டு.

கலாச்சார மதிப்பீடுகளின் காரணமாக, மேற்கத்திய மனதுக்கும் கிழக்கத்திய மனதுக்கும் உண்மையில் நிறைய வித்தியாசங்கள் இருக்கத்தான் செய்கின்றன. சாதகர்கள் எப்படிப் புரிந்து கொள்கிறார்கள், எப்படி எதிர்வினை புரிகிறார்கள், அவர்களுக்கு சிறப்பான முறையில் எப்படிக் கற்பிக்கலாம் அல்லது வழிகாட்டலாம், அவர்கள் எப்படி நடந்துகொள்கிறார்கள் என்பதையெல்லாம் அவை பாதிக்கத்தான் செய்கின்றன. சூஃபித்துவ அமைப்பு கொண்டுவரும் மாற்றமெல்லாம் காலம், இடம், சூழலுக்கு ஏற்பவே இருந்துவந்துள்ளது. எனவே ஒரு ஞானாசிரியர் எப்படி சொல்லித்தரவேண்டும், அந்த சூஃபிப் பாதையின் பணி எவ்விதம் எடுத்துச் செல்லப்படவேண்டும் என்பதன் மீதெல்லாம் குறிப்பிட்ட கலாச்சாரச் சூழல் தாக்கத்தை ஏற்படுத்தவே செய்கிறது.

எனினும் எல்லாவற்றின் சாரமாக, தேவைகளிலும், ஆசைகளிலும், தகுதிகளிலும், உணர்ச்சிப்பூர்வமான, அறிவுப்பூர்வமான செயல் பாடுகளிலும் எல்லா மனிதர்களுக்கும் ஒற்றுமை இருக்கவே செய்கிறது. கலாச்சார வித்தியாசங்கள், செயல்படும் முறைகள் தொடர்பான வித்தியாசங்களெல்லாம் நேர்மையான சாதகருக்கு ஒரு பொருட்டே அல்ல. இஸ்லாத்தின் அழகே இதுதான். எல்லா மனிதர்களும் ஒரே சமுதாயம் (உம்மத்) என்ற அதன் செய்தியானது ஒருதலைச் சார்பு, அச்சம், தவறான எண்ணம் ஆகியவற்றை வெற்றிகொள்ளக் கொடுக்கப்படும் அழைப்பாகும். தன் பயிற்சிகள், நம்பிக்கை, இறைவனிடம் தன்னை ஒப்படைத்தல் ஆகியவற்றின் மூலமாக ஒரு முஸ்லிமும் ஒரு சூஃபியும் மானிட வித்தியாசங்களில் இருக்கும் எதிர்மறையான பகுதிகளுக்கு மேல் சென்று, அவற்றின் நேர்மறையான, ஆக்கப்பூர்வமான அம்சங்களை உள்வாங்கிக்கொள்கின்றனர். வித்தியாசங்கள் மூலமாக வெளிப்படும் சிறப்புத்தன்மை, தனித்துவம், சுதந்திரம் ஆகியவற்றை ஒரு சாதகர் மதிக்கின்றார். அதேசமயம், எல்லாவற்றின் ஊடாக இருக்கும் இறைவனால் அருளப்பட்ட, இறைத்தூதர் முஹம்மது (ஸல்) அவர்கள் மூலமாக கற்பிக்கப் பட்ட தவ்ஹீத் எனப்படும் உண்மையின் ஒருமைப்பாட்டையும் அவர்கள் கவனிக்கத் தவறுவதில்லை.

•

எனது அக்கறையெல்லாம், ஒரு மேற்கத்திய மாணவர், சூஃபித்து வத்தின் முழுப் பலாபலன்களையும் பெற்றுக்கொள்வதற்கு, மேற்கத்திய சூழலமைப்பு தடைக்கல்லாக அமைந்து விடுமோ என்பதுதான். நீங்கள் விவரிக்கும் இலக்குகளை உண்மையிலேயே ஒரு மேற்கத்தியரால் அடைவது சாத்தியமா?

நிச்சயமாக சாத்தியமே. ஏன் முடியாது? நேர்மை, வேட்கை, பொறுமை, இசைவு, குருவின் மீது அன்பு, பக்தி - இவைகள்தான் எல்லாம் வல்ல இறைவனை நோக்கிச் செல்ல சூஃபிப் பாதையின் தேவைப்படும் தகுதிகளாகும். இத்தகுதிகளெல்லாம் கிழக்கத்தியர்களுக்கு மட்டும் உரியவை அல்ல. இவை எல்லாருக்கும் பொதுவானவையே.

உங்களின் சொந்த சூழலமைப்பு பற்றிய அக்கறையின் காரணமாக, நீங்கள் இக்கேள்வியை கேட்பீர்களென்றால், சூழலமைப்பு என்பது தவிர்க்க இயலாதது என்று நான் முதலில் சொல்லிக் கொள்வேன்.

இரண்டாவதாக, இப்படியான சூழலமைப்பு மனரீதியானதாக, இயக்க ரீதியானதாக, கலாச்சார ரீதியானதாக - எப்படி இருந்தாலும், அவைகள் யாவும் ஒன்றோடொன்று தொடர்பு படுத்திப் புரிந்துகொள்ளத் தக்கவையே. இந்த உலகத்தையும் தங்களையும் பற்றிய உண்மையை கூடுதல் குறைவின்றி புரிந்து கொள்வதிலிருந்தும் இத்தகைய அறிவார்ந்த கட்டுப்பாடுகள் தனிமனிதர்களைத் தடுக்கின்றன. இப்படிப்பட்ட கட்டுப்பாடுகள் வளர்ச்சிக்கும், தனிமனிதனின் உள்ளார்ந்த இருப்பை உணர்ந்து கொள்வதற்கு உதவும் அடிப்படை சுதந்திரத்துக்கும் எதிரானதாகும். அதனால் அக்கட்டுப்பாடுகளைத் தாண்டித்தான் நாம் செல்ல வேண்டியுள்ளது.

எனவே, நீங்கள் சூஃபித்துவத்தின்மீது ஆர்வம் கொண்டவராக இருந்தாலும் இல்லாவிட்டாலும் உங்கள் சூழலமைப்போடு நீங்கள் போராடத்தான் வேண்டியுள்ளது! உங்களது அத்தகைய போராட்டத்துக்கு சூஃபித்துவம் ஆதரவு கொடுக்கிறது. உங்கள் மனரீதியான கட்டுப்பாடுகளைக் கழற்றிப் போட்டுவிட்டு மனிதனையும் பிரபஞ்சத்தையும் பற்றிய உண்மையான காட்சியை எழுப்பிக்கொள்ள உதவும் தொழில்நுட்பங்களை அது உங்களுக்குக் கொடுக்கிறது. இப்பாதைக்கு வரும் புதியவர்கள்கூட

ஆரம்பகட்ட பயிற்சிகளிலேயே 'உண்மையை' சந்திக்கும் அனுபவத்தையும், தாங்கள் உண்மையைக் கண்டுகொண்டோம் என்பதற்கான தெளிவான அத்தாட்சிகளையும் பெற்றுக் கொள்கின்றனர். ஆதிமூல வெளிப்பாட்டிலிருந்து கிடைக்கும் ஆசீர்வாதமும் அருளும்தான் அதற்குக் காரணங்களாகும். அந்த அருட்கொடையின் உதவியினால், வாழ்வின் நோக்கம் நிறைவேறிவிட்டது என்பதை உணர்ந்துகொள்ளுதல் சாத்தியப் படுகிறது. சூஃபித்துவத்தின் மிகவும் குறிப்பிடத்தக்க பண்புகளில் இது ஒன்றாகும்.

கேள்வி 6

தனிமனித பரிபூரண மாற்றம்

சூஃபித்துவம் என்பது பரிபூரண மாற்றத்தை ஏற்படுத்தவல்லது என்று கூறினீர்கள். என்னென்ன மாற்றங்களை அது கொண்டுவரும், எப்படியெல்லாம் கொண்டுவரும் என்று விளக்க முடியுமா?

'சூஃபித்துவம் என்பது வெறும் அறிவு சார்ந்த தகவலோ, வடிவமோ அல்ல. அது குறிப்பிட்ட ஒழுக்கம் சார்ந்த துறையாகும்' என்று இந்திய சத்குருவான க்வாஜா முயீனுத்தீன் சிஷ்தி (ரஹ்) கூறினார்கள். நன்னெறி சார்ந்த வாழ்க்கை முறையானது நாற்காலியில் அமர்ந்துகொண்டு சிந்தித்து உருவாக்கப்படுவதல்ல. சொற்பொழிவுகளைக் கேட்டல், புத்தகங்களைப் படித்தல், ஆன்மிக இசையைக் கேட்டல், புனித நடனங்களில் ஈடுபடுதல், அல்லது இதுபோன்ற காரியங்களை யெல்லாம் செய்தல் மட்டும் சூஃபித்துவமாகிவிடாது. சூஃபித்துவம் என்பது ஆற்றல் வாய்ந்த, நடைமுறை சார்ந்த, தீவிரமான தனிமனித முயற்சிகளை வலியுறுத்தும் ஒரு அமைப்பாகும். ஒரு மனிதனுடைய குணாம்சம், நடத்தை, அணுகுமுறை, கருத்துக்களைப் புரிந்துகொள்ளும்முறை ஆகியவற்றில் பரிபூரண மாற்றங்களை ஏற்படுத்தவல்லதாகும்.

சூஃபித்துவ மாணவர் நிலத்தில் விதைக்கப்பட்ட விதை போன்றவர். சூரிய ஒளி, தண்ணீர், கவனமான பராமரிப்பு ஆகியவற்றின் மூலம் அந்த விதை வளர்ந்து பழுத்த தாவரமாகிறது.

அதேபோல, ஒரு குருவுக்கும் மாணாக்கருக்கும் இடையில் ஏற்படும் உறவு மூலம் இறையருளும் பெரியவர்களின் ஆசீர்வாதமும் இணைந்து சாதகரின் இருப்பில் பெரியதொரு மாற்றத்தை ஏற்படுத்துகிறது. ஆரம்பத்தில், விதைக்கு ஏற்படுவதைப்போலவே, தெளிவாகப் புலப்படாதவாறு, மாணவருக்குள்ளும் மாற்றங்கள் மெதுவாகவும் நுட்பமாகவும் ஏற்படுகின்றன. ஆனால் படிப்படியாக, மாணவருக்குள்ளிருந்து ஏதோ வளர ஆரம்பிக்கிறது. அவருடைய பழைய இருப்பில் ஒரு பெரும் மாற்றம் ஏற்படுகிறது. ஒருநாள், இறையருளால், மாணவர் முற்றிலும் புதிய நபராக மாறிவிடுகிறார். இந்த நிகழ்முறையை நக்ஷபந்தி முஜத்திதி பாதை ஃபனா (அழிந்துபோதல்), பகா (நிலைத்திருத்தல்) ஆகிய சொற்களைக் கொண்டு குறிக்கிறது.

சூஃபிப்பயிற்சிகள் பரிபூரண மாற்றத்தை மட்டும் ஏற்படுத்த வல்லவை அல்ல. மாற்றம் அனுபவப்பூர்வமாக உணரக்கூடியது. சூஃபி வழியின் கோட்பாடுகளின் நுட்பமான விபரங்களை மாணவர்கள், அவர் ஆணாயினும் பெண்ணாயினும், அனுபவத்தில் அறிந்துகொள்ள முடியும். இவ்வித ஆராய்ச்சியில் ஈடுபடுவதானது ஒரு பரிசோதனைச் சாலையில் பரிசோதனை களை நிகழ்த்துவதற்கு ஒப்பானது. நீரின் மூலக்கூறு ஒரு ஆக்ஸிஜன், இரண்டு ஹைட்ரஜன் அணுக்களைக் கொண்டது என்று உங்களுக்கு கற்றுக் கொடுக்கப்பட்டிருக்கலாம். ஆனால் தண்ணீரை நீங்களே உருவாக்கினீர்களென்றால், நீரின் வேதியியல் பற்றிய உங்களுடைய அறிவு உங்களுடைய நேரடி அனுபவம் சார்ந்ததாக மாறிவிடும். அதேபோல, சூஃபித்துவ மாணவர் ஒருவர் தான் செல்லும் பாதையில் என்ன நடக்கிறது என்று அனுபவப்பூர்வமாக அறிந்துகொள்ளலாம். சாதகர் இருளில் பயணிப்பதில்லை. சூஃபித்துவமானது ரகசியமானது, புரிந்து கொள்ள முடியாதது என்று பலர் நினைக்கின்றனர். ஆனால் அது அப்படிப்பட்டதல்ல. அது ஒரு தெளிவான, துல்லியமான, உதாரணங்களுடன் மெய்ப்பிக்கக்கூடிய நெறிமுறையாகும்.

பரிணாம வளர்ச்சி பற்றிய பெரும்பாலான விஞ்ஞானக் கோட்பாடுகளின் உச்சகட்ட முடிவு உயர்விலங்கினமான மனிதன்தான். மனிதனுக்குள்ளும், மனிதனைத்தாண்டியும் அடுத்து என்ன நிகழும் என்று அவர்கள் சொல்வதில்லை.

‘ஆரம்பத்தில் நீ களிமண்ணாக இருந்தாய். தாதுப்பொருளிலிலிருந்து தாவரப்பொருளாக மாறினாய். தாவரத்திலிருந்து மிருகமாகவும், மிருகத்திலிருந்து மனிதனாகவும் மாறினாய். இக்கால கட்டங்களில் எங்கே போய்க்கொண்டிருந்தாய் என்பது உனக்குத் தெரியாது. எனினும், ஒரு நீண்ட பயணத்துக்கு நீ எடுத்துச் செல்லப்பட்டாய். இன்னும் கடக்க வேண்டிய உலகங்கள் நூற்றுக்கணக்கில் உள்ளன’ என்று டார்வினுக்கு பல நூற்றாண்டுகளுக்கு முன்னரே, ஸூஃபிக் கவிஞரான மௌலானா ரூமி (ரஹ்)[9] கூறினார்.

மனிதனுக்கு இன்னும் கூடுதலான வளர்ச்சி காத்திருக்கிறது என்று மௌலானா ரூமியும் அவரைப்போன்ற குருமார்கள் பலரும் சொல்லிச் சென்றுள்ளார்கள். அந்த வளர்ச்சி, டார்வின் சொல்வதைப்போல இனப்பெருக்கத் தொடர்ச்சி மூலமான தகவமைப்பைச் சார்ந்ததல்ல. அது விழிப்புணர்வைச் சார்ந்ததாகும். வேறுவார்த்தைகளில் சொன்னால், மனிதர்கள் தேர்ந்தெடுத்துப் பெறமுடிகிற ஒரு சிறப்புக் கல்வி என்று அதைச் சொல்லலாம்[10]. வெளிப்பார்வைக்கு, உடலின் பரிணாம வளர்ச்சியானது சிந்திக்கக்கூடிய மனிதனில் முடிவதாக நமக்குத் தோன்றினாலும் அது கதையின் முடிவல்ல. ஆன்மிக தளத்தில் இன்னும் மேலான பரிபூரண மாற்றம் நடைபெறவேண்டியுள்ளது. *இன்சானுல் காமில்* என்று சொல்லப்படும் பரிபூரண மனிதனாக மாறுவதற்கு போராட்டமும் கடும் முயற்சியும் தேவைப்படுகிறது. அதுவே மானிடருக்கான இறுதி லட்சியமாகும்.

கேள்வி 7

மனித இன நலம்

மனித இனத்தில் நலனை நாடும் ஒரு தத்துவம் என்று ஸூஃபித்துவத்தைச் சொல்ல முடியுமா? ஸூஃபித்துவ மாணாக்கர்கள் மானிட சேவை செய்பவர்களா?

சந்தேகமில்லாமல், பல சித்தாங்களைவிடவும் மேலான மதிப்பீடு களைமனித இனநலக்கோட்பாடானது கொண்டிருக்கிறது. வரலாற்று ரீதியாகப் பார்ப்போமேயானால், அரசியல், சமூகம், மார்க்கம் என மனித வாழ்வின் எல்லாத் துறைகளையும் மனித இன நலச்சித்தாந்தம் மேம்படச் செய்திருக்கிறது. தாமஸ் பெயினின் (Thomas Paine) Rights of Man என்ற நூலும் ஃப்ரெஞ்சுப் புரட்சியின் சுதந்திரம், சமத்துவம், சகோதரத்துவம் என்ற கோஷமும் அதை நிரூபிக்கும் இரண்டு உதாரணங்களாகும்.

அவர்களின் மனிதாபிமான நோக்கங்களில் ஸூஃபித்துவமும் பங்கு கொள்கிறது. அதேசமயம், அவர்களது மதச்சார்பற்ற அடிப்படை யில் வேறுபடுகிறது. ஸூஃபிப் பாதையில் செல்பவர்கள் இறைக்காதலை தமது வாழ்வின் நோக்கமாகக் கொள்கின்றனர். இறைவன் மீதான அன்பானது மானிட சேவை என்ற பாதையின் வழியாகச் செல்லவேண்டும் என்பது உட்குறிப்பு. சில நூற்றாண்டுகளுக்கு முன்பு வாழ்ந்த இந்திய சிஷ்தி பாதையின் மாபெரும் குருமார்கள் சிலரையும் சேர்த்துப் பார்த்தால், மாபெரும் ஸூஃபி குருமார்கள் பலர் எல்லாம் வல்ல இறைவனின் அன்பைப் பெருவதற்கு மானிட சேவையை வழியாகத்

தேர்ந்தெடுத்துள்ளனர். அப்படியான சேவை செய்வோருக்கு மேலான ஆன்மிக வளர்ச்சியைக் கொடுப்பதன் மூலம் இறைவன் அவர்களை ஆசீர்வதிக்கிறான். அதுவே மனித குலத்தின் சம்பூரண நிலை என்பதை மனிதகுல நல ஆர்வலர்களும் மறைஞானிகளும் புரிந்துகொள்கின்றனர்.

எனினும், மனிதகுல நலனுக்கான காரியங்களெல்லாம் ஒரு லட்சியத்தை அடையும் வழிகள்தானே தவிர, அவைகளே இறுதி லட்சியமல்ல. போய்ச்சேரவேண்டிய இடத்துக்கான பயணப் பாதைகள்தானே தவிர, அவைகளே போய்ச்சேரவேண்டிய இடமல்ல. வேறுவகையில் அவைகளைப் பார்ப்பது தவறாகப் போய்விடும். இறைவனுக்கு சேவை செய்வது, மனிதனுக்கு சேவை செய்வது தொடர்பான இரண்டு மேற்கோள்கள் இப்போது என் நினைவுக்கு வருகின்றன. 'இறைவனின் அடிமைகள் பலர் காட்டில் துறவிகளாக அலைகின்றனர். அவர்களது பாதையில் எந்த மதிப்பும் இருப்பதாக எனக்குத் தெரியவில்லை. சக மனிதனை நேசிக்கும் ஒருவனுக்கு அடிமையாக இருப்பதே எனக்குப் பிடித்தமானதாக உள்ளது' என்று ஒரு புகழ்பெற்ற இந்தியக் கவிஞர் ஒருமுறை சொன்னர். ஒரு சிறந்த இந்திய அரசியல்வாதி ஒருவர் இப்படிச் சொன்னார்: 'இறைவனை நான் மறுதலிக்க முடியும். ஆனால் மனிதனை என்னால் மறுதலிக்க முடியாது'.

மனிதகுல சேவை ஒரு உயர்ந்த லட்சியம்தான். ஆனால் இறைவனைத் தேடுதலையும் அவனை வணங்குதலையும் புறந்தள்ளிவிட்டு மானிடம் சேவை முன்னே வருமானால், நாம் அபாயகரமான பாதையில் செல்லாவிட்டாலும் தவறாக வழிகாட்டப்பட்ட பாதையில் சென்றுகொண்டிருக்கிறோம் என்றே பொருள். நமது பிரதான நோக்கம் இறைவனாகிய உண்மையை நோக்கி கடுமையாக முயற்சிப்பதேயாகும்.

தனிமனித வளர்ச்சிக்காக அகவயமான செயல்களில் மட்டும் கவனம் செலுத்துவது சுயநலமாகும் என்று சிலர் சொல்லலாம். அப்படியானால் அதற்கு நேர் எதிரான கருத்தும் உண்மையாகி விடும். ஒருவர் தன்னலமற்ற தன்மையை எட்டியிருக்காவிடில், அவருடைய சமூக சேவையானது மானிட சேவை என்பதைவிட அவரது தனிப்பட்ட தவறான சுயத்தைத் திருப்திப்படுத்துவதற்காக செய்யப்பட்ட காரியமாகிவிடும் சாத்தியமும் உள்ளது.

தனிமனிதர்களின் வெளிரங்கமான வாழ்க்கையானது அவர்களின் உள்ளத்தின் பிரதிபலிப்பாகவே உள்ளது. மனிதநல மேம்பாட்டுக்காகப் பாடுபடுபவர்கள் சந்திக்கும் பேராசை, பொறாமை, வெறுப்பு, நான் என்ற அகந்தை போன்ற அநியாயங்களும் நேர்மையின்மையும் பண்படுத்தப்படாத சுயத்தின் வெளிப்பாடுகளே. ஒரு தனிமனிதனின் அகவாழ்வை மேம்படுத்துவதன் மூலம் அவரது செயல்பாடுகளின் பின்னால் சூஃபித்துவம் நல்லதொரு தாக்கத்தை ஏற்படுத்தி அவரை வழிநடத்துகிறது. செயல்பாடுகளின்மீது தாக்கம் ஏற்படுத்துவதால் சூஃபித்துவம் சமுதாயத்தில் பரவி அதற்கு நன்மை செய்கிறது.

கேள்வி 8

உலகப் பிரச்னைகள்

சுற்றுச்சூழல் மாசுபடுதல், வறுமை, போராட்டம் போன்ற உலகளாவிய பிரச்னைகளில் சூஃபித்துவம் அக்கறை செலுத்துகிறதா?

சூஃபித்துவத்தின் அணுகுமுறை எப்போதுமே இன்றைய சமுதாயத்துக்கும் பொருத்தமானதாக இருக்கும், அதேசமயம் வருங்காலத்தில் மனித சமுதாயம் எந்தத் திசையில் செல்ல வேண்டும் என்பதையும் எடுத்துச் சொல்வதாக இருக்கும். சமுதாய மதிப்பீடுகள், கலாச்சார வித்தியாசங்கள், சுற்றுப்புறச் சூழல் பாதுகாப்பு, பொருளாதார நேர்மை, பிரச்னைகளைத் தீர்த்து வைத்தல் போன்ற எல்லா விஷயங்களையும் பற்றி இஸ்லாம் பேசுகிறது. வரலாற்றுப் பூர்வமாக, பல சூஃபி குருமார்கள் இத்தகையை பிரச்னைகளைத் தீர்க்கப் பாடுபட்டுள்ளார்கள். இன்று சூஃபிப் பயிற்சிகளில் ஈடுபட்டுள்ளவர்கள், நிலையான வளர்ச்சி, கல்வி, வைத்தியம், குழந்தை வளர்ப்பு, விஞ்ஞானம், தொழில்நுட்பம், கலப்பு பண்பாட்டு கருத்துப் பரிமாற்றம் போன்ற அனைத்திற்கும் தங்களது சூஃபித்துவ அறிவைப் பயன்படுத்துகின்றனர்.

ஆனால் சமுதாயச் செயல்பாடு என்ற விஷயம் உலகளாவிய பிரச்னைகளுக்கான சூஃபித்துவத்தின் முக்கிய கருவி அல்ல. நான் ஏற்கெனவே சொன்னதுபோல, சூஃபித்துவ சாதகர்கள் சேவையை ஒரு வழியாக மட்டுமே கருதுகின்றனர். அதையே

முடிந்த முடிவாகக் கருதுவதில்லை. மனித சமுதாயத்தின் பிரச்னைகளை வெளியில் செய்யப்படும் செயல்களால் மட்டும் தீர்க்க முடியாது. ஏனெனில் அப்பிரச்னைகளின் வேர் மனித மனதில் இருக்கிறது. பிரச்னைகளை மேலோட்டமாகத் தீர்க்க எடுத்துக்கொள்ளும் முயற்சிகள் வெற்றி பெறலாம். ஆனால் பெரும்பாலும் வெற்றி பெறுவதில்லை. வெளியில் தெரியும் விளைவுகளின் பின்னால் மனித மனதுக்குள்ளே என்ன நடக்கிறது என்றுதான் நாம் எங்கும், எப்போதும் பார்க்கவேண்டும். இன்னும் குறிப்பாகச் சொல்லப்போனால், நம் மனதுக்குள்ளே என்ன ஓடுகிறது என்று பார்க்கவேண்டியுள்ளது. ஒரு மனிதருடைய இதயம் மிக உயர்ந்த நிலையில் இருக்குமானால், அவருடைய உணர்ச்சிகள் மேன்மை மிக்கதாக இருக்குமானால், அவரால் இந்த உலகுக்கு சுமை எதுவும் இருக்காது. ஒரு பிரச்னையின் பகுதியாக அவர் இருக்கமாட்டார். ஆனால் தீர்வின் பகுதியாக இருப்பார். அதிகமானவர்கள் தங்களுடைய இதயங்களை பண்படுத்தும் முயற்சியில் விழிப்புணர்வுடன் இறங்கிவிட்டால், அப்படிப் பட்ட ஒவ்வொருவரும் இந்த உலகின் பிரச்னைகளுக்கான தீர்வுகளின் பகுதிகளாக இருப்பார்கள். மாநாடுகள், மன்றங்கள், குழுக்கள் எல்லாவற்றின் உறுப்பினர்களும் சூஃபிகளாக இருப்பார்களேயானால், இந்த உலகம் இன்றைக்கு இருக்கும் நிலையில் நிச்சயம் இருந்திருக்காது.

சூஃபிப் பயிற்சிகளை அர்ப்பணிப்புடன் ஒருவர் செய்யும்போது, முரண்பாடுகளற்ற, பரிபூரண மனிதனாக அவர் மாறுவார். அப்படிப்பட்ட ஒருவர், அவர் ஆணாக இருந்தாலும் பெண்ணாக இருந்தாலும், தான் சார்ந்துள்ள சமுதாயத்துக்கும், ஒட்டுமொத்த சமுதாயத்துக்கும் பெரும் நன்மை பயப்பவராகவே இருப்பார். என் வருத்தமெல்லாம் அப்படிப்பட்ட மனிதர்கள் இன்று இல்லை, ஆனால் அவர்கள் மிகவும் தேவைப்படுகிறார்கள் என்பதுதான். அப்படிப்பட்டவர்கள் தங்களுடைய பொறுப்பு களை நிறைவேற்றுவதோடு மட்டுமின்றி, அகவயமாக அவர்கள் கவனம் கொண்டவர்களாகவும் மேன்மையுற்றவர்களாகவும் இருப்பார்கள். பண்படுத்தப்பட்ட, நேசம் கொண்ட இதயத்தி லிருந்து செயல்படும் மனிதர்கள் இன்று நம் சமுதாயத்துக்குத் தேவைப்படுகிறார்கள்.

ஒரு தனிமனிதரால் இந்த உலகை மாற்ற முடியாது. ஒவ்வொரு மனிதரும் தன்னை மாற்றிக்கொள்ள முடியும். அப்படிச்

செய்வதன் மூலம் அவர்களால் சகமனிதர்ளையும் மாறுவதற்குத் தேவையான நேர்மறையான தாக்கத்தை ஏற்படுத்த முடியும். சூஃபித்துவம் இப்போது மட்டுமல்ல, எப்போதுமே ஒரு வெகுஜன இயக்கமாக இருந்ததில்லை. அது தனிமனிதர்களோடு தனித்தனியாக செயல்படுவதாகும். இருளில் மெழுகுவர்த்தியின் ஒளியை ஏற்ற அது முயல்கிறது. அந்தவகையில், சமுதாயத்தில் ஒரு குறிப்பிட்ட அறுவடையை அது நிகழ்த்துகிறது. அந்த அறுவடையின் பலன்கள் முன்னெப்போதையும்விட இப்போது தான் சமுதாயத்துக்கு அதிகம் தேவைப்படுகிறது.

கேள்வி 9

மன அழுத்தம், இனம்புரியா வேதனை, மனச்சோர்வு

மன அழுத்தம், இனம்புரியா கவலை, மனச்சோர்வு, மனநலச் சீர்கேடு போன்ற பிரச்னைகள் தீர சூஃபித்துவத்தால் ஏதும் செய்யமுடியுமா?

எல்லாப் பிரச்னைகளையும் இந்த ஒரே ஒரு அமைப்பு சரிசெய்து விடும் என்று சொல்லவேண்டும்போல் தோன்றுவது இயல்பு தான். ஆனால் அனுபவம் வேறு மாதிரி சொல்கிறது. நக்ஷபந்தி முஜத்திதி பாதையில் ஒருவர் பயணிக்க வேண்டுமென்றால் அவர் முதலில் மனரீதியாகவும் உணர்ச்சி ரீதியாகவும் சமநிலை கொண்டவராக இருத்தல் அவசியம். இல்லையெனில், அப்பாதையில் பயணிக்கும்போது அவருக்குக் கஷ்டங்கள் ஏற்படலாம்.

பயிற்சிக்காக எடுத்துக்கொள்ளப்படும் நேரங்கள் நிச்சயமாக நீங்கள் குறிப்பிடும் மன அழுத்தம் தீர உதவும். முராகபா பயிற்சி உடல் மற்றும் நரம்பு மண்டலத்தின் ஆரோக்கியத்தை மேம்படுத்தும். குறிப்பாக, இனம் புரியா அச்சம், கவலை ஆகியவற்றால் அவதிப்படுபவர்களுக்கு சூஃபி பயிற்சி பொருத்த மானதாக இருக்கும். ஏனெனில் 'ஆங்க்ஸ்ட்' (angst) எனப்படும் இனம்புரியா அச்சமும் கவலையும் வாழ்வில் லட்சியம் இல்லாததாலும், வாழ்வின் அர்த்தமென்ன என்று புரியாததாலும் வருபவையே. 'டிப்ரஷன்' (depression) எனப்படும் மனச்சோர்வைப் பொறுத்த அளவில் பெரும்பாலானோருக்கு

அதிலிருந்து விடுதலை கிடைக்கும். ஆனால் பரிபூரண சுய மாற்றம் என்பதுதான் ஒரு தனி மனிதனுக்கான ஆகப்பெரிய சவாலாகும்.

பயிற்சிகளின்போது வளர்கின்ற மன அமைதி பற்றி ஆரம்ப கட்ட மாணாக்கர்கள் அடிக்கடி குறிப்பிடுவார்கள். சில சமயங்களில் அது மிக விரைவாக நடந்துவிடும். ஆனால் சூஃபி பயிற்சிகளின் லட்சியம் அதுவல்ல. அது ஆன்மிகச் செயல்பாடுகளின் ஒரு துணைப்பயன் தவிர வேறில்லை என்பதை சூஃபி குருமார்கள் தெளிவுபடுத்துவார்கள்.

கேள்வி 10

உளவியல் சிகிச்சை

இன்று பெரும்பாலான மக்கள் உளவியல் ரீதியான ஆரோக்கியத்துக்கு முக்கியத்துவம் கொடுக்கிறார்கள். உளவியலைப்பற்றி சூஃபிகள் என்ன நினைக்கிறார்கள்? ஒரு மதரீதியான உளவியல் சிகிச்சை முறை என்று சூஃபித்துவத்தை எடுத்துக்கொள்ளலாமா?

உங்களுக்கு பதில் சொல்லவேண்டுமானால் கொஞ்சம் வரலாற்று ரீதியாகப் பார்க்க வேண்டியுள்ளது. பண்டைய காலகட்டத்திலும், தொழிற்புரட்சிக்கு முந்திய காலகட்டத்திலும் இருத்தலின் மறைவான அம்சங்களைப் புரிந்துகொள்ளும் வழியாக அசாதாரண விழிப்புணர்வு நிலைகள் பார்க்கப்பட்டன. பாரம் பரியமாக, கனவுகள், காட்சிகள் தோன்றுதல் போன்றவற்றை சந்தேகப்படாமல், அவைகள் முக்கியமான தகவலைச் சொல்லும் வழிகள் என நம்பிய சமுதாயமாக நாம் இருந்தோம். இப்படி நம்பியவர்கள் முஸ்லிம் மறைஞானிகள் மட்டுமல்ல, கிறிஸ்தவ, ஹிந்து மறைஞானிகளும், பலதரப்பட்ட பழங்குடியினரும் இன்னும் பல சமுதாயங்களிலும் இருந்தனர். விஞ்ஞானப் புரட்சியும் தொழிற்புரட்சியும் அக்கருத்தையெல்லாம் மாற்றின. ஆன்மிகம் மற்றும் நம்பிக்கையின் இடத்தை அறிவு எடுத்துக் கொண்டது. அறிவை மட்டுமே வைத்து எது சரி, எது தவறு என்று அளக்க வேண்டிய சூழல் எற்பட்டது. ஆன்மிக அனுபவங் களெல்லாம் நம்பத்தகுந்தவையல்ல என்று பலர் நினைக்க

ஆரம்பித்தனர். உண்மையைப் புரிந்துகொள்வதற்கான வழி அதுவல்ல என்ற எண்ணம் கோலோச்சியது.

பத்தொன்பதாம் நூற்றாண்டின் பிற்பகுதியில் உளவியல் மருத்துவம் தோன்றியது. அசாதாரண விழிப்புணர்வு நிலைகள் 'நோய்களாக' பார்க்கப்பட்டன. ஆரம்ப கால மனநல மருத்துவர்களுக்கு மனச்சிதைவுக்கும் மறைஞானத்துக்கும் வித்தியாசமே தெரியவில்லை. இரண்டுமே அசாதாரண நிலைகளாக இருப்பதால் இரண்டுக்குமே மருத்துவம் தேவைப் படுகிறது என்ற முடிவுக்கே அவர்கள் வந்தனர். அவர்களைப் பொறுத்தவரை ஒரு ஞானியும் மனநோயாளிதான்.

பின்னாளில் வந்த சில முக்கிய உளவியலாளர்கள் மட்டுமே, குறிப்பாக சி.ஜி.யங் (C.G.Jung), உளரீதியான விஷயங்களுக்கும் ஆன்மிக அனுபவங்களுக்கும் இடையிலான தொடர்பை மறுபரிசீலனை செய்தனர். மனப்பிறழ்வு என்று உளவியல் கருதிய சில நிலைகள் உண்மையில் அப்படியல்ல, அவை உடலையும் மனதையும் குணப்படுத்தும் இயற்கையான நிகழ்வுகள் என புரிந்துகொண்டனர்.

1960களில் தொடங்கி, ஆன்மிக அனுபவங்களிலும், விழிப்புணர்வு நிலைகளிலும் மேற்கத்திய உலகின் ஆர்வம் அதிகரித்தது. பல தனிமனிதர்கள் மறைஞானப் பயிற்சிகளில், குறிப்பாக தியானத்தில், தீவிரம் காட்டினர். படிப்படியாக, ஆன்மிகம் திரும்பவும் வந்தது. தனிமனித விருப்பு வெறுப்புகளைத் தாண்டிய உளவியலும் (transpersonal psychology) மற்ற அணுகுமுறைகளும் விஞ்ஞானப்பூர்வமான பாரம்பரியத்துக்கும் ஆன்மிக பாரம்பரியத்துக்கும் இடையில் பாலமாக அமைந்தது. வாழ்க்கைக்கு அர்த்தமும் ஆற்றலும் கொடுக்கின்ற நம்பிக்கை மற்றும் அனுபவம் ஆகியவற்றை உதாசீனப்படுத்தியதற்காக சமுதாயம் கொடுத்த விலையை மக்கள் கொஞ்சம் கொஞ்சமாகப் புரிந்துகொள்ள ஆரம்பித்துவிட்டார்கள்.

உளவியல், உளவியல் சிகிச்சை ஆகியவற்றின் பங்களிப்புகளை சூஃபிப் பாதையில் செல்பவர்கள் மதிக்கிறார்கள். அதேசமயம், மனம் மற்றும் விழிப்புணர்வு நிலைபற்றி சூஃபித்துவம் மிகத் தெளிவாகப் புரிந்துவைத்திருக்கிறது. சமகால உளவியலுக்கு

இதுபற்றித் தெரியுமுன்னர், வெகுகாலத்துக்கு முன்பே சூஃபித்துவம் அவை பற்றி அறிந்துவைத்திருக்கிறது. அதுமட்டு மல்ல. உளவியல் ரீதியான, உணர்ச்சி ரீதியான, செயல்பாடு ரீதியான நிகழ்முறைகள் பற்றிய சூஃபித்துவ புரிந்துகொள்ளல் நடைமுறைக்கு உகந்ததாகவும், ஒருங்கிணைப்பதாகவும் உள்ளது. அகவயமான இசைவை ஏற்படுத்துவதன் மூலம் குடும்பத்திலும் சமுதாயத்திலும் தனி மனிதனை ஆரோக்கியமாக வாழ வைக்கும் நோக்கத்துடன் மதச்சார்பற்ற உளவியல் சிகிச்சை செயல்படுகிறது. ஒரு தனிமனிதனின் மனக்கூறுகளை ஒருங்கிணைப்பது மட்டுமின்றி, படைத்தவனோடு அவனை இணைக்கிறது சூஃபித்துவம். எனவே சூஃபித்துவத்தை மதரீதியான உளவியல் சிகிச்சை என்று கருதவே முடியாது.

உளவியல் ரீதியாகப் பயிற்சி கொடுக்கும் கருத்தரங்குகள், சந்திப்புக் குழுக்கள் போன்றவற்றை நீங்கள் எப்படிப் பார்க்கிறீர்கள்? அவைகளால் ஆன்மிக மாற்றம் சாத்தியமா?

அவ்வகை உத்திகள் பற்றிய அனுபவம் இல்லையாதலால் என்னால் நேரடியாக எதுவும் சொல்லமுடியாது. கடந்த சில ஆண்டுகளில் அவற்றில் கலந்துகொண்ட என் மாணவர்கள் சிலர் அந்த அனுபவம் பற்றிச் சொல்லியுள்ளனர். அவர்கள் கொடுத்த தகவல்களின் அடிப்படையிலும் என் உணர்வுகளின் அடிப்படையிலும் அவ்வகை உத்திகள் சிலருக்கு உதவலாம். ஆனால், ஆன்மிகத்தேடல் கொண்டவர்களுக்கு அவற்றின் பயன் சொல்லிக்கொள்ளும்படி இல்லை என்றுதான் நான் நினைக்கிறேன்.

நீங்கள் குறிப்பிடும் கருத்தரங்குகள் மற்றும் குழுக்கள் நிச்சயமாக ஆக்கப்பூர்வமான விளைவுகளை ஏற்படுத்தலாம். ஆனால் அந்த விளவுகள் மிகக்குறுகிய ஆயுள் கொண்டவை என்பதுதான் என் கவலை. ஏனெனில், அவர்கள் கொடுக்கும் பயிற்சிகள் கலந்து கொள்பவரின் ஆழமான கலாச்சார, உளவியல்ரீதியான சூழலமைப்பை மாற்றுவதில்லை. எனவே பரிபூரண மாற்றத்துக்கான வழியாக இவ்வகை நிகழ்ச்சிகளைப் பார்க்காமல், தான் என்ற அகந்தைக்கான மறு ஏற்பாடு என்று கூறலாம். ஆளுமைப் பிரச்னைகள், உறவுகளில் ஏற்படும் பிரச்னைகள், அல்லது சுயமதிப்பீடு தொடர்பான பிரச்னைகளின்மீதுதான் அவர்களது கவனம் பெரும்பாலும் இருக்கிறது. கலாச்சாரத்தின்

வரையறைகளுக்குள் அவர்கள் வருவதால், உள்ளார்ந்த அக்கட்டுப்பாடுகளைத் தாண்டி மனிதனின் ஆன்மிகத் தேடலுக்கு வழிகாட்டவோ அல்லது இன்று நாம் உலகில் காணும் பிரச்னைகளுக்கு தீர்வு கொடுக்கவோ அவர்களால் முடியாது. சூஃபித்துவ மாணாக்கர்கள் ஆர்வம் கொள்ளவேண்டிய துறை அல்ல அது என்றே நான் சொல்வேன்.

கேள்வி 11

குர்ஜீஃபின் போதனைகள்

ஆன்மிகத் தேடல் கொண்டவர்கள் குர்ஜீஃபின் போதனைகளின் மூலம் பரிபூரண நிலையை அடைய முடியுமா?

நான் குர்ஜீஃபைப் பின்பற்றியவனல்ல, எனவே அந்தக் கோணத்தில் என்னால் பதில் சொல்ல முடியாது. கிழக்கத்திய நாடுகளில் குர்ஜீஃப் பயணம் மேற்கொண்டார் என்றும் அதன் மூலமாக அவருக்கு சில உள்ளுணர்வுப் பூர்வமான அனுபவங்கள் கிடைத்ததும் எனக்குத் தெரியும். ஆனாலும் கிழக்கத்திய நாடுகளில் உள்ள குருமார்களுக்கு, குறிப்பாக நக்ஷபந்தி பாதையில் உள்ளவர்களுக்கு குர்ஜீஃப்[11] தனது பணியை முடிக்கவில்லை என்பது தெரியும். அவர் சொல்ல வந்தது நிச்சயமாக அவரது மாணவர்களுக்கும் தோழர்களுக்கும் நன்மை பயத்திருக்கும் என்று நம்புகிறேன். அவரது பணி முழுமையடையாத காரணத்தால் அவரது செய்தி சரியாகவும் முழுமையாகவும் புரிந்துகொள்ளப்படவில்லை.

குருமார்கள் எவ்வளவு தூரம் கூட்டிச் செல்கிறார்களோ அவ்வளவு தூரம்தான் சீடர்களால் செல்ல முடியும். குர்ஜீஃபின் வழிமுறைகளைப் பின்பற்றும் ஒருவர் குர்ஜீஃப் சென்ற தூரம்வரைதான் செல்ல முடியும். அதற்கு மேல் செல்ல முடியாது. ஹிமாலயா பகுதியில் உள்ள ஒரு கணவாய்வரை செல்ல நீங்கள் விரும்பினால், டெஹ்ரா டூன் வரை விமானத்தில் சென்று, அங்கிருந்து ஒரு பேருந்தில் ஏறி மேற்கொண்டு மலைக்குச்

செல்லவேண்டும். பேருந்தின் கடைசி நிறுத்தத்தில் இறங்கி ஒரு குதிரை வண்டி பிடித்துக்கொள்ளவேண்டும். அந்தக் குதிரை வண்டியும் இதற்கு மேல் செல்ல முடியாது என்ற ஒரு சூழ்நிலை வரும். அங்கிருந்து மீதியுள்ள மலைப்பாதையை நீங்கள் நடந்துதான் கடக்க வேண்டும். குர்ஜீஃப் கொடுத்த வாகனம் குறிப்பிட்ட தூரம் வரைதான் போகும். எனக்குக் கிடைத்த தகவல்களின் படியும், எனக்கு தனிப்பட்ட முறையில் தெரிந்ததை வைத்தும் நான் சொல்ல விரும்புவது இதுதான்: குர்ஜீஃபின் மாணவர்களால் பயணத்தை முடிக்க முடியாது.

எனக்குத் தெரிந்த பல தனி மனிதர்கள் குர்ஜீஃபின் போதனைகளை ஆராய்ந்துள்ளனர். அவரது பணியில் மூலத்தைக் கண்டுபிடிக்க, நக்ஷபந்தி பாதையின் பிரதிநிதிகளைச் சந்தித்துள்ளனர். கிடைத்த பாடத்தில் திருப்தி ஏற்பட்டிருக்குமானால் அதன் வேர் எங்கிருக்கிறது என்று யாரும் ஆராய மாட்டார்கள். மாணவர்களை எங்கள் வாசலுக்குக் கொண்டுவரும் எல்லா வாகனங்களுக்கும் நாங்கள் நன்றி சொல்லக் கடமைப்பட்டுள்ளோம். அவர்களுடைய வழிமுறைகளையும் அவற்றை பயிற்சி செய்பவர்களையும் நாங்கள் மதிக்கிறோம். எனினும், ஒரு இடத்துக்கு ஒரு காலத்தில் பொருத்தமாக இருந்த அணுகுமுறைகள் மற்றவர்களுக்கும் பொருத்தமாக இருக்கும் என்று கூறமுடியாது. குர்ஜீஃபின் வழிமுறைகள் இன்றையக் காலகட்டத்துக்குப் பொருத்தமானதாக இல்லை என்று எண்ணுகிறேன். அதனால் தற்கால நக்ஷபந்தி குருமார்கள் அதைப் பயன்படுத்துவதில்லை.

கேள்வி 12

பெண்களின் பங்கு

சமுதாயத்தில் பெண்களின் பங்கு பற்றி இக்காலத்தில் நிறைய பேசப்படுகிறது. சூஃபித்துவமும் இஸ்லாமும் இந்த விஷயம் பற்றி என்ன சொல்கிறது என்று கூறமுடியுமா?

ஒருவருக்கொருவர் துணையாகவும், இடவெளிகளைப் பூர்த்தி செய்யும் பொருட்டும் ஆண்களும் பெண்களும் சமமாகவே ஒரே ஆன்மாவிலிருந்து படைக்கப்பட்டவர்கள் என்று திருக்குர்'ஆன் கூறுகிறது *(04:01)*[12]. முதல் மனிதர் ஆதமின் விலா எலும்பிலிருந்து இறைவன் பெண்ணைப் படைத்ததாகவோ, அதனால் ஆணைவிட பெண் தகுதியில் குறைந்தவர் என்றோ, ஆணைவிடக் கீழ்நிலையில் உள்ள ஆணுக்கான துணை என்றோ இஸ்லாமோ சூஃபித்துவமோ கூறவில்லை.

சமூக, அரசியல் மற்றும் பொருளாதார ரீதியான சமத்துவத்தை இருபாலருக்கும் இஸ்லாம் கொடுத்து ஊக்குவிக்கிறது. தார்மீக ரீதியான கடமைகள், விருதுகள், தண்டனைகள் ஆகிய அனைத்தையும் ஆணுக்கும் பெண்ணுக்கும் ஒரேமாதிரியாகத்தான் வைத்திருக்கிறது. எல்லா முஸ்லிம்களும், அவர் ஆணோ பெண்ணோ, அறிவைத் தேடிக்கொள்ள வேண்டும் என்று இஸ்லாம் கூறுகிறது. பெருமானார் (ஸல்) அவர்களது சொற்பொழிவுகளைக் கேட்க ஆண்களும் பெண்களும் கூடினர். அன்றிலிருந்து மதிப்புக்கும் மரியாதைக்கும் உரிய இஸ்லாமிய அறிஞர்களாக பெண்கள் மதிக்கப்பட்டு வருகிறார்கள். தனக்கென

சொத்து வாங்குவதற்கும், விற்பதற்கும், நிர்வகிப்பதற்கும் ஆண்களைப்போலவே பெண்களுக்கும் உரிமை உண்டு. ஒரு பெண் ஒரு குற்றம் செய்வாளேயானால், ஒரு ஆணுக்கு என்ன தண்டனையோ அதே தண்டனைதான் அவளுக்குமானதாகும். அவளுக்கு அநீதி இழைக்கப்பட்டால் அல்லது காயப்படுத்தப் பட்டால், அதற்கான நஷ்ட ஈடும் ஆணுக்குரியதைப்போலவே வழங்கப்படவேண்டும்.

ஏழாம் நூற்றாண்டில் பெண்களுக்கு வழங்கப்பட்ட இந்த உரிமைகளும் இவையொத்த மேலும் பலவும் பெண்களின் நிலையை மேம்படுத்துவதில் குறிப்பிட்ட பங்காற்றின. இஸ்லாம் பெண்களை இழிவுபடுத்துவதாக விமர்சகர்கள் குற்றம் சாட்டியுள்ளனர். ஆனால் உண்மை அதுவல்ல. சில சமுதாயங்களில் பெண்களுக்கு உரிமைகள் மறுக்கப்படுவதற்கு ஆழமான, தவறான எண்ணத்தின் அடிப்படையிலான பாரம்பரிய ரீதியிலான காரணங்கள் இருக்கலாம். ஆனால் திருக்குர்'ஆனுடைய போதனைகளோ பெருமானார் (ஸல்) அவர்களுடைய வழிகாட்டுதலோ அப்படிச் சொல்லவில்லை.

சூஃபித்துவத்தைப் பொறுத்தவரை நேர்மை, தகுதி, தாகம் ஆகியவற்றின் அடிப்படையிலேயே மாணவர்கள் தேர்வு செய்யப் படுகிறார்கள். மதம், நிறம், கலாச்சாரம், பாலினம் போன்றவை அங்கே பார்க்கப்படுவதில்லை. ஒரு சூஃபித்துவ சாதகர் ஆணாக இருந்தாலும், பெண்ணாக இருந்தாலும் அவரால் மிக உயர்ந்த ஆன்மிக நிலைகளை அடைய முடியும். பெண் இறைநேசர்கள் (அவ்லியா) பலரை வரலாறு நெடுக்கக் காண முடிவதே இதற்குச் சான்றாகும். இன்னும் சொல்லப்போனால், சில சமயங்களில் ஆண்களைவிடப் பெண்களே மிக விரைவாக ஆன்மிக நிலைகளில் முன்னேற்றம் அடைகிறார்கள். ஆண்களைவிட அதிகமான கூருணர்வு கொண்டவர்களாகப் பெண்கள் இருப்பதால், அவர்களது விழிப்புணர்வு மையங்களை ஆண்களைவிட விரைவாக எழுப்பிவிட முடியும்.

கேள்வி 13

ஆன்மிகப் பயணத்தில் வெற்றிக்கான காரணிகள்

ஸூஃபிப் பாதையில் வெற்றிபெற முக்கியமான காரணிகள் அல்லது தகுதிகள் எவை?

ஸூஃபிப் பாதையைத் தேர்ந்தெடுப்பவர்கள் நான்கு விஷயங்களில் கவனம் செலுத்த வேண்டியுள்ளது: ஊக்கம், ஆசிரியரின் ஆதரவு, ஒரே நோக்கம் மற்றும் அர்ப்பணம்.

ஒருவர் செய்யும் எல்லாக் காரியங்களுக்கும் பின்னால் ஊக்கம் அல்லது நோக்கமே மிக முக்கியமானது. 'உங்கள் செயல்கள் யாவும் நோக்கத்தை வைத்தே அளக்கப்படுகின்றன' என்று இறுதித் தூதர் (ஸல்) கூறினார்கள். உதாரணமாக, நான் அணிந்துள்ள இந்த கம்பளிப் போர்வையை எடுத்துக் கொள்ளலாம். இது பல நோக்கங்களை வெளிப்படுத்தலாம். அதில் ஒன்று குளிரிலிருந்து என்னைப் பாதுகாப்பது. அடுத்தவரின் கவனத்தை அல்லது மரியாதையை என்னை நோக்கி இழுப்பது இரண்டாவது. நான் மற்றவர்களிடமிருந்து வித்தியாசமானவன், முக்கியமானவன் என்று நினைக்க வைப்பது. கம்பளிப் போர்வையை போர்த்தியிருக்கும் செயல் ஒன்றுதான். ஆனால் அதன் பின்னால் உள்ள நோக்கம் அதன் முக்கியத்துவத்தை மாற்றவல்லது.

இன்னொரு உதாரணத்தைப் பார்க்கலாம். மக்கள் தன்னைக் கவனிக்க வேண்டும், பெரிய பக்திமான் என்று நினைக்க வேண்டும் என்பதற்காக ஒரு மனிதர் பள்ளிவாசலுக்குச் சென்று,

ஒரு மூலையில் அமர்ந்து திக்ர்[13] செய்து கொண்டிருந்தார். அவரைப் பார்த்தவர்கள், 'இவர் நம்மை ஏமாற்ற நினைக்கிறார்' என்று சொன்னார்கள். ஆனால் ஒவ்வொரு நாளும் அவர் பள்ளிவாசலுக்குச் சென்று திக்ர் செய்துகொண்டிருந்தார். ஒவ்வொரு நாளும். ஆனால் மக்கள் அவரைப் போலி என்று சொன்னார்கள். இறுதியாக ஒருநாள் அவர் இப்படி நினைத்தார்: 'மக்கள் என்னைக் கவனிப்பார்கள் என்று நினைத்து நாள்தோறும், மாதக்கணக்கில் திக்ர் செய்து நான் நாட்களை வீணடித்து விட்டேன். இனிமேலாவது நான் உண்மையிலேயே இறைவனை நினைவு கூரவேண்டும். அதன்மூலமாக ஏதாவது நன்மை கிடைக்கலாம்' என்று தன் நோக்கத்தை மாற்றிக்கொண்டார். அவர் தனது நோக்கத்தை மாற்றிக்கொண்டவுடன், 'இவரிடம் மென்மையாக நடந்துகொண்டால் என்ன? இவர் ஒரு கெட்ட மனிதரல்ல. உண்மையில் இவர் ஒரு நல்ல பக்திமான்தான்' என்று மக்கள் சொல்ல ஆரம்பித்தனர். அவர்கள் தங்களது அணுகுமுறையை மாற்றிக்கொண்டனர்.

இப்பாதையில் பயணிக்க விரும்பும் ஒருவர் எதற்காக இப்பாதையைத் தேர்ந்தெடுத்து உள்ளோம் என்பதைப்பற்றிச் சிந்திக்கவேண்டும். 'இதெல்லாம் செய்வதன் மூலம் நான் என்ன எதிர்பார்க்கிறேன் என்று உங்களை நீங்களே கேட்டுக் கொள்ளுங்கள்' என்று என் ஒவ்வொரு மாணவரிடத்திலும் நான் சொல்வேன். ஆனால் அவர்களிடமிருந்து தெளிவான பதில் கிடைக்காது. எழுபத்தைந்து சதவிகிதத்தினருக்கு அவர்கள் சொல்லும் பதிலிலிருந்து வேறுபட்ட நோக்கங்கள் இருக்கும். உண்மையைத் தேடும் ஒருவரின் ஒரே நோக்கம் உண்மையைத் தெரிந்துகொள்வதாக மட்டுமே இருக்கவேண்டும். வேறு எதுவும் இருக்கக் கூடாது.

வெகு சில மாணவர்களே இந்த வழிகாட்டுதலைப் பின்பற்று கின்றனர். ஆனால் அவர்களது நோக்கங்கள் நிறைவேற ஏதாவது அற்புதமான குறுக்குவழி கிடைக்கும் என்று பெரும்பாலானோர் நினைக்கின்றனர். இறைவனை உணர்தல் தவிர வேறு நோக்கங்கள் கொண்ட மாணவர்கள் சீக்கிரமாகவோ தாமதமாகவோ இப்பாதையை விட்டுப் போய்விடுவார்கள்.

இரண்டாவது விஷயம் குருவின் ஆதரவு. ஒரு ஆர்வலர் தனக்கான குருவைக் கண்டுகொண்டவுடன் அவரோடு முறையானதொரு

உறவை ஏற்படுத்திக்கொள்கிறார். ஆனால் இதயங்களின் உறவுதான் சம்பிரதாயமான உறவை விட முக்கியமானது. அதற்கு 'ராபித்தா' என்று பெயர். அன்பு, நேசம், நம்பிக்கை ஆகியவற்றின் மீது உருவாகும் தொடர்புதான் 'ராபித்தா'. அது புறவயமான ஆசைகளிலோ அடையாளங்களிலோ உருவாவதல்ல, அது அகவயமான கவர்ந்திழுத்தல் அல்லது பிரதிபலிப்பாகும். அது சம்பிரதாயமான வெளிப்பாடல்ல, நட்புரீதியானது.

சில சமயங்களில் தனது இருப்பின் வளங்களிலிருந்து எடுத்து தன் சீடரின் ஆன்மிகப் பயணத்துக்கு உதவும் வகையில் சீடரின் நிலையை குரு உயர்த்துகிறார். ஒரு குழந்தையைக் கூட்டிக்கொண்டு நீங்கள் நடந்து செல்லும்போது அதனால் தாண்டமுடியாத அளவுக்குப் பெரியதொரு ஓடை வருகிறது என கற்பனை செய்யுங்கள். அப்போது நீங்கள் என்ன செய்வீர்கள்? குழந்தையைத் தூக்கிக்கொண்டு நீங்கள் அதைத் தாண்டிச் செல்வீர்கள். அதைப்போலவே, சீடரின் ஆன்மிகப் பயணத்தில் தடைகள், கஷ்டங்கள் வரும்போது குருவானவர் சீடரை உயர்த்தி அக்கஷ்டங்களைத் தாண்ட வைப்பார். ஒரு கட்டத்திலிருந்து அடுத்த கட்டத்துக்கு அவரை அழைத்துச் செல்வார். அவ்வகை யான கஷ்டங்களை மூடப்பட்ட கதவுகளுக்கு ஒப்பிடலாம். சாதகர் குறிப்பிட்ட தூரம் சென்றபிறகு கதவு தாளிடப் பட்டிருப்பதைக் காணுகிறார். 'நீங்கள் இதற்குமேல் செல்ல முடியாது. இன்னும் கடுமையான உழைப்பும் விடாமுயற்சியும் இல்லாவிட்டால் உங்களால் இதைத் திறக்க முடியாது' என்று வாயில்காப்போன் சொல்கிறார். அப்போதுதான் குருவானவர் உதவிக்கு வருகிறார். உண்மையான தேடல் கொண்டவருக்கு கடினமான முயற்சிகள் எதுவும் தேவையில்லை என்று அவர் கூறுகிறார். அவர் சீடரின் கையைப் பிடித்துக்கொண்டு வாசலைத்தாண்டி மேலே செல்ல வழிகாட்டுகிறார்.

சீடருக்கும் குருவுக்கும் இடையில் நேசத்தின் அடிப்படையில் இப்படியானதொரு உறவு ஏற்படாவிட்டால் இவ்வகையான பிரச்னைகளைத் தீர்க்க முடியாது. குருவின் உதவி அவருக்குக் கிடைக்காது.

ஒரு சடங்கு ரீதியான, சம்பிரதாயமான உறவுக்கும், அப்படி யில்லாமல் நேசம் மற்றும் நம்பிக்கையின் அடிப்படையில் ஏற்படும் உறவுக்கும் இடையில் உள்ள வித்தியாசத்தைத்

தெளிவுபடுத்தும் பொருட்டே நான் இந்த உதாரணங்களைக் கொடுக்கிறேன். ஒரு குருவானவர் உடல்ரீதியாக உடனிருக்க வேண்டும் என்ற அவசியமில்லை. அவர் பல மைல்கள் தள்ளி இருக்கலாம். ஆனால் குரு சீடர்களின் இதயங்களுக்கிடையில் ஒரு இணைப்பு இருக்குமானால், குருவின் இருப்பு எங்கிருந்தாலும் உணரப்படும், செய்யவேண்டியதை வெற்றிகரமாகச் செய்து அது முடிக்கும். 'இதயம் இதயத்தோடு இணைந்து செயல்படுகிறது' என்று ஒரு சூஃபி முதுமொழி உள்ளது. ஒரு இதயம் இன்னொரு இதயத்தோடு இணையும் தகுதி கொண்டது. ஒரு குருவும் அவரது சீடரும் சந்திக்கும்போது, அது இதயங்களில் சங்கமமாகும்.

சுருங்கச் சொன்னால், ஒரு சாதகருக்கு குருவின் ஆன்மிக ஆதரவு தேவைப்படுகிறது. அது அவருக்கு 'ராபித்தா' மூலம் கிடைக்கிறது.

மூன்றாவது விஷயம் நோக்கத்தில் இருக்கும் ஒருமை. ஒரே ஒரு லட்சியம்தான், அதைத்தவிர வேறொன்றும் கிடையாது என்ற நிலை. ஒரு தெளிவான நோக்கம், குருவின் ஆதரவு ஆகிய இரண்டும் கிடைக்கப்பெற்ற ஒரு மாணவருக்கான மூன்றாவது விஷயம் எல்லா விதமான தேடல்களையும் விட்டுவிட்டு ஒரே விஷயத்தை மட்டும் நோக்கமாகக் கொள்வதாகும். புதிய புதிய விஷயங்களைத் தெரிந்துகொள்ளவேண்டும் என்று இங்குமங்கும் சாதகர் பார்த்துக்கொண்டிருக்கக் கூடாது. மனிதனுடைய இயல்பான குணம் என்னவெனில் திடீரென்று ஒரு இடமோ அல்லது ஒரு வழிமுறையோ அவனுக்குப் பிடித்துப் போய்விடும். கொஞ்சநாள் கழித்து வேறு இடமும் வேறு வழிமுறையும் பிடித்துப் போகும். இப்படியே ஒவ்வொரு கதவாக அவன் தட்டிக்கொண்டே வாழ்நாளைக் கழித்துவிடுவான். எந்த இடத்திலும், எந்தப் பாதையிலும் நிரந்தரமாக அவனால் தங்கி நன்மையடைய முடியாமல் போய்விடும். பலவகையான பாதைகளில் ஒரே நேரத்தில் பயணம் செய்ய நினைப்பது இரண்டு படகுகளில் ஒரே நேரத்தில் செல்ல முயல்வது போலாகும்.

ஒரு மனதாக, ஒரு திசையில் மட்டும் சீடர் செல்லவேண்டும். தான் அடையவேண்டிய ஒரே லட்சியத்தில் மட்டும் கவனம் வைக்க வேண்டும். சூஃபித்துவம் என்பது ஒரு திசையில் பார்ப்பது, எல்லா இடத்திலும் ஒன்றையே பார்ப்பது என்றும் ஒரு கருத்துண்டு.

நீங்கள் எப்போதாவது மலையேறி இருக்கிறீர்களா? மலையின் உச்சியைப் பார்த்தவுடன் ஏற வேண்டும் என்று தோன்றும். ஆனால் ஒரே தாவலில் உங்களால் உச்சியை அடைய முடியாது. படிப்படியாகத்தான் மேலே போகவேண்டும். நீங்கள் மலையேறும் ஒவ்வொரு கணமும், உங்கள் ஒவ்வொரு அடியாலும் நீங்கள் உள்வாங்கிக்கொள்ளப் படுகிறீர்கள். நாளைக்கு என்ன நடக்கும் என்று நீங்கள் கவலைப்படுவதில்லை. உங்கள் குருவைப் பின்பற்றுவதில் மட்டும் நீங்கள் கவனம் செலுத்துகிறீர்கள். இல்லையெனில் நீங்கள் தடுக்கி விழுந்துவிட நேரிடலாம். உங்கள் உபகரணங்களை நல்ல நிலையில் வைத்திருக்கவே நீங்கள் முயல்கிறீர்கள். உங்கள் குத்து கோடரியை இழக்கவோ, உங்கள் கயிறு இற்றுப்போவதையோ நீங்கள் விரும்பமாட்டீர்கள். சில நேரங்களில் பனிப்புயல் அல்லது அதையொத்த கஷ்டங்களை அனுபவிக்கிறீர்கள். வேறு சில சமயங்களில் வழியில் கொஞ்ச நேரம் ஓய்வெடுத்துக் கொள்கிறீர் கள். நீங்கள் மலையேறும்போது சில சமயம் பள்ளத்தாக்கு களையும் சமவெளிகளையும் கடந்து கீழேபோய்க்கொண்டிருப் பதை உணர்கிறீர்கள். ஆனால் எல்லா நேரத்திலும் உங்கள் நோக்கம் ஒரே ஒரு விஷயத்தின்மீது மட்டுமே இருக்குமாறு பார்த்துக்கொள்கிறீர்கள். மலையின் உச்சியை மேகங்கள் மூடினால்கூட, உங்களுக்கு ஏற்கெனவே ஒருமுறை அது தெளிவாகத் தெரிந்ததை நினைவு வைத்திருக்கிறீர்கள். அதிலிருந்து உந்தப்பட்டே நீங்கள் சென்றுகொண்டிருக்கிறீர்கள். இறுதியாக, உங்கள் நோக்கம் நிறைவேறுகிறது. நீங்கள் மலையுச்சியை அடைந்துவிட்டீர்கள். அங்கிருந்து தெரியும் பிரம்மாண்டமான காட்சியைப் பார்க்கிறீர்கள். அதுவரை பட்ட கஷ்டங்களையெல்லாம் மறக்கிறீர்கள். இதுவே ஒரே நோக்கத்தின் மீது மட்டும் செயல்படுவதன் விளைவாகும்.

'இறைவன் உங்களுக்கு அர்ப்பணத்தையும், விடாமுயற்சியை யும், நிலையாயிருக்கும் தன்மையையும் கொடுக்கட்டும்' என்று எனது மாணவர்கள் எனக்கு எழுதிக் கேட்கும்போதெல்லாம் இந்த பதிலைத்தான் நான் சொல்வேன். நான் மேலே சொன்ன நான்காவது விஷயம் இந்த குணங்கள்தான். லட்சியத்தை நோக்கிய முயற்சியில் சற்றும் பிறழாத தன்மையில்தான் அதன் முக்கியத்துவம் உள்ளது.

இப்பாதையைத் தேர்ந்தெடுத்துக்கொள்வதால், கொடுக்கப்படும் எல்லாப் பயிற்சிகளையும் நீங்கள் காலந்தவறாமல் சீரான இடைவெளிகளில் எப்போதும் செய்வீர்கள் என்ற உத்தரவாதத்தை அளிக்கிறீர்கள். ஒருநாள் நீங்கள் உங்களுக்கான பிரார்த்தனையையும் தியானத்தையும் செய்கிறீர்கள், ஆனால் மறுநாள் உங்களுக்கு விருந்தாளிகள் அல்லது கடுமையான வேலை வந்துவிட்டதால் அன்று செய்யமுடியவில்லை என்றெல்லாம் ஆகிவிடக்கூடாது. மனதில் உறுதி இருக்கிறது என்றால் என்ன அர்த்தமெனில், பகலோ இரவோ, எந்த நேரமாக இருந்தாலும் சரி, உரிய நேரத்தில் பயிற்சியைச் செய்வதை நீங்கள் எக்காரணம் கொண்டும் விட்டுவிடக்கூடாது. இப்படிப்பட்ட நிலைத்தன்மை உங்கள் வழியில் இருக்குமானால், அப்பாதையில் உங்கள் பயணம் எளிமையாகிவிடும்.

கேள்வி 14

ஆன்மிகப் பாதையில் கஷ்டங்கள்

ஸூஃபிப் பாதை மிகவும் சவால் மிக்கதாக இருக்கும் என்று கேள்விப்பட்டிருக்கிறேன். எனவே அதுபற்றிய ஆராய்ச்சியில் தொடர்ந்து இருப்பதே ஒரு சாதனை என்று சொல்லலாம். அப்பாதை உண்மையிலேயே கடினமானதா? அல்லது அதில் உள்ள கஷ்டங்கள் என்று சொல்லப்படுவதெல்லாம் வெளியிலிருந்து வருகின்றனவா?

நீங்கள் ஒரு நல்ல கேள்வியைக் கேட்டிருக்கிறீர்கள். சவால்களைப் பற்றிப் பேசும்போது, அந்தக் கால ஸூஃபித்துவ மாணாக்கர்கள் எல்லாவிதமான கடினமான பயிற்சிகளையும் மேற்கொண்டார்கள் என்பதை நாம் நினைவில் கொள்ளவேண்டும். உதாரணமாக, அவர்கள் இறைவனை நினைவுகூர்தல் பயிற்சியில் (திக்ர்) ஈடுபடும்போது மூச்சை உள்ளே இழுத்து நீண்ட நேரத்துக்கு வெளியில் விடாமல் வைத்துக்கொள்வார்கள். கடுமையான பசியால் வாடி வதங்கும்வரை நோன்பிருப்பார்கள். நாற்பது நாள் பயிற்சிகளின்போது கிணற்றில் தலைகீழாகத் தொங்கிக்கொண்டே திக்ர் செய்வார்கள். இவ்விதமான கடுமையான பயிற்சிகளை ஸூஃபித்துவம் கட்டாயப்படுத்திய காலத்தில் விடாமுயற்சியானது ஒரு சாதனையாகவே இருந்தது.

இன்று, பெரும்பாலான ஸூஃபி நடைமுறைகளில் இவ்விதமான கடுமையான பயிற்சிகள் கிடையாது. உதாரணமாக, எமது நக்ஷபந்தி முஜத்திதி பாதையில் மாணவர்கள் முராகபா எனும்

தியானத்தில் பொறுமையாக அமர்ந்திருக்கவேண்டும். இறைவனிடமிருந்து அருட் கொடைகளையும் கருணையையும் எதிர்பார்த்துக் காத்திருக்கவேண்டும். அவ்வளவுதான். இங்கே விடாமுயற்சி என்பது கடினமான காரியங்களைப் பொறுமையாகச் செய்வதல்ல. தியானத்துக்கான நேரத்தை ஒதுக்குவது மட்டுமே யாகும். இரண்டு மாணவர்கள் இருப்பதாக எடுத்துக்கொள்வோம். ஒருவர் உரிய நேரத்தில் தியானத்தை விடாமல் செய்கிறார். இன்னொருவர் அப்படி இல்லை என்று வைத்துக்கொள்வோம். முதலாமவர் ஒரு நாளைக்கு நான்கு மணி நேரம் தியானத்துக்கு ஒதுக்குவதாகவும், இன்னொருவர் மூன்று மணி நேரம் மட்டுமே ஒதுக்குவதாகவும் கொள்வோம். இருவருமே தங்களது முயற்சிகளில் நேர்மையாக இருந்தாலும், அதிகமான நேரம் ஒதுக்கி தியானம் செய்பவருக்கே பலன்கள் அதிகமாகக் கிடைக்கும்.

மற்ற அமைப்புகளில் உள்ளதைப் போலன்றி, நான் கற்றுக் கொடுக்கும் நக்ஷபந்தி முஜத்திதி பாதையின் பயிற்சிகளில் குறிப்பிட்ட அமரும் முறையோ அல்லது நீண்ட நேரம் ஓதவேண்டியதோ இல்லை. ஒரு மாணவர் ஒரு மணி நேரம் முராகபாவில் அமரலாம். ஆனால் ஒரு மணி நேரம் முடிந்த பிறகு ஐந்து நிமிடங்களே ஆனதைப்போல புத்துணர்வுடன் எழுந்து வரலாம். அமர்ந்து தியானம் செய்யும் மாணவர், ஆணாயினும் பெண்ணாயினும், தன்னை மறந்த நிலைக்குச் சென்றுவிடுவார். எங்கோ மிதந்துகொண்டிருப்பதைப்போல உணர்வார். முராகபாவானது கதவைத் தட்டுவதைப் போன்றது. அழைப்பு மணியை அழுத்திவிட்டு கதவு திறக்கப்படும், யாராவது வருவார்கள் என்று நம்பிக்கையுடன் காத்திருப்பதைப்போன்றது. இப்படிப்பட்ட எளிமையான பயிற்சிகள் எப்படி கடினமானதாகக் கருதப்படும் என்று எனக்குப் புரியவில்லை.

நீங்கள் சொன்னதுபோல, கஷ்டங்கள் வேறு ஒரு தளத்திலிருந்து வரலாம். அவைகள் உளவியல் மற்றும் சமூக சூழலமைப்பு ரீதியானதாக இருக்கலாம். மிகையான கூருணர்வு, தான் பரிபூரணமானவன் என்ற கற்பனை, தான் ஒரு மனநோயாளி என்ற நினைப்பு - இப்படிப்பட்ட அறிகுறிகள் கஷ்டங்களை ஏற்படுத்த வல்லவை. ஆனால் சூஃபித்துவப் பாதையானது வேதனை கொடுக்கவோ, வாழ்க்கையை மோசமானதாக ஆக்கவோ உருவானதல்ல. ஆனால் ஒருவர் மெருகூட்டப்பட்டு, மேன்மைப்

படுத்தப்படும்போது, அவருக்கு தன்னுடைய பலவீனங்கள், குறைகள் போன்றவற்றை அவர் நேருக்கு நேர் சந்தித்துத்தான் ஆகவேண்டும். அது சமயங்களில் அவருக்கு ஒரு சவாலாக அமையலாம்.

தேடல் கொண்ட ஒருவரை உந்தித்தள்ளுவது எது என்பதுதான் பிரச்னையின் மையமாகும். இறைவனோடு நெருக்கமாகிவிட வேண்டும் என்ற தாகமா, பாதுகாப்பாகவும் கஷ்டப்படாமலும் இருக்கவேண்டும் என்ற விருப்பமா, எது மேலோங்கி இருக்கிறது என்பதுதான் முக்கியம். மலை உச்சியை அடைவது பற்றிய என் உதாரணத்திற்கு மீண்டும் வரலாம். ஒருவர் எவரஸ்ட் சிகரத்தைத் தொட விரும்புகிறார். ஆனால் அப்படிப்பட்ட மலையேற்றம் பல கஷ்டங்களையும் பிரச்னைகளையும் கொண்டது என்று அவருக்குத் தெரியும். அது அவர் உயிருக்கேகூட ஆபத்தாக முடியலாம். ஆனாலும் அவர் எவ்வளவு உறுதியாக இருக்கிறார் என்றால், தன் ஆரோக்கியம், செல்வம், வேலை, அந்தஸ்து எல்லாவற்றையும் அந்த ஒரு லட்சியத்துக்காகத் தியாகம் செய்யத் தயாராக இருக்கிறார். வழியில் வரும் கஷ்டங்களை அவர் பொருட்படுத்துவதே இல்லை. இறுதியாக அவர் எவரஸ்ட்டின் உச்சிக்கும் சென்றுவிடுகிறார்.

இன்னொரு புகழ்பெற்ற உதாரணம் இதோ. ஒரு பிரபலமான மன்னன் காதலில் விழுந்தான். தான் ஒரு ராஜாவாக இருந்து கொண்டே அவளைத் திருமணம் செய்ய முடியாதென்பதால் பதவியைத் துறந்தான். தன் காதலுக்காக அவன் தன் ராஜவாழ்க்கையைத் தியாகம் செய்தான்.

ஒருவரின் ஊக்கத்தைப் பொறுத்து, கஷ்டங்கள் தாங்க முடியாததாகவோ அல்லது வெற்றிகொள்ளத் தக்கவையாகவோ இருக்கலாம். எவ்வளவு சீக்கிரம் இறைவனின் நெருக்கத்தைப் பெற நீங்கள் விரும்புகிறீர்கள்? அந்த ஆசை நிறைவேறுவதற்காக செய்ய வேண்டிய அத்தனையையும் செய்ய நீங்கள் தயாராக இருக்கிறீர்களா? உங்களது ஆர்வம் சரியானதாக இருக்குமானால், சமுதாய ரீதியான, உளவியல் ரீதியான எல்லாக் கஷ்டங்களும் விலகிப் போகும். இறைவனின் அன்பைப் பெறவேண்டும் என்ற ஏக்கத்தின் காரணமாக, நீங்கள் நிறைய தியாகங்களைச் செய்வீர்கள்.

‘கடல் பற்றி எரிகிறது. எனினும் கடலைக் கடந்தாக வேண்டும்’ என்பது புகழ்பெற்ற உர்து வெண்பாவாகும். கஷ்டங்கள் எப்போதுமே இருக்கத்தான் செய்கின்றன. ஆன்மிகப் பயணத்தில் தொடர்ந்து பயணிக்க, அடுத்த பக்கத்துக்குச் சென்றுவிட வேண்டும் என்ற ஒருவரின் ஆசை மிகவும் உறுதியானதாக இருந்தால் அது எந்த நெருப்பையும் அணைத்துவிடும்.[14]

கேள்வி 15

நேசமும் பரிபூரண மாற்றமும்

பல சூஃபி நூல்கள் நேசத்தை பரிபூரண மாற்றம் ஏற்படுத்தவல்ல உத்தியாகக் குறிப்பிடுகின்றன. எந்த அளவுக்கு நீங்கள் அதைப் பயன்படுத்துகிறீர்கள்?

நேசம், அன்பு, பிரியம், காதல் என்றெல்லாம் சொல்லப்படும் ஒன்றை தம் மாணாக்கர்கள் மறுவிழிப்படைவதற்கான பரவலான உத்தியாக சூஃபி குருமார்கள் பயன்படுத்தியுள்ளார்கள். வரலாற்று ரீதியாக, சில குருமார்கள் எந்த அளவுக்கு நேசத்துக்கு முக்கியத்துவம் கொடுத்துள்ளார்கள் என்றால், ஆன்மிகப் பயிற்சிபெறுவதற்காக மாணவர்கள் சேர வந்தபோது, இதற்குமுன் உங்களில் யாராவது காதல் செய்திருக்கிறீர்களா என்று அவர்கள் கேட்கப்பட்டிருக்கிறார்கள். அப்படியொரு அனுபவம் தனக்கு இல்லையென்று சேர வந்தவர் சொன்னால், அவர் ஆணாக இருந்தாலும் சரி, பெண்ணாக இருந்தாலும் சரி, காதல் அனுபவம் ஏற்பட்ட பிறகு வாருங்கள் என்று அவர்கள் திருப்பி அனுப்பப் பட்டுள்ளார்கள்! காதல் என்ற ஒன்று மனிதனுக்கும் இறைவனுக்கும் நெருக்கத்தை ஏற்படுத்துகிறது. ஒருவர் இறைவன்மீது எவ்வளவு நேசம் வைக்கிறாரோ அந்த அளவுக்கு அவர் இறைவனோடு நெருங்கிவிடுவார்.

படைத்தவனை நோக்கிய கூருணர்வை வளர்த்துக்கொள்ள நேசத்தை ஒரு கருவியாக சூஃபி குருமார்கள் பயன்படுத்து கின்றனர். இறைவனோடு இசைந்துபோக ஒரு மாணவர் அல்லது

மாணவி முதலில் தன் புறவயமான இருப்புக்கும் அகவயமான இருப்புக்கும் இடையில் ஒருமையைக் கொண்டுவரவேண்டும். அப்படியில்லாமல் போகும்போது, ஒருவருடைய குணாம்சம் முழுவதும் முழுமையற்றதாக, துண்டாடப்பட்டதாக ஆகிவிடுகிறது. ஒருவருடைய வாழ்வின் அம்சங்களில் இதுவேறு, அதுவேறு என்ற வேற்றுமை நிலவுமானால் அது கவலை, உளர்ச்சோர்வு ஆகியவற்றுக்கு வழிவகுக்கும். அந்நிலைகள் இறைவனை நோக்கித் திரும்புதலுக்குத் தடையாக மாறும்.

தன் குருநாதரை நேசிப்பதன் மூலமாக ஒரு சாதகர் உடல், மன ரீதியான இசைவைப் பெறுவதோடு அவரது ஆன்மிக முன்னேற்றத்துக்குத் தடையாக இருப்பவற்றிலிருந்து விடுதலை பெற்றவராகவும் இருக்க முடியும். குருவின் நேர்மை மற்றும் அன்பின் கவர்ந்திழுக்கும் ஆற்றலினால் ஒரு சாதகரின் சுய அடையாளம் குருவின் சுய அடையாளத்தோடு இணக்கப் பட்டதாக இருக்கும். தன் குருவோடு ஏற்படும் இணைப்பின் காரணமாக, குருவைப்போலவே அவரது குணாம்சமும் இருமையற்றதாக, ஒருமைப்படுத்தப்பட்டதாக ஆகிவிடும்.

சூஃபிகள் பாரம்பரியமாக ஃபனா ஃபிஷ்ஷெய்ஹ் (குருவில் தன்னை இல்லாமலாக்குவது) என்பதைப் பற்றிப் பேசியுள்ளனர். அந்த நிலையில் சாதகரின் போலியான சுயம், கீழான இச்சைகளெல்லாம் அழிந்துபோகுமாதலால் அவரிடத்தில் குரு மீதான நேசம் மட்டுமே மேலோங்கி இருக்கும். எல்லாவற்றையும் மிகைக்கும் அத்தகைய குருபக்தியானது சுய ஈடுபாட்டிலிருந்து தாவி இறைவன்மீதான ஈடுபாட்டுக்குச் செல்வதற்கான படிநிலையாக இருக்கும். அதன் பின்னர் மாணவர் இறுதித்தூதர் முஹம்மது (ஸல்) அவர்கள்மீது கவனத்தைக் குவிக்கும்படி குரு வழிகாட்டுவார். ஏனெனில் பெருமானார் (ஸல்) அவர்கள் தனி மனிதராக இருந்தது மட்டுமின்றி இறைவனின் அருளையும் வழிகாட்டுதலையும் பெற்ற பரிபூரணராக இருந்தபடியால், அது சாதகரின் ஆன்மிக வாழ்வுக்கு ஓர் அழகிய முன்மாதிரியாக இருக்கும். இறுதித்தூதர் மீதான நேசம் வளர்ந்துகொண்டே போகும்போது, பெருமானாரின் வாழ்வின் மூலமாக அறிய வரும் அவர்களது பண்புகள் மற்றும் 'ஸுன்னத்' எனும் வழிகாட்டுதல் மூலமாக சாதகர் ஃபனா ஃபிர்ரஸூல் (இறைத்தூதரில் தன்னை இல்லாமலாக்குதல்) என்ற நிலையை அடைவார். ஒருமையில் இணைவார். அதன்பின் குருவானவர் சாதகரின் கவனத்தை

இறைவனின்மீது குவிக்கச் செய்வார். மாணவர் அல்லது மாணவி தன் முழு கவனத்தையும் இறைவன்மீதே வைப்பார். இறைவனின் நினைப்பிலேயே எப்போதும் இருப்பார். அதன் விளைவாக அவரது போலியானசுயம் முற்றிலுமாக அழிந்து ஃபனாஃபில்லாஹ் (இறைவனில் தன்னை முற்றிலுமாக இல்லாமலாக்குதல்) என்ற நிலையை சாதகர் அடைவார். இறைவன் என்ற காதலியைப் பிரிந்திருக்கும் நிலை மாறி அவனில் ஒன்றும்போது, பரிபூரண சீடர் என்ற நிலையை சாதகர் அடைவார்.

ஆரம்ப காலத்து சூஃபி குருமார்களால் இறைக்காதல் என்ற உத்தி பெரிதும் பயன்படுத்தப்பட்டது. இன்றும்கூட பரவலாக பயன்படுத்தப்பட்டு வருகிறது. ஆனாலும் அதில் சில ஆபத்துகள் உள்ளன. ஏனெனில் உலகியல் சார்ந்த காதல் எத்தன்மை கொண்டது, ஆன்மிகக் காதல் எப்படிப்பட்டது என்று பிரித்துப் பார்த்துப் புரிந்துகொள்வது எளிதல்ல. ஒரு குருநாதரோடு ஆன்மிக நிலையில் இணைகின்ற தூய்மையான, உள்ளார்ந்த ஆன்மிகக் காதலை சாதகர் எப்படி அடைவார்? காதலைப் பற்றிப் பேசுவதனால் அதை அடைந்துவிட முடியாது. ஒரு சாதகர் தன் குருநாதரோடு சேர்ந்து தன் காலத்தைக் கழிக்கும்போது, அவரை அணு அணுவாக உள்வாங்கிக்கொள்ளும்போது அது உருவாகிறது.

ஆனால் முந்தைய நூற்றாண்டுகளில் இருந்ததைவிட வித்தியாசமான, வேறுபட்ட அர்த்தங்களை 'காதல்' இன்று கொண்டிருக்கிறது. பாலியல் ரீதியான கவர்ச்சியின் துணையோடு உணர்ச்சிப்பூர்வமான பதில் செயல்பாடுகளை இன்று அது குறிக்கலாம். நிரந்தரமான கடமையுணர்ச்சியற்ற, ஒழுக்கக்கேடான, பொறுப்பற்ற நிலையையும் அது குறிக்கலாம். ஆனால் இதுபோன்ற கீழான அர்த்தங்களைத் தாண்டிய ஒரு மேலான தளத்தில், நற்குணங்களும், நல்ல மதிப்பீடுகளும் கொண்ட ஒரு கலாச்சாரத்தில் உண்மையான காதல் இருக்கும் சாத்தியம் உண்டு. அங்கே காதல் என்பது ஆன்மிக தளத்தில் பொருத்தமான உத்தியாக இருக்கும். ஆனால் கலாச்சாரம், பண்பாடெல்லாம் சீர்கேடு அடைந்துள்ள ஒரு சமுதாயத்தில் இந்த உத்தி சாதகரின் ஆன்மிக முன்னேற்றத்தை அபாயத்துக்குள்ளாக்கக்கூடிய உணர்ச்சிகளையும் நோக்கங்களையும் கொடுத்துவிடலாம்.

ராபியா, ஜுனைத், ஷிப்லி போன்ற அவ்லியா எனப்படும் ஞானிகளின் வாழ்க்கைக் கதைகளில் இறைக்காதல் என்ற விஷயம்

பெரும் பங்கு வகித்ததைப்பற்றி நிறைய கேள்விப்படுகிறோம். ஆனால் அந்த குருமார்களின் வாழ்க்கையில் பங்கு வகித்த மேலான தூய்மையான காதல் வேறு, உடல்ரீதியான கவர்ச்சியில் மையல் கொள்வது, 'காதலில் விழுவது' என்று சொல்கிறோமே - இந்த இரண்டும் வேறு. இவற்றை நாம் ஒன்றாக நினைத்து குழப்பிக் கொள்ளக்கூடாது. நஃப்ஸ் அம்மாரா[15] என்று சொல்லப்படும் கீழான இச்சைகளைக்கொண்ட மனதின் பிடியிலிருந்து ஒருவர் மேலே வந்துவிட்டபிறகு அவர் காண்கின்ற அழகும், அவர் உணர்கின்ற காதலும் எல்லாவற்றையும் அரவணைப்பதாகும். எல்லாவற்றுக்கும் ஆற்றலூட்டுவதாகும். ஆன்மிக ரீதியில் விருப்பங்களை நிறைவேற்றும் தன்மை கொண்டதாகும்.

எல்லாவற்றையும் ஆரத்தழுவுகின்ற இப்படிப்பட்ட தூய்மையான காதலை எப்படி அடைவது, எப்படி அனுபவத்தில் உணர்ந்துகொள்வது என்பதற்கான வழிமுறைகளைத்தான் நக்ஷபந்தி முஜத்திதி பாதையின் குருமார்கள் காட்டுகிறார்கள். ஆனால் உங்களுக்கு பரிபூரண மாற்றம் தரும் ஓர் உத்தியாக மட்டும் அதை அவர்கள் சாதகர்களுக்குச் சொல்லித்தருவதில்லை. மாறாக, தவஜ்ஜுஹ் எனப்படும் இதயம் விட்டு இதயத்துக்கு (உண்மையை, அருளை) கடத்துதலுக்கும், குரு சீடருக்கு இடையேயான சுமூகமான, இசைவான நிஸ்பத் எனப்படும் நல்லுறவுக்கும், முராகபா எனப்படும் தியானத்துக்கும், 'மற்றவர்கள் முடியும் இடத்தில் நாங்கள் தொடங்குகிறோம்' என்ற பொருள்படும் இந்திராஜ் அந்நிஹாயா ஃபில் பிதாயா-வுக்கும் முக்கியத்துவம் கொடுக்கின்றனர். ஏனெனில் இந்த அணுகு முறைகள் மிகவும் பயனுள்ளதாகவும், பாதுகாப்பானதாகவும், நவீனகால சமுதாயத்துக்கு ஏற்றவாறும் இருப்பதை அவர்கள் கண்டு கொண்டார்கள்.

கேள்வி 16

முன்னேற்றம்

ஆன்மிகப் பாதையில் முன்னேற்றம் என்பதை நீங்கள் எப்படி வரையறை செய்வீர்கள்?

சூஃபித்துவம் என்பது ஒரு பயணம். டெல்லியிலிருந்து பாரிஸுக்குச் செல்லும் ஒருவர் வழியில் உள்ள எல்லா பாதைகளையும் அடையாளங்களையும் விளக்கமாகத் தெரிந்து கொள்கிறார். அதேபோல, ஆன்மிகப் பாதையில் பயணிக்கும் போது, ஒரு சாதகர் தன்னைப் பற்றியும், மற்றவர்களைப் பற்றியும், வாழ்க்கையைப் பற்றியும் உள்ளுணர்வால் அறிந்துகொள்கிறார். அவைகளே தன் வழிகாட்டி மரங்கள், தன் ஆன்மிகப் பயணத்தின் முன்னேற்றத்தின் அடையாளங்கள் என்றும் உணர்ந்து கொள்கிறார். அவ்விதமான அடையாளப் பலகைகள் எவை என்பதுபற்றி நான் உங்களுக்குக் கொஞ்சம் விளக்க முடியும். மற்றவைகளை உங்கள் பயணத்தின்போது உங்களால்தான் உணர்ந்துகொள்ள முடியும்.

கடந்தகாலத்து சூஃபிகளின் வாழ்வில் நடந்ததாகச் சொல்லப்படும் காட்சிகளையும் அற்புதங்களையும் பற்றிப் படிக்கும் ஆன்மிகப்பாதை மாணவர்கள் அதுபோன்ற அற்புத நிகழ்வுகள் தங்களுக்கும் கிடைக்கும் என்று நினைக்கின்றனர்.[16] கஷ்ஃபு[17] எனப்படும் அற்புதக் காட்சிகள் கிடைக்கப்பெற்ற என்னுடைய மாணவர்களில் சிலர் அதை வைத்து தங்கள் ஆன்மிகப் பயணத்தில் முன்னேற்றம் இருப்பதாக எண்ணி

திருப்தியடைந்தனர். ஆனால் கஷ்ஃபு கிடைக்காதவர்கள் தங்கள் ஆன்மிக நிலையில் முன்னேற்றமே ஏற்படவில்லையோ என கவலையுற்றனர்.

அற்புதக் காட்சிகளைக் காண்பது ரொம்ப சுகமாகவும் திருப்தி தருவதாகவும் இருக்கும்தான். ஆனால் உண்மையான ஆன்மிக முன்னேற்றத்துக்கும் அதற்கும் தொடர்பில்லை. தங்கள் கற்பனை மூலமாகக் கிடைக்கும் சில காட்சிகளை, 'வழிகாட்டுதல்களை' வைத்து தாங்கள் முன்னேறிக்கொண்டிருப்பதாக நினைத்து சாதகர்கள் மகிழலாம். அந்நஃப்ஸுல் அம்மாரா எனும் மனதின் முதல் நிலையைக்கூட அவர்கள் கடக்காமலிருந்தாலும் தங்களுக்கு ஞானம் கிடைத்துவிட்டதாக நினைக்கலாம்.

ஆனால் ஆன்மிக பயணத்தில் கஷ்ஃபு கிடைப்பவர்களும், கிடைக்காதவர்களும் ஒரே நிலையில்தான் உள்ளனர். அற்புதங்கள் நடந்தாலும் சரி, நடக்காவிட்டாலும் சரி, ஆன்மிக தியானத்தில் அமரும் ஒருவர் நிச்சயமாக முன்னேற்றம் அடையவே செய்கிறார். நீங்களும் இன்னொருவரும் ஒரு காரில் போய்க் கொண்டிருக்கிறீர்கள் என்று வைத்துக்கொள்வோம். நீங்கள் முன் இருக்கையில் அமர்ந்திருந்தால் உங்களால் ஓட்டுநரையும் பார்க்க முடியும், வெளியில் தெரியும் காட்சிகளையும் பார்க்க முடியும். பின் இருக்கையில் அமர்ந்திருப்பவருக்கு எதுவும் தெளிவாகத் தெரியாமல் இருக்கலாம். ஆனாலும் போய்ச்சேர வேண்டிய இடம் வந்துவிட்டால், இரண்டு பேருமே அங்கே இறங்கிக் கொள்வீர்கள்.

தியானம் செய்ய நீங்கள் அமரும்போது உங்களுக்கு பரகத் எனும் இறைவனின் திருவருள் கிடைக்கிறது. திருவருள் கிடைக்கப் பெறுவது வேறு, அது கிடைத்துக் கொண்டிருக்கிறது என்பதை உணர்ந்துகொள்வது வேறு. அது கிடைப்பதுதான் முக்கியம். உங்களால் எதையும் பார்க்கவோ, உணரவோ முடியாவிட்டாலும், உங்களுக்கு என்ன கிடைத்துக்கொண்டிருக்கிறது என்ற விபரமான அறிவு இல்லாவிட்டாலும் ஏமாற்றமடையக் கூடாது. ஏனெனில் அருள் கிடைத்துக்கொண்டிருக்கிறது என்று தெரியாவிட்டாலும் எங்கே போய்ச்சேரவேண்டுமோ அங்கே நிச்சயம் போய்ச் சேர்ந்து விடுவீர்கள்.

ஏற்கெனவே குறிப்பிடப்பட்ட சில சூஃபிகளின் வாழ்க்கையில் நடந்த அற்புத நிகழ்வுகளுக்கும் அவர்களது வாழ்முறைக்கும்

ஒருவித தொடர்பு உள்ளது. சக மனிதர்களோடு உறவு வைத்திருக்கின்ற, அவர்களது சுக துக்கங்களில் அக்கறை கொள்கின்ற, கொஞ்சம் தானியம், கொஞ்சம் தண்ணீர் என மிகமிகக் குறைந்த உணவை உண்ணுகின்ற ஒரு தனிமனிதர் தனக்கு கஷ்ஃபு எனப்படும் அகக்காட்சிகளும் இன்னும் பல அற்புத நிகழ்வுகளும் நிகழ்வதை அதிகம் உணர்ந்துகொள்கிறவராக இருப்பார். ஆனால் அந்த மாதிரியான வாழ்முறையை இக்காலத்தில் வெகு சிலரே ஏற்றுக்கொண்டு செயலாற்ற முடியும்.

சில சமயங்களில் காட்சிகளோ வேறு அற்புதங்களோ எதுவும் நிகழாத ஒரு ஆன்மிக சாதகர் அப்படி நிகழ்ந்துகொண்டிருப்பவரைவிட விரைவாக ஆன்மிகத்தில் முன்னேற்றம் காணுவார். அவர்கள் எதையுமே 'பார்க்கவில்லை' என்பதால் அவர்கள் பணிவானவர்களாகி விடுகிறார்கள். அற்புத நிகழ்வுகள், கண்ணுக்குத் தெரியாத (கைப்) ஆன விஷயங்களில் ஆர்வத்தை ஏற்படுத்துவதைவிட, இவ்வுலகம் சார்ந்த திருப்தியை மட்டுமே ஒருவருக்கு ஏற்படுத்தலாம். ஏனெனில் அவை பெரும்பாலும் படைத்தவனைவிட படைக்கப்பட்டவை தொடர்பானவையாகவே இருக்கின்றன. இந்திய அறிஞரும் சூஃபியுமான ஷெய்கு அஹ்மத் ஃபாரூக்கி சர் ஹிந்தி சொன்னது நினைவுக்கு வருகிறது:

> ஓர் ஆன்மிகப் பயணியின் நோக்கம் இவ்வுலகம் சாராத அற்புத வடிவங்களையும் படிமங்களையும் பார்ப்பதோ நிறங்களையும் ஒளிகளையும் பார்ப்பதோ அல்ல. அவைகளெல்லாம் விளையாட்டும் வேடிக்கையும் தவிர வேறில்லை... அவையெல்லாமே ஆண்டவனால் உருவாக்கப்படுபவை. அவன் எல்லாவற்றுக்கும் மேலானவன். அவைகளெல்லாம் அவனது அடையாளமும் அத்தாட்சியுமாகும்.[18]

உண்மையான ஆன்மிக மாணவரின் நோக்கம் இறைவன் மட்டுமே ஆகும். அற்புதங்களெல்லாம் இறைவனல்லாத விஷயங்களாகும். அவற்றை மறுத்து ஒதுக்குவதன் மூலம் சாதகர் தன் கவனம் முழுவதையும் இறைவன்மீதே குவிக்கிறார். படைக்கப்பட்ட எதன் மீதும் அல்ல.

அற்புதக் காட்சிகள், அமானுஷ்ய நிகழ்வுகளெல்லாம் ஆன்மிக முன்னேற்றத்தின் அடையாளமல்ல என்றால் முன்னேற்றத்துக்கான அளவுகோல்கள்தான் என்ன? ஒரு சாதகரின் முன்னேற்றத்தை தெரிந்துகொள்ளக்கூடிய எளிமையான அடையாளம்

என்னவெனில் அந்த மாணவர் அல்லது மாணவியின் நடத்தையில் ஏற்படும் மாற்றங்களாகும். பயிற்சிகளை தொடர்ந்து செய்யச்செய்ய, சாதகரது ஒட்டுமொத்த தன்மையும் பண்பும் மாறியிருக்கும். சில பலவீனங்களும் மற்ற பிரச்னைகளும் (உதாரணமாக குறிப்பிட்ட ஏதாவதொரு பழக்கத்திற்கு அடிமையாயிருத்தல் போன்றவை) மெல்ல மெல்லக் குறைந்து மறைந்துபோகும். இதயம் தூய்மையடையும்போது கெட்ட குணங்களான பெருமை, பேராசை, பொறாமை போன்றவை யெல்லாம் விலகிவிடும்.

இன்னொரு அளவுகோல் உண்டு. அதை ஒரு ஒப்பீட்டின் மூலம் விளக்கலாம். ஒருவர் ஒரு வேலையில் மிகவும் தீவிரமாக, முழுமுரமாக ஈடுபட்டிருக்கும்போது சாப்பிடவோ ஓய்வெடுக்கவோ மறந்துவிடுவார். அதேபோல, இந்த உலக விஷயங்களில் தீவிரமாக ஈடுபாடு காட்டுபவர்கள் இறைவனை மறந்திருப்பார்கள். ஆனால் சூஃபிப் பாதையில் ஈடுபட்டிருப்பவர் கள் எப்போதுமே இறைவனை மறந்திருப்பதில்லை. அவர்களது லௌகீக வாழ்வின் எந்தக் கவர்ச்சியாலும், எந்தப் பிரச்னையாலும் இறைவனை மறக்கடிக்கச் செய்ய முடியாது. இன்னும் சொல்லப்போனால், வாழ்வில் நடக்கும் ஒவ்வொரு நிகழ்வும் அவர்களுக்கு அவற்றை உண்டாக்கிய இறைவனையும் அவனது இருப்பையும் நினைவுபடுத்திக்கொண்டே இருக்கும்.

ஒரு பெண்ணைப் பரிசோதிக்கும் மருத்துவர் அவள் உயிரைக் குடிக்கும் நோயொன்று அவளுக்கு வந்திருப்பதாகச் சொல்கிறார் என்று வைத்துக்கொள்வோம். பல மாதங்களுக்கு, ஏன் பல ஆண்டுகளுக்குக்கூட அவள் மற்றவர்களைப்போல சாப்பிடலாம், தூங்கலாம், தன் குடும்பத்தாரோடும் நண்பர்களோடும் அளவளாவலாம். ஆனாலும் அன்றாட வாழ்வின் அழகுகளுக்கும் அருட்கொடைகளுக்கும் அவளைப் பொறுத்தவரை அர்த்தம் மாறியிருக்கும். அவைகள் ஒரு புதிய முக்கியத்துவத்தைப் பெற்றிருக்கும். அவளது குழந்தைகளோடு கழித்த கணங்களின் இனிமை அவளுக்கு மிகவும் முக்கியமானது. ஏனெனில், அது திரும்ப வரப்போவதில்லை என்று அவளுக்குத் தெரியும். தன் கணவரோடு கழிக்கும் கணங்கள் அவளது விழிப்பு நிலையை உயர்த்தியிருக்கும். ஏனெனில் அவர்கள் இருவரும் விரைவில் நிரந்தரமாகப் பிரிந்துவிடலாம் என்று அவளுக்குத் தெரியும். எதுவுமே நிரந்தரமல்ல என்ற உண்மை ஒவ்வொரு கணமும்

அவளைத் துரத்திக்கொண்டே இருக்கும். அதன் காரணமாக தனக்குக் கொடுக்கப்பட்ட ஒவ்வொரு கணத்தையும் அவள் முழுமையாகவும், விழிப்புணர்வோடும் ரசித்து ரசித்து அனுபவிப்பாள். இதேபோல, ஒரு சூஃபி சீடர் பணி புரியும் போதும், சாப்பிடும்போதும், தன் குடும்பத்தாரோடு இருக்கும் போதும், தினசரி அலுவல்களைக் கவனித்துக் கொண்டிருக்கும் போதும் - எல்லாக் கணங்களிலும் இறைவனின் நினைப்போடு தான் இருப்பார். இந்த அறிநிலை அவர் செய்யும் எல்லாக் காரியங்களிலும் தொடர்ந்து மேலும் மேலும் சிறப்பாகச் செய்யவைக்கும். அடுத்தவர்மீது இரக்கம் காட்ட வைக்கும். கோபத்தைக் கட்டுப்படுத்தும். பேராசையையும் சுயநலத்தையும் விலக்கும். தவறுகளுக்கு வருந்தச் செய்யும். தன் பண்பில் உள்ள குறைபாடுகளை களையச் செய்யும். இறைவனின் மன்னிப்பைத் தேடவைக்கும். சுருக்கமாகச் சொன்னால், இந்த உலகம் தொடர்பான எல்லா உறவுகளையும் செயல்பாடுகளையும் தனிமனிதனுக்கும் மிக உயர்ந்த மேலான இறைவனுக்கும் இடையிலான உறவின் வெளிப்பாடாகவே பார்க்க வைக்கும்.

ஒரு புகழ்பெற்ற குருவைப் பார்ப்பதற்காக இரண்டு சீடர்கள் சென்றுகொண்டிருந்தனர். அப்போது இரண்டு பூனைகள் பேசிக்கொண்டன. ஆச்சரியப்படும் வகையில் அப்பூனைகள் என்ன பேசின என்று அவர்களிருவருக்கும் விளங்கியது. எந்த குருவைப் பார்க்க இவர்கள் இருவரும் சென்று கொண்டிருக் கிறார்களோ அந்த குரு இறந்துவிட்டார் என்றது ஒரு பூனை. அந்தச் செய்தியைக் கேட்டு அதிர்ந்த இருவரும் மேற்கொண்டு பயணத்தைத் தொடர்வதா இல்லையா என்று தெரியாமல் குழம்பித் தயங்கினர். 'சரி, நாம் திரும்பிப் போய்விடலாம்' என்றார் ஒருவர். 'இவ்வளவு தூரம் வந்துவிட்டோம். போய் அந்த ஞானகுருவின் அடக்கஸ்தலத்தையாவது பார்த்து அவருக்காக பிரார்த்தனை செய்துவிட்டு வருவோம்' என்றார் இன்னொருவர். எனவே இருவரும் தங்கள் பயணத்தைத் தொடர்ந்தனர்.

கடைசியில் அந்த குரு வாழ்ந்த ஊருக்கு வந்து அவர் எங்கே அடக்கம் செய்யப்பட்டிருக்கிறார் என்று கேட்டனர். 'அவருடைய மண்ணறைக்கு வழிகாட்ட எங்களால் முடியாது. ஏனென்றால் நீங்கள் சொல்லும் குருவானவர் இன்னும் உயிரோடுதான் இருக்கிறார்' என்றனர் ஊர்க்காரர்கள்!

குழம்பிப்போன இருவரும் குருவைத் தேடிச் சென்று பார்த்து, வழியில் தங்களுக்கு ஏற்பட்ட அனுபவத்தை அவரிடம் கூறினர். ‘நான் இறந்துவிட்டதாக அந்தப் பூனை மிகச்சரியாக எப்போது சொன்னது என்று சொல்லமுடியுமா?’ என்று குரு கேட்டார். பூனை அப்படிச் சொன்ன அந்த நாளையும் நேரத்தையும் நினைவுபடுத்தி அவர்கள் கூறினர். ‘சரிதான், அந்தக் குறிப்பிட்ட நேரத்தில் நான் இறைவனை மறந்திருந்தேன். எனவே மேலுலகத்தில் நான் இறந்துவிட்டதாகக் கூறப்பட்டிருக்கிறது’ என்றார் குரு!

இவ்வுலகம் தொடர்பான விஷயங்களிலிருந்து இறைவனை நோக்கி எந்த அளவுக்குத் திரும்பியிருக்கிறோம் என்று ஆன்மிகப் பயிற்சிகளை மேற்கொள்ளும் ஒரு சாதகர் நிச்சயம் உணர்ந்து கொள்வார். ஆரம்ப கட்ட நிலையில் உள்ளவர்கள் வுகூஃப் அல் கல்ப் (இதய இடைநிறுத்தம்) மற்றும் முராகபா போன்ற பயிற்சிகளின் மூலம் இறைவனை அவ்வப்போது நினைவு கூர்வார். மற்ற நேரங்களில் இறைவனல்லாத மற்ற விஷயங்கள் தான் நினைவில் இருக்கும். மெல்ல மெல்ல அதிகநேரம் இறைவனை நினைவுகூர்வதற்கும் லௌகீக விஷயங்களில் மனம் ஈடுபடாமல் இருப்பதற்கும் அவர்கள் பழகுவார்கள். இறுதியாக, இறைவனைப் பற்றிய அறிநிலை அவர்களது வாழ்வின் ஒவ்வொரு கணத்துக்கும் வியாபிக்க ஆரம்பிக்கும். இடையில் எங்குமே மாறிப்போகாத நிரந்த நினைவுகூர்தல்தான் சூஃபிப் பாதையில் பயணிக்கும் ஒருவரின் லட்சியமாக இருக்கும். அது வந்துகொண்டிருக்கிறது என்பதற்கான அடையாளங்கள்தான் அவர் முன்னேறிக்கொண்டிருக்கிறார் என்பதற்கான மிகச்சிறந்த அத்தாட்சியாகும்.

கேள்வி 17

ஸூஃபிகளின் வாழ்முறை

ஸூஃபிப் பாதையில் செல்பவர்கள் இப்படித்தான் வாழவேண்டும் என்று விதிகள் உள்ளனவா? உதாரணமாக, ஸூஃபிப் பாதையில் செல்பவர்களுக்கென்று சொந்தமாக எதுவும் இருக்கக்கூடாதா? தனக்கென எதையும் விரும்பக் கூடாதா? உலக விஷயங்களிலிருந்து அவர்கள் ஒதுங்கி இருக்கவேண்டுமா?

சென்ற நூற்றாண்டுகளில் வாழ்ந்த ஸூஃபிகள் பலர் துறவறம், எளிமை, தனக்கென எதையும் ஏற்றுக்கொள்ளாமல் மறுத்தல், ஏன், உடலை வருத்திக்கொள்ளுதலைக்கூட ஸூஃபிப் பாதைப் பயணத்துக்கு அவசியம் என்றே நினைத்தனர். அத்தகைய முயற்சிகளும் வாழ்முறையும் அன்றிருந்த சூழலுக்கும் அவர்களது தனிப்பட்ட குணாம்சங்களுக்கும் பொருத்தமாக இருந்தன. மிக உயர்ந்த ஆன்மிக நிலைகளை எட்ட அவர்களுக்கு அவை உதவியாகவும் இருந்தன. மனித ஆன்மாவால் எதையெல்லாம் சாதிக்க முடியும் என்பதற்கு உதாரணங்களாக அவர்களது வாழ்வு விளங்கியது. ஆனால் நாம் முற்றிலும் வித்தியாசமான காலகட்டத்தில் வாழ்ந்துகொண்டிருக்கிறோம்.

இன்று நமக்கு எல்லாத் திசைகளிலிருந்தும் அழுத்தம் வந்து கொண்டிருக்கிறது. நாம் சம்பாதிக்க வேண்டும், குடும்பத்தைக் காப்பாற்ற வேண்டும், சமூக காரியங்களில் ஈடுபாடு காட்ட வேண்டும். இதுபோன்ற எண்ணற்ற தேவைகள் நம்மை அழுத்திக்

கொண்டுள்ளன. உணவு, உறைவிடம், பாதுகாப்பு போன்ற அன்றாடத் தேவைகள் நம் முன் நிற்கின்றன. நமது சமூகம் மிகவும் சிக்கலானதாக ஆகிப்போனதால், நம் 'தேவைகள்' என்பதற்கான வரையறைகளும் மாறிவிட்டன; விரிந்துபரவிவிட்டன. இன்றைக்கு நமக்கு கார், கணிணி, மின்னஞ்சல் கணக்கு, காப்பீடு போன்றவை தேவைப்படுகின்றன. தேவைகளின் வரிசை நீண்டுகொண்டே போகிறது. ஆனால் விருப்பங்களையெல்லாம் தேவைகளாக நினைக்கத் தொடங்கி நமக்கே நாம் நஷ்டவாளிகளாகிவிட்டோம்.

இத்தகைய போக்கு இருக்கும்போது, நிச்சயமாக நாம் நமது முன்னோர்களிடமிருந்து பாடம் கற்றுக்கொள்ள முடியும். உதாரணமாக, ஹஸ்ரத் நிஜாமுத்தீன் அவ்லியா மாணவராக இருந்தபோது கல்வியில் மிகவும் சிறப்புடையவராக முதன்மை மாணாக்கராகவும், வாதிடுவதில் விற்பன்னராகவும் இருந்தார். ஆனாலும் ஆன்மிக வாழ்வின் கவர்ச்சி அவருக்கு எல்லா வற்றையும்விட மேலானதாக இருந்தது. அதனால் எல்லா வற்றையும் விட்டுவிட்டு தன் குருநாதர் பாபா ஃபரீதுத்தீன் கஞ்ச ஷெகர் அவர்களோடு அஜோதான் (இன்றைய பாகிஸ்தானின் பாக் பத்தானில்) சென்று வாழ ஆரம்பித்தார்.

ஒருமுறை அவரது பள்ளிக்கால நண்பரொருவர் அவரைப் பார்க்க வந்தார். மிகவும் எளிய கந்தல் துணியொன்றை அவர் அணிந்திருப்பது கண்டு, 'நீங்கள் ஒரு முதல்தர மாணவனாக இருந்தீர்கள். நீங்கள் விரும்பியிருந்தால் வெற்றிகரமான மனிதராக, நிறைய பணம் சம்பாதித்திருக்க முடியும். ஏன் இப்படி ஒரு வாழ்க்கையைத் தேர்ந்தெடுத்தீர்கள் என்று எனக்குப் புரியவில்லை' என்று உரிமையுடன் கூறினார்.

தன் ஆன்மிக அகப்பார்வை மூலமாக தன் அறைக்கு வெளியே என்ன உரையாடல் நடந்துகொண்டிருந்தது என்று குரு பாபா ஃபரீதுக்குத் தெரிந்தது. வந்த நண்பர் சென்றதும், நிஜாமுத்தீன் அவ்லியாவை அழைத்து என்ன நடந்தது, வந்தவர் என்ன சொன்னார் என்று பாபா கேட்டார்.

'நான் என் கல்வியை வைத்து நன்றாக பணம் சம்பாதித்து வெற்றிகர மாக வாழ்ந்திருக்கலாம். அப்படி நடந்திருந்தால் இப்படிப்பட்ட உடையை நான் அணிந்திருந்திருக்க மாட்டேன் என்று கூறினார்' என்றார் ஹஸ்ரத் நிஜாமுத்தீன்.

பாபா ஃபரீத் எதுவும் பேசாமல் கொஞ்ச நேரம் அமைதியாக இருந்தார். ஆனால் அவருடைய ஆன்மிக ஆற்றலால் திடீரென்று அங்கே அவர்களுக்கு முன்னால் ஒரு விலையுயர்ந்த, முதல்தரமான உணவுப் பொருள்கள் ஒரு தட்டில் தோன்றின. அந்த உணவுத்தட்டை ஹஸ்ரத் நிஜாமுத்தீனிடம் கொடுத்து அதைத் தன் நண்பரிடம் எடுத்துப்போகச் சொன்னார் பாபா.

ஹஸ்ரத் நிஜாமுத்தீன் எதையும் இழந்துவிடவில்லை என்பதை அந்த நண்பருக்கு உணர்த்த விரும்பினார் பாபா. ஏழ்மையிலும் கூட, தம் ஆன்மிகப் பாதையைப் பின்பற்றும் மாணவர்கள் விரும்பினால் அவர்கள் விரும்பும் பொருள்களை அடையும் சக்தி உள்ளது என்று காட்ட விரும்பினார் பாபா. இம்மையின் விஷயங்களிலிருந்து மனதளவில் அவர்கள் கழன்றிருந்தனர். பொருள்களின்மீது அவர்களுக்கு நாட்டமில்லாமல் இருந்தது.

இன்னொரு உதாரணம். ஒரு துறவி ஒரு சூஃபி குருவை அடிக்கடி சந்திக்கும் வழக்கம் கொண்டிருந்தார். அவர்கள் நல்ல நண்பர்களாயினர். ஒருநாள் அவர் சூஃபி குருவைப் பார்த்து, ‘உங்களோடு இருப்பதில் நான் மிகவும் சந்தோஷம்கொள்கிறேன். உங்களுக்கும் இது தெரியும். தங்கம் உண்டாக்கும் ரகசியக் கலை எனக்குத் தெரியும். இதுவரை இதுபற்றி நான் யாரிடமும் சொன்னதில்லை. ஆனால் நீங்கள் அற்புதமான மனிதர். எனவே என் ரகசியத்தை உங்களிடம் சொல்ல விரும்புகிறேன்’ என்று கூறினார்.

ஆனால் சூஃபி அதற்கு பதில் எதுவும் கூறாமல் மௌனமாக இருந்தார். ஆனால் நண்பர் விடவில்லை. இறுதியாக அந்த சூஃபி அவர்கள் இருந்த அறையை ஒரு நோட்டம் விட்டார். அவர் பார்வை பட்ட இடமெல்லாம் உடனே தங்கமாக மாறியது.

செல்வத்தை அந்த சூஃபி மதிக்கவில்லை. விரும்பியிருந்தால் அவரால் அதை இருந்த இடத்திலேயே உருவாக்கி இருக்க முடியும். ஆனால் அவர் அப்படிச் செய்யவில்லை. ஆனால் துறவியோ நீண்டகாலம் கஷ்டப்பட்டு தங்கத்தை உருவாக்கும் கலையை, அந்த ஆற்றலைப் பெற்றிருந்தார். அதனால் தன்னிடம் ஒரு பெரிய ரகசியப் பொக்கிஷம் இருப்பதாக அவர் நினைத்தார்.

இந்த கதையையோ, இதுபோன்ற கதைகளையோ நீங்கள் இதற்கு முன்னர் கேட்டிருக்கலாம். அற்புத சக்திகள் மக்களுக்குக் கிடைக்க

வேண்டும் என்பதற்காகவோ மக்களைக் கவரவேண்டும் என்பதற்காகவோ இம்மாதிரியான கதைகள் சொல்லப் படுவதில்லை. மாறாக, மனிதர்களுக்கும் இந்த உலகம் சார்ந்த பொருள்களுக்கும் இடையிலான உறவைப் பற்றிச் சொல்வதற்காகவே அக்கதைகள் சொல்லப்படுகின்றன.

'சூஃபியானவர் ஒரு நாள் ஆடுமாடு மேய்த்துக்கொண்டிருப்பார். இன்னொரு நாள் தங்கக் கோப்பையில் உள்ள பானத்தை ராஜாவோடு சேர்ந்து குடித்துக்கொண்டிருப்பார்' என்று சூஃபிகளின் நிலை பற்றி ஒரு ஞானி எழுதினார். சூஃபிப் பாதையில் உள்ள மாணவர்கள் தனிமையில் இருப்பார்கள், வித்தியாசமான வசீகர ஆடைகளை அணிந்திருப்பார்கள், வேண்டுமென்றே தங்களை ஏழ்மையில் ஆழ்த்திக்கொள்வார்கள், எளிமையாக இருப்பார்கள், மந்திரங்கள் ஜபிப்பார்கள், சுழல் நடனமாடுவார்கள் - இப்படி ஏதாவது செய்துகொண்டிருப்பார்கள் என்று சூஃபிப்பாதையில் இல்லாதவர்கள் நினைக்கிறார்கள்.

பலதரப்பட்ட சூஃபிப் பாதைகள் மேலே சொன்னவற்றில் சிலதையோ, பலதையோ பின்பற்றலாம். அல்லது எதையுமே பின்பற்றாமல் இருக்கலாம். ஆனால் அவை எல்லாமே வெறும் தோற்றங்கள்தான். அவை பயிற்சிகளுக்கு உதவும் வேலையைச் செய்யலாம். ஆனால் அவைகளால் மட்டுமே ஒரு சூஃபியை உருவாக்கிவிட முடியாது. தசவ்வுஃப் எனப்படும் சூஃபித்துவத்தின் பார்வையில் வெளித்தோற்றங்களும் வடிவங்களும் இரண்டாம் நிலையில் உள்ளவைதான். அவைகள் பிரதானமல்ல. சூஃபித்துவத்தில் உள்ள ஞானத்தைத் தேடுபவர்கள் அதன் சாரத்தையே நாடுவார்கள்.

உதாரணமாக, நக்ஷபந்தி முஜத்திதி பாதையில் உள்ளவர்கள் மற்ற சாதாரண மனிதர்களைப் போலத்தான், வேலை செய்துகொண்டு, குடும்பத்தை உருவாக்கிக்கொண்டு, கவனித்துக்கொண்டு, அன்றாட அலுவல்களைச் செய்துகொண்டு சமுதாயத்தில் இருப்பார்கள், பழகுவார்கள். அதேசமயம் தங்களின் ஆன்மிக வளர்ச்சிக்கு உதவிடும் பயிற்சிகளையும் செய்துகொண்டிருப்பார் கள். இவ்வுலக வாழ்க்கையா அல்லது ஆன்மிக வாழ்க்கையா என்ற கேள்வியே அங்கே எழுவதில்லை. அப்படி ஒரு நிலை இருந்திருக்குமானால், சூஃபிப் பாதையில் வெற்றியடையாத ஒருவர், 'எனது நேரத்தை, என் வாழ்க்கையை இந்த வழியில்

வீணாக்கிவிட்டேன். இப்படி நான் செய்திருக்காவிட்டால் இந்நேரம் நாலு பேர் என்னை மதிக்கும்படி பிரபலமாகி யிருப்பேன், திருமணமாகியிருக்கும், குழந்தைகளிருக்கும், நல்ல வேலை கிடைத்திருக்கும், அல்லது எனக்கான தொழிலைத் தொடங்கி அதில் வெற்றிபெற்றிருப்பேன்' என்று நினைக்கலாம். இந்த உலக வாழ்க்கை தொடர்பான வேலைகளில் வெற்றிகரமாக ஈடுபடும் ஒரு ஆன்மிக மாணவர் ஆன்மிகத்தில் வெற்றி பெறவில்லையென்றால் (இறைவன் அப்படிச் செய்யாமலிப் பானாக), அப்போதும் அவர் மனம் கலங்குவதில்லை. அவருக்கு எந்தவித வருத்தமும் இருக்காது.

சூஃபித்துவத்தின் ஆழங்களுக்குச் செல்ல விரும்புபவர் அதன் மத்திய பாதையில் பயணிப்பது எல்லா வகையிலும் பயன் தரக்கூடியதாகும். திருமறையிலும் இஸ்லாம் என்பது ஒரு மத்திய பாதை, நடுநிலை நாடு, மத்தியில் உள்ள சமுதாயம் என்பதாகவே வர்ணிக்கப்படுகிறது.[19] இதை மனதில் கொள்ளும் சூஃபி வழியை விரும்பும் ஒருவர் தனது எண்ணம், சொல், செயல் எல்லா வற்றிலும் நடுநிலையையே பின்பற்றுவார். தீவிரமாக ஒரு பக்கம் மட்டும் சாய்வதைத் தவிர்த்துக்கொள்வார். உணவைப் பொறுத்த வரை, குறைவாக உண்டு, அளவுக்கு அதிகமாக உண்பதையும், எப்போதுமே உண்ணா நோன்பிருப்பதையும் தவிர்த்துக் கொள்வார். அதிகாரத்தைப் பொறுத்தவரை, அவசியம் தேவைப்படும்போது மட்டும் அறிவார்ந்த முறையில் அதைப் பயன்படுத்துவார். அதிகாரம் இருக்கிறது என்பதற்காக ஆணவம் கொண்டு ஆடமாட்டார். சரியான நடத்தை என்பதைப் பொறுத்த வரை, அனைவரும் இப்படித்தான் இருக்க வேண்டும் என்று கடுமை காட்டமாட்டார். ஏற்கெனவே நிர்ணயிக்கப்பட்ட நிலைப்பாடுகளை அனைவர்மீது பொருந்தாதவாறு திணிக்க மாட்டார். அதேசமயம் யார் எப்படி வேண்டுமானாலும் இருந்து கொள்ளலாம் என்ற கட்டவிழ்த்துவிட்ட நிலைக்கும் அனுமதி கொடுக்க மாட்டார். இவ்விதமான காரியங்களில் சூஃபி மாணவர் நடுநிலையோடும் நியாயமாகவும் நடந்துகொள்வார்.

இன்றைய காலகட்டதில் உள்ள பல சமுதாயங்கள் நடுநிலையான வாழ்வின்மீது அவ்வளவு நம்பிக்கை வைத்திருக்கவில்லை. தங்களது அணுகுமுறைகளிலும் செயல்பாடுகளிலும் ஒருவித தீவிரத்தன்மையையே மக்கள் பெரிதும் விரும்புகின்றனர். நுகர்பொருள் வாங்குவதிலிருந்து அரசியல்வரை இந்த

நிலையைக் காணலாம். கடமையான தொழுகை போன்றவற்றின் மூலமாக இறைவனுக்கும் நமக்கும் உள்ள உறவைப் பேணிக்காப்பதில் எந்த மதிப்பும் இருப்பதாக அவர்கள் நினைப்பதில்லை. நுகர்தல், சமுதாயத்தில் பழகுதல், செல்வத்துக்காகவும் வெற்றிக்காகவும் போட்டி போடுதல் போன்றவை அவர்களுக்கு முக்கியமாகிவிட்டது. துறவறமும் ஆன்மிகத்தில் முன்னேற்றமடைந்த ஒருவரின் அடையாளமும் கூட போற்றுதலுக்குரியதாக இருக்கலாம். ஆனால் அதெல்லாம் அவர்களைப் பொறுத்தவரை 'சாதாரணமான'தோ 'இயல்பான'தோ இல்லை.

துறவறம் மேற்கொள்ளும் ஒரு சிலரும் மற்றவர்களைப் போலவே ஒருபக்கம் மட்டும் சாய்கிறவர்களாக ஆகிவிடுகிறார்கள். இம்மை விரும்பிகள் உலக இன்பங்களின் பக்கம் மட்டுமே சாய்ந்திருப்பதைப்போல தேவைகளை மறுத்தல், கடுமையான பட்டினி, தாகம் இவற்றால் உடலை வருத்துதல் போன்றவற்றில் இவர்கள் தீவிரம் காட்டுகின்றனர்.

அன்றாடத் தேவைகளை நிறைவேற்றிக்கொண்டு சாதாரணமாகவும் பொறுப்புடனும் குடும்ப, சமுதாய வாழ்க்கை வாழ்ந்துகொண்டு, அதேசமயம் ஆன்மிகப் பயிற்சிகளையும் செய்துகொண்டு இருப்பதைவிட ஒரு குகைக்குள்போய் தனிமையில் ஆன்மிகப் பயிற்சிகளை மட்டும் செய்துகொண்டிருப்பது எளிது. சூஃபிப் பாதையில் பயணிப்பவர்கள் இரண்டாவது வழியைத்தான் பெரும்பாலும் நாடுவார்கள். ஏனெனில் நடுநிலையான போக்கு என்பது ஆன்மாவை தூய்மைப்படுத்துவதற்கு மிகவும் உதவிகரமாக இருக்கும் என்பதை அவர்கள் கண்டுகொண்டார்கள்.

கேள்வி - 18

ஆன்மிக மாணவரின் கடந்தகால மற்றும் நிகழ்கால சாதனைகள்

இன்றைய காலகட்டத்தில் உள்ள ஆன்மிக மாணவர்கள் கடந்த நூற்றாண்டுகளில் வாழ்ந்த மாணவர்களைப் போலவே சாதனைகள் செய்ய முடியுமா?

கடந்த காலத்தில் ஆன்மிகத்தில் ஈடுபட்ட மாணவர்கள் உலகத்தின் கவர்ச்சிகளை ஒதுக்கி, தனிமையை நாடி, குறைவாக உண்டு, குறைவாகப் பேசி, சமுதாயத்தில் அளவளாவுவதைக் குறைத்து தம் கட்டுப்பாட்டில் வைத்திருந்தார்கள் என்று நான் சொல்லியிருந்தேன். இறைவனைத் தவிர மற்ற எல்லாவற்றையும் துறந்துவிட, மறந்துவிட அவர்கள் தயாராக இருந்தார்கள். அவர்களின் இதயம் எந்த அளவுக்கு தூய்மையடைந்துவிடும் என்று சொன்னால், ஒவ்வொரு பொருளின் அந்தரங்கமும், சாரமும் அவர்களுக்குத் தெரிந்துவிடும். உலக வாழ்விலிருந்து அவர்களைப்போல நீங்கள் ஒதுங்கி இருக்க வேண்டுமெனில் நீங்கள் மலைச்சாரல்களுக்கோ மடாலயங்களுக்கோ சென்று ஒதுங்கியிருப்பீர்கள். குறைவாக உண்ணுவீர்கள். தெய்வீகக் காட்சிகள் தெரியலாம், அற்புத ஆற்றல்கள் உங்களுக்கும் கைகூடி வரலாம். ஆனால் நவீனகால மாணவர்களால் அப்படிச் செய்ய முடியாது. அப்படிச் செய்யவேண்டும் என்றும் அவர்களுக்குச் சொல்லப்படமாட்டாது. எப்படிப் பார்த்தாலும், அகக்காட்சிகளும் அற்புதங்களும் ஆன்மிகத்தின் நோக்கமல்ல.

இன்றைய சமுதாயத்தின் ஒரு சாதாரண உறுப்பினராக இருந்து கொண்டு, அந்தக் கால சூஃபி மாணாக்கர்கள் செய்த அளவுக்கு

இதயங்களைத் தூய்மைப்படுத்துவது இந்தக் கால மாணவர்களுக்கு கடினமாக காரியமாகத்தான் இருக்கும். ஆனால் அப்படிச் செய்ய முடிகிற உள்ளார்ந்த ஆற்றல் அவர்களிடம் இருக்கத்தான் செய்கிறது. தங்களது வழக்கமான சமுதாய, லௌகீகக் கடமைகளை நிறைவேற்றுகின்ற அதே நேரத்தில் தங்களுடைய சூஃபிப் பயிற்சிகளை விடாமலும் குறித்த நேரத்துக்கும் அவர்கள் செய்துவிடுவார்களேயானால், ஒரு நாளைக்கு நான்கிலிருந்து ஆறு மணி நேரம் அதற்காக ஒதுக்கிவிடுவார்களேயானால், ஞானத்தின் மிக உயர்ந்த நிலைக்கு ஒருநாள் அவர்களால் நிச்சயமாகச் செல்ல முடியும் என்று நான் எதிர்பார்க்கிறேன். நேர்மைக்கு எப்போதுமே இறைவன் பதில்கொடுக்கிறான். இறைவன் கருணை மிக்கவன். யாருடைய முயற்சியும் வீணாகப் போவதை அவன் அனுமதிப்பதில்லை. அல்லாஹ் சொன்னதாக நபிகள் நாயகம் (ஸல்) கூறினார்கள்: என் அடியான் என்னை நோக்கி ஒரு சாண் நெருங்கினால், அவனை நோக்கி நான் ஒரு முழம் நெருங்குவேன். அவன் என்னை நோக்கி நடந்துவந்தால், நான் அவனை நோக்கி ஓடி வருவேன்' (ஹதீஸ் குத்ஸி எனும் புனித நபிமொழிகளிலிருந்து)[20].

தங்களது கடுமையான முயற்சிகளினால் இயற்கையை கட்டுப்படுத்தி விஞ்ஞானிகள் செய்த சாதனைகளைப்பற்றி சிந்தித்துப் பாருங்கள். விண்வெளி வீரர்களை அவர்கள் சந்திரனுக்கு அனுப்பியுள்ளார்கள். இப்போது செவ்வாய் கிரகத்துக்கும் அதற்கு மேலும் அனுப்ப முயன்று கொண்டிருக்கிறார்கள். இவர்களுக்கு நேர்மாறாக, ஆன்மிகத்தில் நாட்டம் கொண்டவர்களோ கடுமையாக உழைப்பதை விட்டு விட்டு உறங்கிக்கொண்டிருக்கிறார்கள். ஆன்மிகத்தில் தீவிரமாக ஈடுபட்ட தங்கள் முன்னோர்களைப் போலவோ, அல்லது மற்ற துறைகளில் ஈடுபட்டிருக்கும் தன் காலத்தவர்களைப் போலவோ அறிவார்ந்தவர்களாக இவர்கள் இல்லை. அதன் காரணமாக, ஆன்மிகத்தின் கதவுகள் மூடப்பட்டுக் கிடக்கிறது.

முந்தைய தலைமுறையினருக்கு எதெல்லாம் சாத்தியமாக இருந்ததோ அதெல்லாம் இன்றைய தலைமுறைக்கு சாத்தியமாக இல்லை. ஆனால் இளைஞர்கள் ஆர்வமாக இத்துறைக்கு வந்து தைரியமும், மாறாத்தன்மையையும் கொண்டு ஆன்மிகத்தில் ஈடுபடுவார்களேயானால், கடந்த காலத்தில் என்னவெல்லாம் சாதிக்கப்பட்டதோ அதைப்போலவும் அதற்கு மேலும் நிச்சயமாக சாதிக்க முடியும் என்பதற்கு நாம் சாட்சிகளாக இருப்போம்.

கேள்வி - 19

பயணத்தின் கால அளவு

எவ்வளவு காலம் ஆன்மிகப் பயணத்தை மேற்கொள்ள வேண்டியிருக்கும்?

ஆன்மிகத்தில் ஈடுபடும் சாதகரின் கற்கும் திறனையும் ஆற்றலையும் பொருத்து காலம் மாறுபடும். திறமைகள் பலதரப் பட்டவை. எனவே குறிப்பிட்ட கால வரையறைக்குள் இது முடியும் என்று சொல்வது கடினம். இப்படிப் பார்க்கலாம். காய்ந்த மரத்துண்டை நான் பற்ற வைத்தால் அது விரைவில் பற்றிக் கொண்டு சூடும் ஒளியும் கொடுக்கும். ஆனால் பச்சை, ஈர மரத்துண்டை நான் கொளுத்தினால் அது பற்றிக்கொள்ளவே செய்யாது. படபடக்கும், உஸ் என்று சப்தமிடும், நிறைய புகை வரும். ஆனால் பற்றிக்கொள்ளாது! ஈரமான மரத்துண்டு பற்றிக் கொள்ள வேண்டும் என்று நாம் எவ்வளவுதான் விரும்பினாலும் அது நடக்காது. ஏனெனில் பற்றிக்கொள்வது அதன் இயல்பில் இல்லை. அதனால் பற்றிக்கொள்ள முடியாது. அதை தயார் செய்யவேண்டும். காய வைக்க வேண்டும். அதற்கு காலம் எடுக்கும். எவ்வளவு காலமாகும் என்று நாம் சொல்லமுடியாது. அது இறைவனுக்குத்தான் தெரியும்.

இதுதான் சரியான பதில். ஆனால் இந்த பதிலை நான் என் மாணவர் களிடம் சொல்லும்போது அவர்கள் அதிருப்தியுறுவதை என்னால் பார்க்க முடிகிறது. சரி, இப்படிச் சொல்லலாம். உண்மையை நாடும் ஓர் ஆன்மிக மாணவர் நேர்மையாகவும், தீவிரமாகவும்,

மனசாட்சிப்படியும், காலந்தவறாமலும் பயிற்சிகளை மேற்கொள்வாராயின், சுயத்தை இழந்து அவர் உண்மையை அறிந்துகொள்ள குத்து மதிப்பாக ஏழிலிருந்து பத்து ஆண்டுகள் ஆகும். ஆனால் இது தொடக்கம்தான். உயர் நிலைகள், அதற்கு மேலும் உயர்நிலைகள் என்று போய்க்கொண்டே இருக்கும். ஒருவரின் இறுதி மூச்சுவரை இந்தப் பயணம் தொடர்ந்து கொண்டே இருக்கும். அப்போதும் ஒருவரின் ஆன்மிக விருப்பம் நிறைவேறவில்லையெனில், இறைவனின் கருணை அவரது நிலையைப் பரிபூரணப்படுத்தும்.

கேள்வி - 20

குழுப்பயிற்சி

உங்கள் மாணவர்கள் குழுவாக அமர்ந்து பயிற்சி செய்கிறார்களா? அப்படிப்பட்ட குழுக்களுக்கு உங்கள் வழிகாட்டுதல்கள் என்ன?

அந்தக்காலத்தில் ஆன்மிகப் பயிற்சிக்காக ஏற்றுக்கொள்ளப்பட்ட மாணவர்கள் அனைவரும் ஒன்றாகத் தங்கள் குருநாதரோடு (ஸூஃபிப் பயிற்சி மையங்களான) கான்காவிலோ தக்கியாவிலோ தங்கியிருப்பார்கள்.[21] குருநாதர் ஓரிடத்தில் அமர்ந்திருப்பார். அவரைச் சுற்றி மாணவர்கள் இருப்பார்கள். ஆனால் இப்போதெல்லாம் இப்படிப்பட்ட ஏற்பாடுகள் அரிதாகிவிட்டன. நூறு ஆண்டுகளுக்கு முன்னால் மக்கள் தண்ணீர் எடுக்க கிணற்றைத் தேடிச்சென்றனர். ஆனால் இன்று குழாய்கள் மூலம் நம் வீடுகளுக்குத் தண்ணீர் வருகிறது. அதேபோல, ஒரு காலத்தில் வெகுதொலைவாக இருந்தாலும் குருவுடன் இருப்பதற்காக சீடர்கள் பயணம் மேற்கொண்டனர். ஆனால் இன்று சீடர்களைச் சந்திக்க குருநாதர்கள் இடம் விட்டு இடம் பயணம் செய்கின்றனர். அதன் விளைவாக, ஒரே இடத்தில் அனைவரும் இருந்து பயிலும் நிலை மாறி ஒரே குருவிடம் பயிலும் பல சீடர்கள் சிறுசிறு குழுக்களாக பல இடங்களில் சந்திக்க முடிகிறது.

அருகருகில் வசிக்கும் சீடர்கள், ஆண்களாக இருந்தாலும் பெண்களாக இருந்தாலும், அடிக்கடி குறிப்பிட இடங்களில் சந்தித்து தங்கள் ஆன்மிக அனுபவங்களைப் பகிர்ந்துகொள்வதை நான் ஊக்குவிக்கிறேன். எனினும், நக்ஷபந்தி முஜத்திதி

பாதையின் வழிமுறைகள் யாவும் அகவயமானவை, தனிப்பட்டவை. புறவயமானதோ சமூக ரீதியிலானதோ அல்ல. ஒரு எடுத்துக்காட்டான குழு சந்திப்பில் மாலையின் அல்லது இரவுக்கான தொழுகையை கூட்டாகச் சேர்ந்து செய்யவேண்டி யிருக்கும். அதன் பிறகு பெரும்பாலான நேரத்தை அமைதியாக அமர்ந்து ஒவ்வொருவரும் அவரவர்க்குரிய ஓதுதலையோ அல்லது தியானத்தையோசெய்வார்கள்.

வெளியில் பார்ப்பதற்கு வெகு சாதாரணமாக, குறிப்பிடத்தக்க விதத்தில் எதுவும் இல்லாத மாதிரி இது தெரிந்தாலும், இத்தகைய குழு தியானங்கள் மாணவர்களின் ஆன்மிக வளர்ச்சியில் பெரும் பங்கு வகிக்கின்றன. அடுத்தவரோடு அமர்ந்து தியானம் செய்யும்போது அதிகமான அளவில் அவர் அருள் பாலிக்கப் படுகிறார். தனியாக தியானம் செய்வது சரிதான். ஆனாலும் மற்றவர்களோடு சேர்ந்து செய்யும்போது அந்த சாதகருக்கு கூடுதலான பயன்கள் கிடைக்கின்றன. அதேபோல ஒவ்வொரு வரும் அடுத்தவரிடமிருந்து கிடைக்கும் அருளால் பயனடை கின்றனர். உறவினர்களைப் பார்க்கப் போகும் நீங்கள் உங்கள் நண்பரையும் அழைத்துச் செல்வதாக வைத்துக்கொள்வோம். உறவினர் வீட்டுக்குச் செல்லும்போது அங்கே அவர்கள் உங்களுக்கு தேநீர், இனிப்பு போன்றவற்றை வைக்கிறார்கள் என்று வைத்துக்கொள்வோம். அப்போது அவற்றை நீங்கள் மட்டும் அனுபவித்து மகிழமாட்டீர்கள் அல்லவா? உங்கள் நண்பருக்கும் அது கிடைக்கும்தானே?

அதேபோல, குழு தியானத்தின்போது, விதம் விதமான, வித்தியாச மான அருட்கொடைகள் ஒவ்வொரு மாணவருக்கும் கிடைக்கிறது. அவை எல்லாமே எல்லாருக்கும் பங்களிக்கப் படுகிறது. இப்படி அதிகமான திருவருள்களைப் பெற்றுக் கொள்வதால் குழு தியானத்தில் பங்கேற்பவர் விரைவில் முன்னேற்றமடைகிறார்.

இன்னொரு கூடுதலான பயன் என்னவெனில், குழு தியானத்தின் போது ஒருவரிடமிருந்து இன்னொருவருக்கு ஆற்றல் பாய்கிறது. அமைதிப்படுத்துவதாக, பிரச்னைகளைத் தணிக்கின்றதாக அந்தச் சூழல் மாறுகிறது. நமது அன்றாட வாழ்வில் நாம் பலதரப்பட்ட மனிதர்களைச்சந்திக்கிறோம். அவர்களில் சிலர் இருளை வெளிப் படுத்துபவர்களாக உள்ளார்கள். சமயங்களில் நாமும் அந்த

இருளை உள்வாங்கிவிடுகிறோம். நம்மை பாதித்த அவரை விட்டு நாம் அகன்றுவிட்டபோதும்கூட, நாம் நம் வீட்டுக்கு வந்து விட்டால்கூட, அந்த இருள் நம்மோடே தங்கிவிடுகிறது. பல நாட்களுக்குப்பின் அந்த இருள் அதிகமாகச் சேர்ந்துவிடலாம். அப்படியாகி விட்டால் நம்மால் தியானம் செய்யமுடியாமல் போய்விடும். ஆனால் குழு தியானத்தில் அமரும்போது அந்த இருள் அகற்றப்படுகிறது. தியானம் செய்து முடித்து நாம் அவ்விடம் விட்டு அகலும்போது, புத்துணர்ச்சி பெற்றிருப்போம். புதிய ஆர்வமும் தைரியமும் வந்திருக்கும். இருளகன்று நாம் வீட்டுக்கு வருவோம். நமது ஆன்மிகத் தேடல்களில் புதிய தெம்புடன் ஈடுபடுவோம்.

இப்படிப்பட்ட குழு தியானங்களில் கலந்துகொள்ள ஏதாவது வழிகாட்டுதல்களை உண்டாக்கியிருக்கிறீர்களா?

சாதகர்களின் ஆன்மிக வளர்ச்சிக்காக அன்றைய குருநாதர்கள் வகுத்துக்கொடுத்த விதிகளின்படி அந்தக் கால கான்காக்களும் தக்கியாக்களும் இயங்கிக்கொண்டிருந்தன. சூஃபிக் குழுக்களின் வடிவம் மாறியிருந்தாலும் சில அடிப்படையான விஷயங்களில் எந்த மாறுதலும் இல்லை. குறிப்பாக இரண்டு அல்லது மூன்று வழிகாட்டுதல்கள் பல பிரச்னைகளை தவிர்க்க உதவும்.

இந்த பொருள்முதல்வாத உலகத்தில், அளவு எப்படிப்பட்டதாக இருந்தாலும், எல்லாக் குழுக்களுமே அதிகாரம் வேண்டும் என்பதற்காக போட்டிபோடுபவையாகவே உள்ளன. ஆனால் ஆன்மிகக் குழுக்களைப் பொறுத்தவரை அப்படி இருக்கக்கூடாது. ஒரு ஆன்மிகக் குழுவின் பிரதான நோக்கம் இதயத்தைச் சுத்தப் படுத்துவதுதான். அந்த ஒரு நோக்கத்துக்காக மட்டுமே அதன் உறுப்பினர்கள் சந்திப்பும் சேர்ந்திருத்தலும் இருக்க வேண்டும்.

இந்த ஒற்றுமையை ஒரு குழு எப்படி அடையும்? ஒரு பொதுவான குருநாதர்மீதான மரியாதையிலும் அன்பிலும் இணைகின்ற மாணவர்கள் சகோதர்களாகவும் சகோதரிகளாகவும் நடந்து கொள்ள வேண்டும். அது நல்லுறவுக்கு வழிவகுக்கும். விழிப்புணர்வுடன் சகோதர சகோதரிகளாகப் பழகும்போது அது அவர்களுக்கு மத்தியில் அன்பை உண்டாக்கும். ஒரு கதை உண்டு. இரண்டு குழந்தைகள் நீங்கள் அண்ணன், தங்கை என்று சொல்லி வளர்க்கப்பட்டனர். ஆனால் உண்மையில் அவர்கள் சகோதர சகோதரி இல்லை. அவர்களுக்குத் திருமண வயது வந்தபோது,

இருவரும் ஒருவருக்கொருவர் பொருத்தமான ஜோடி, இருவரும் திருமணம் செய்துகொள்ள வேண்டும் என்று பெற்றோர் கூறினர். ஆனால் அந்த இளைஞன் மறுத்துவிட்டான். 'இவ்வளவு காலமாக அவள் என் தங்கை என்று சொன்னீர்கள். நானும் அப்படித்தான் நினைத்து வந்தேன். அவளும் என்னை அண்ணனாகத்தான் நினைத்து வளர்ந்தாள். இப்போது திடீரென்று திருமணம் செய்துகொள்ளச் சொன்னால் எப்படிச் செய்ய முடியும்? என்னால் முடியாது. நாங்கள் ஏற்கெனவே ஒருவர்மீது ஒருவர் கொண்டிருக்கும் அன்பும் பாசமும் திருமணம் செய்துகொள்வதால் அதிகமாகி விடாது' என்று மறுத்துவிட்டான்.

இரண்டாவது முக்கியமான வழிகாட்டுதல் என்னவெனில், குழு உறுப்பினர்கள் தங்கள் குறை என்னவென்று தெரிந்துவைத்திருக்க வேண்டும். ஏற்படும் ஒவ்வொரு கஷ்டத்தையும் இவரது அவரது என்று பார்க்காமல் ஒவ்வொருவரும் அதைத் தன்னுடையதாகப் பார்க்கவேண்டும். உங்களுக்குத் தெரிந்த ஒருவர் சூஃபிப் பாதையில் சேரவேண்டுமென்று விரும்பி வருகிறார் என்று வைத்துக்கொள்வோம். ஆனால் தொடந்து வரமுடியாமல் இடையிலேயே அவர் நின்றுவிடுகிறார் என்று வைத்துக் கொள்வோம். அப்போது அவரைக் குறை சொல்லக் கூடாது. உங்களிடமுள்ள ஏதோ குறைபாட்டினால்தான் அவரால் தொடர்ந்து வரமுடியாமல் போனது என்றே எடுத்துக்கொள்ள வேண்டும். அதேபோல, உங்களுக்கு குழுவில் உள்ள இன்னொரு வருக்கும் இடையில் ஏதாவது பிரச்னை ஏற்படுமானால், நீங்கள் விட்டுக்கொடுக்க வேண்டும், பிரச்னை வந்ததற்கான பொறுப்பை ஏற்றுக்கொள்ள வேண்டும், உங்களுடைய குறைகள்தான் அப்படி நடந்ததற்குக் காரணம் என்று எண்ண வேண்டும். அதன் பிறகு, விஷயம் முடிவுக்கு வந்துவிடும்.

பணிவு என்பது இன்னொரு முக்கியமான கோட்பாட்டுச் சொல்லாகும். மாபெரும் வெற்றியின் பின்னால் உள்ள மாபெரும் ரகசியம் முக்கியமற்ற கடைசி நிலையை எடுத்துக் கொள்வதுதான். உங்கள் குருநாதரின் தெருவில் உள்ள ஒரு நாய்கூட உங்களைவிட மேலானது என்று நீங்கள் எண்ண வேண்டும். குறிப்பிட்ட ஆன்மிகப் பாதையில் பயணிப்பதால் நீங்களும் ஒருநாள் குருவாகப்போகிறீர்கள் என்ற எண்ணம் வராமல் பார்த்துக்கொள்ளுங்கள். சுயத்தைத் தூய்மைப் படுத்துவதில் கவனம் செலுத்துங்கள்.

அடுத்தவருக்கு சொல்லித்தருவதற்கான இஜாஸத் எனும் அனுமதி கிடைப்பதில் உங்கள் கவனத்தை வைக்கவேண்டாம். அடுத்தவருக்கு வழிகாட்டுதல் என்பது ஒரு மாபெரும் பொறுப்பாகும். ஓர் ஆற்றல் மிக்க கலீஃபா (இஸ்லாமிய சாம்ராஜ்ஜியத்தின் ஆட்சியாளர்) சொன்னார்: 'நான் மட்டும் ஒரு புல்லாக இருந்திருந்தால் நான் யாருக்கும் கணக்கு சொல்ல வேண்டிய அவசியமிருக்காது. ஆனால் அதிகாரம் கொடுக்கப் பட்ட மனிதன் என்ற முறையில் நான் நிறைய விஷயங்களுக்குப் பொறுப்பேற்றுக்கொள்ள வேண்டியுள்ளது'. ஒரு குருவாக மாறுவது இலகுவான காரியம் என்று மட்டும் நினைத்து விடாதீர்கள். அது மிகமிகக் கடினமானது. நீங்கள்தான் சொல்லிக் கொடுக்க வேண்டும் என்று மக்கள் உங்களை கேட்டுக் கொண்டாலும், 'எனக்கு அதற்கெல்லாம் தகுதி இல்லை' என்று சொல்லி நீங்கள் மறுத்துவிட வேண்டும். தூய்மைப் படுத்துதலுக்காக மட்டும் இந்தப் பாதையைப் பின்பற்றுங்கள். அந்தஸ்துக்காக அல்ல.

கேள்வி - 21

தினசரி வாழ்வில் சூஃபிப் பயிற்சிகள்

ஆர்வமுள்ள மாணவர்கள் அன்றாட வாழ்வில் எப்படி சூஃபிப் பயிற்சிகளை மேற்கொள்வது? அவற்றுக்கு எந்த அளவுக்கு முக்கியத்துவம் கொடுக்கப்படுகிறது?

காலந்தவறாமல் தினமும் நேர்மையாக சூஃபிப் பயிற்சிகளை மேற்கொண்டாலே போதும். பரிவு, பொறுமை, திருப்தி, உள்ளச் சமநிலை, சுயநலமின்மை எல்லாமே வந்துவிடும். இத்தகைய குணங்களின் அகவயமான வளர்ச்சி அதப் எனும் ஆன்மிகப் பண்புகளாக புறவயமாக வெளிப்பட ஆரம்பிக்கும்.

ஆன்மிகப் பயன்களை மாணவர்கள் அன்றாட வாழ்வில் பயன்படுத்தத் தொடங்குவார்கள். அவர்களின் ஒட்டு மொத்த வாழ்க்கையும் தியானம், தொழுகை, திக்ர் (இறைவனை நினைவுகூர்தல்) மற்றும் ஷரியத் (இஸ்லாமிய சட்டதிட்டங்கள்) ஆகியவற்றை மையமாக வைத்து இயங்க ஆரம்பிக்கும். இஸ்லாத்தில் தவ்ஹீத் எனும் ஒருமைக்கோட்பாடு மட்டுமே உள்ளது. 'வேலை' என்றும் 'ஆன்மிக முயற்சிகள்' என்றும் தனித்தனியான இரண்டு வேறுபட்ட விஷயங்களாக வாழ்க்கை பிரிந்திருக்கவில்லை. தனிமனித மனம்தான் விஷயங்களை ஒன்றுக்கு மேற்பட்டதாகப் பார்க்கிறது. இப்படிப் பார்ப்பது இருமைக் கோட்பாட்டால் பதனப்பட்ட நிலையிலிருந்து எழும் ஒரு மாயத்தோற்றமாகும். சூஃபித்துவம் எல்லாவற்றையும் ஒன்றிணைக்கிற முழுமைத்துவமாகும். சூஃபிப் பாதையில் உள்ள

மாணவரின் ஒவ்வொரு செயலும், எடுக்கும் ஒவ்வொரு முடிவும் அவர் அப்பாதையில் கற்றுக்கொண்டதை வெளிப்படுத்துவதாக இருக்க வேண்டும்.

ஆன்மிகப் பாதையில் ஒருவரை மாணவராக ஏற்றுக்கொள்வதும், அவர் ஏற்றுக் கொள்ளப்படுவதும் ஒரு மரியாதையாகும். 'என் வார்த்தையே என் ஒப்பந்தம். நான் சொன்னால் சொன்னதுதான்' என்று கூறப்படுவதை நீங்கள் கேள்விப்பட்டிருப்பீர்கள். சூஃபிப் பாதையில் செல்ல வேண்டும் என்று நீங்கள் முடிவெடுத்திருந்தால் ஒரு ஒப்பந்தத்தை நிறைவேற்ற முடிவெடுத்திருப்பதாக அர்த்தம். எனவே எந்நேரமும் உங்கள் கடமை பற்றிய உணர்வுடனேயே நீங்கள் இருக்கவேண்டும். நீங்கள் யார், எங்கே, ஏன் இருக்கிறீர்கள் என்ற விழிப்புணர்வு உங்கள் ஒவ்வொரு செயலிலும் தெரியவேண்டும். அதன் விளைவாக, உங்களுடைய ஒவ்வொரு சொல்லும், செயலும், நீங்கள் தொடும் ஒவ்வொரு பொருளும் உங்களுடைய நன்றியுணர்ச்சியாலும், உங்கள் பலம், ஞானம் ஆகியவற்றாலும் நிரம்பியிருக்கும்.

பயிற்சி செய்வதில் தொடங்குகிறது உங்கள் பயணம். ஒரு மாணவர் தொடர்ந்து பயிற்சி செய்யும்போது அதன் பலன்கள் விரிவடைகின்றன. மற்றவர்கள்மீது அவர் அன்புகாட்டவும், சேவை செய்யவும் தொடங்குகிறார். அடுத்தவருக்காக இறைவனிடம் பிரார்த்திக்கிறார். அவருடைய நேர்மை முன்னால் வரும்.

விபரமான, சிக்கலான விளக்கங்களை மனம் எதிர்பார்க்கலாம். ஆனாலும் அவை எதுவும் தேவையில்லை. இது ஒரு சிக்கலான சூத்திரமல்ல. சூழ்நிலை எப்படி இருந்தாலும் சாதகர் தன் கடமையை செவ்வனே செய்கிறார். படிப்படியாக, நிகழ்முறையும் விளைவுகளும் தெரிய வருகின்றன.

கேள்வி - 22

பயிற்சியினால் மாணவர் உருவாக்கிக்கொள்ளும் குணாம்சங்கள்

ஸூஃபித்துவத்தின் நோக்கத்தை அடைந்துவிட்ட தனிமனிதரின் குணம் எவ்வாறு இருக்கும் என்று தயவுசெய்து விளக்க முடியுமா?

ஸூஃபிப் பாதையில் போய்ச்சேரவேண்டிய இடம்வரை சென்று விட்டவர்களின் தன்மை எத்தகையதாக இருக்கும் என்று பொதுப் படையாகச் சொல்வது கடினம். எனினும், அந்தப் பாதையில் செல்கின்றவர்கள் எத்தகைய குணங்களை விரும்புவார்கள் என்பது பற்றி நான் சுருக்கமாகச் சொல்ல முடியும்.

ஒரு முக்கியமான ஸூஃபித் தன்மை என்னவெனில், ஸூஃபியானவர் இறைவனோடு தன்னை இணைத்துக்கொண்டவராவார். அவர் ஆணாக இருந்தாலும் சரி, பெண்ணாக இருந்தாலும் சரி. இறைவனைப் பற்றிய சந்தேகத்துக்கு அப்பாற்பட்ட நிச்சயத் தன்மை அவரிடம் இருக்கும். எல்லாவற்றுக்கும் மேலே மாபெரும் சக்தியாக இறைவன் இருக்கிறான் என்ற நம்பிக்கையைப்பற்றி நான் பேசவில்லை. நமக்குள்ளும், நம்மைச் சுற்றியும் அந்த ஒப்புயர்வற்ற ஆற்றல் இருக்கிறதென்ற அறிநிலையில் அவர்கள் இருப்பார்கள். எல்லா நடப்புகளிலும் இறைவனின் கை இருப்பதை ஸூஃபி புரிந்துகொள்வார். இந்த பிரபஞ்சம் எப்படி இறைவனின் உத்தரவுகளின்படி செயல்பட்டுக் கொண்டிருக்கிறது என்பதையும் அவர் அறிவார்.

ஒவ்வொரு மனிதனுக்குள்ளும், ஒவ்வொரு உயிரினத்துக்குள்ளும், இயற்கையின் ஒவ்வொரு அம்சத்திலும் எப்படி இறைவன் தனிப்பட்ட முறையில் கலந்திருக்கிறான் என்று சூஃபி அறிவார். அந்த இறை இருப்பானது எங்கோ நம்மிடமிருந்து வெகு தூரத்தில், வேறு உலகத்தில் இல்லை. ஒரு சிலர் மட்டுமே அருகில் நெருங்கக்கூடியதாகவும் அது இல்லை. மாறாக, அது நமக்கு மிக அண்மையில் இருக்கிறது, நம்மைச் சுற்றிலும் இருக்கிறது, நமக்குள்ளும் இருக்கிறது. நீங்கள் எங்கிருந்தாலும் உங்களோடு இறைவன் இருக்கிறான் *(57:04)* என்றும், உங்கள் பிடரி நரம்பைவிட உங்களுக்கு அருகில் இருக்கிறோம் *(50:16)* என்றும் திருக்குர்'ஆன் கூறுவதை நாம் அறிவோம்.

பாரம்பரியமான கதை ஒன்று உண்டு. ஒரு மீன் தன்னைவிட மூத்த மீனிடம், 'தண்ணீர் என்று ஏதோ உள்ளதாக ஒரு வதந்தி பள்ளிக்கூடத்தில் சொல்லப்பட்டதை நானறிவேன். அது நிச்சயம் கட்டுக்கதையாகத்தான் இருக்கும். அது எல்லா இடத்திலும் இருக்கிறதென்று கூறுகிறார்கள். அது எப்படி சாத்தியம்? நான் அதைப் பார்த்ததே இல்லையே? நான் அதைப் பார்க்க நீங்கள் உதவி செய்ய முடியுமா?' என்று சொன்னது. மூத்த மீன் சொன்னது: 'இல்லை, அதைப் பார்க்க நான் உனக்கு உதவ முடியாது. ஆனால் அது மட்டும் இங்கே இல்லையென்றால் அது இங்கே இல்லை என்பதை நீ நிச்சயம் தெரிந்துகொண்டிருப்பாய்' என்றது.

நீரில் வாழும் மீன்களைப்போல நாம் தெய்வீக உள்ளமையில் வாழ்ந்து கொண்டிருக்கிறோம். அதையே குடித்துக்கொண்டும், அதன் மூலமாகவே சுவாசித்துக் கொண்டும் உள்ளோம். சூஃபிப் பாதையில் செல்பவர்கள் மாயை, பிரிவு ஆகிய திரைகளை விலக்கிவிடுகிறார்கள். அதன் விளைவாக தங்கள் மூலமென்ன, நிலையென்ன என்றெல்லாம் அவர்கள் விளங்கிக் கொள்வார்கள். இறைவனின் இருப்பை அவர்கள் அறிந்துகொள்வார்கள். நமக்குள்ளும் நம்மைச் சுற்றியும் இருக்கும் அவனது குணாம்சங்களைஅவர்கள்பிரதிபலிப்பார்கள்.

சூஃபியைப் பொறுத்தவரை நமது காப்பாளன், நண்பன் மற்றும் காதலி - எல்லாமே இறைவன்தான். நமது தனிப்பட்ட காரியங்கள் அனைத்திலும் இறைவனே இருக்கிறான் என்று அவர்களுக்குத் தெரியும். நடப்பதெல்லாமே அவனது விருப்பத்தின்படியே நடக்கிறது. ஒரு சூஃபியானவர் எப்போதுமே நேர்மறையான

எண்ணம் கொண்டவராகவும், சந்தோஷமானவராகவும், தனது வேலையைப் பார்ப்பதில் திருப்தியுற்றவராகவும், நடப்பதெல்லாமே நன்மைக்குத்தான் என்று நம்புபவராகவும் இருப்பார். புறத்தோற்றங்களைத் தாண்டி அவர் பார்ப்பார். நடக்கும் எல்லாவற்றுக்கும் பின்னால் ஒரு தெய்வீக நோக்கமும் அர்த்தமும் உள்ளது என்று நம்புவார். அந்த அர்த்தங்களைப் புரிந்து கொள்கின்ற விழிப்புநிலைக்கான உறுப்புகளை அவர் உருவாக்கியும் மேம்படுத்தியும் கொள்வார்.

பல மதங்களைப் போலவே, இறப்புக்குப் பின்னர் ஒரு வாழ்க்கை இருக்கிறது என்று இஸ்லாமும் உறுதிபடக் கூறுகிறது. சூஃபியானவர் ஒரு மதக்கோட்பாடாக மட்டும் இக்கருத்தை ஏற்றுக்கொள்வதில்லை. அதன் பின்னால் இருக்கும் உண்மையை உணரவும் சுவைக்கவும் அவரால் முடியும். இம்மையிலேயே மறுமை வாழ்வுக்காக நம்மைத் தயார் செய்ய வேண்டிய அவசியத்தை அவர் உணர்ந்திருக்கிறார். எப்போது இறப்பு வரும் என்று தெரியாததால், இருக்கும் நேரத்தை முழுமையாகப் பயன்படுத்திக்கொள்ள அவர் விழைகிறார். இருக்கும் நேரத்திலெல்லாம் இறைவனின் நினைப்பைக்கொள்ளவும், எல்லா விஷயங்களுக்குமான பொறுப்பை இறைவனிடம் விட்டு விடவும் அவர் தயாராகிறார். பஸரா நகரின் புகழ்பெற்ற சூஃபி ராபியா சொன்னார்: ‘இறைவனே, இம்மையில் எனது ஒட்டு மொத்த வேலையும் உன்னை நினைவு கொள்வதுதான். எனக்கான ஆசை மறுமையில் உன்னை சந்திப்பதுதான். எனது பக்கத்திலிருந்து இதுதான். இனி நீ உன் விருப்பம்போல செய்’[22].

தனக்கென்ற தனிப்பட்ட ஆசைகள் எதுவும் இல்லாமல் செய்வதில் சூஃபி வெற்றிகண்டவர். ‘ஓ ஆண்டவனே, நான் சொர்க்கத்தை ஆசைப்பட்டாலோ, நரகத்தை அஞ்சினாலோ, எனக்கு இரண்டையுமே தராதே’ என்று சொன்னவரும் ராபியாதான்[23]. பேரானந்தத்துக்கு ஆசைப்பட்டோ, தண்டனைக்கு அஞ்சியோ ஒரு சூஃபி செயல்படுவதில்லை. நல்லவர் என்றோ, ஆன்மிகவாதி என்றோ பெயரெடுப்பதற்காகவும், புகழப்படுவதற்காகவும் அவர் காரியங்கள் ஆற்றுவதில்லை. ஒரு ஆன்மிகப் பரிமாணம் அவருக்குள் உண்டாகிவிட்டது. எனவே உண்மைக்காகவே உண்மையை அவர் தேட ஆரம்பித்துவிடுகிறார். வேலைக்காகவே வேலை செய்தல், அன்பு காட்டுவதற்காகவே அன்புகாட்டுதல், பரிவு காட்டுவதற்காகவே பரிவு காட்டுதல்,

மன்னிப்பதற்காகவே மன்னித்தல் என அவருடைய ஒவ்வொரு அசைவிலும் வேறு லாப நோக்கங்கள் எதுவும் இருப்பதில்லை.

இஹ்ஸான் எனப்படும் அணுகுமுறையையும் சூஃபி கடைப் பிடிக்கிறார். அதாவது, இறைவனை எங்கும் பார்த்துக் கொண்டிருப்பதாகவே காரியமாற்றுதல், அல்லது அவன் நம்மைப் பார்த்துக்கொண்டிருக்கிறான் என்று காரியமாற்றுதல். தனிச்சிறப்பை நாடிச்செல்வதும், இறைவன்மீது மரியாதை கலந்த அச்சம் கொண்டிருப்பதும் 'இஹ்ஸானி'ல் அடக்கம். இறைவனே இறுதி உண்மை என சூஃபி பார்க்கிறார். இறைவனுடைய படைப்பிலே ஒவ்வொரு மனிதரிடத்திலும் சில விஷயங்கள் எதிர்பார்க்கப்படுகின்றன. ஒரு மனிதனாக, ஒரு பெற்றோராக, தேடல் கொண்டவராக, மாணவராக, நண்பராக, தொழில்நுட்ப வல்லுனராக - இப்படியாக. தாம் நிறைவேற்ற வேண்டிய கடமைகள், பொறுப்புகள் என்னவென எப்போதுமே சிந்தித்தவராக அவர் இருக்கிறார். தான் செய்யவேண்டியதைச் செய்ய எப்போதுமே அவர் தயாராக உள்ளார். எதையுமே அவர் மறைப்பதில்லை. இறைவன் மீதே அவர் முழு நம்பிக்கை வைக்கிறார். செய்யும் எந்தக் காரியத்தையும் பரிபூரணமாகச் செய்யவேண்டும் என்பதில் சூஃபி குறியாக இருக்கிறார். ஆனால் அவை எதுவும் பொருளாதார நோக்கத்தின்பால் அமைந்ததல்ல. ஒவ்வொருவருக்கும் இறைவன் ஒரு வழியையும், அருட்கொடையையும், பரிபூரணமாக வேண்டிய பொறுப்பையும் கொடுத்திருக்கிறான்.

சரியான இடத்தில் சரியான நேரத்தில் சூஃபி இருக்கக் கற்றுக் கொண்டவர். ஒவ்வொரு கணத்துக்கும் தேவையான வினையை ஆற்ற அவர் தயாராக இருக்கிறார். மத்திய ஆசிய மறைஞானி அந்தாகி கூறுகிறார்: 'ஸமான் (சரியான நேரம்), மகான் (சரியான இடம்), இஹ்வான் (சரியான நண்பர்கள்) இம்மூன்றும் இல்லாத முயற்சி முயற்சியல்ல'.

சூஃபியானவர் ஒரு வேலைக்காரர். அடுத்தவருக்கு சொல்லித் தருவதால் அவர் ஒரு குருவாக இருக்கலாம். ஆனால் அவருடைய தலைமையும் வல்லமையும் சேவையை நேசிப்பதால் வருவதாகும். சேவை மூலமாகவே அறிவு வெளிப்படுத்தப் படுகிறது, மனித வாழ்வின் நோக்கமும் நிறைவேறுகிறது. மத்திய ஆசியாவின் முக்கியமான சூஃபி ஞான குருவானக்வாஜா யூசுஃப்

ஹமதானி சொன்னார்: ‘மனிதகுலத்துக்கான சேவை என்பது வாழ்தலைச் சரிசெய்வதற்கு மட்டுமல்ல. அகவயமான அறிவு அதன் மூலம் காப்பாற்றப்படுகிறது, தீவிரமடைகிறது, அடுத்த வருக்கும் கொடுக்கப்படுகிறது’. சூஃபிகள் எனப்படுபவர் வெறும் பக்தர்களல்ல. அதுவும் இந்தக் காலத்துக்கு இந்த வரையறை பொருந்தவே செய்யாது. ‘இந்த உலகில் இருந்து கொண்டே இந்த உலகுக்காக இல்லாமல்’ வாழும் அவர்கள் தங்களது குடும்ப, சமூக மற்றும் தொழில்ரீதியான கடமைகளைச் செய்துகொண்டே, பின்னிரவிலோ அதிகாலையிலோ தியானம் செய்ய அமர்ந்துவிடுகின்றனர். அசாதாரண தகுதிகள் கொண்ட சாதாரண மனிதர்கள் அவர்கள்.

‘எங்கள் இதயங்கள் எம் அன்புக்குரிய படைத்தவனிடம் உள்ளன. ஆனால் எங்கள் கைகளோ இவ்வுலகில் செய்யவேண்டிய காரியங்களைச் செய்துகொண்டிருக்கின்றன’ என்றார் ஒரு சூஃபி. இந்த தன்மைதான் ‘கும்பலுக்கு மத்தியிலும் தனிமை’ என்று வர்ணிக்கப்படுகிறது. இவ்வுலகில் இருக்கும்போதே சூஃபியானவர் தன் இதயத்தை இறைவனை நோக்கித் திருப்பிக்கொள்வதன் மூலம் அகவயமான தனிமையைக் காப்பாற்றிக்கொள்கிறார். இவ்வுலகம் சார்ந்த எந்தப் பிரச்னையில் அவர் ஈடுபட்டாலும், அவர் அதைப் பணிவாக, நம்பகத் தன்மையுடன், நேர்மையுடன், நன்மை தரும் விதத்தில் செய்கிறார். இந்த அணுகுமுறையானது அந்த வேலையை இபாதத் எனும் இறைச்சேவையாக மாற்றிவிடுகிறது.

சூஃபிகளை இந்த சமுதாயம் பெரும்பாலும் அடையாளம் கண்டு கொள்வதில்லை. ஆன்மிகம் என்ற பெயரில் புகழையும், அதிகாரத்தையும் நாடும் மனிதர் மத்தியில், அவர்களுக்கு நேர்மாறாக, சூஃபியானவர் அடக்கி வாசிக்கிறார். தன் பணியை நிறைவேற்றுவதில் மட்டும் அவர் குறியாக இருக்கிறார். மிக அதிகமான பலன் தரக்கூடிய தன்னிடம் உள்ள வழிகளைப் பயன்படுத்தி தன்னைச் சுற்றி இருப்பவர்களின் வளர்ச்சியைத் தூண்டுகிறார்.

கேள்வி - 23

மேற்கத்திய நாடுகளில் சூஃபித்துவம்

இந்தியாவிலிருந்து மேற்கத்திய நாடுகளுக்கு சூஃபித்துவக் கருத்துக்களைக் கொண்டு செல்வதில் ஏதேனும் சவால்களைச் சந்தித்துள்ளீர்களா?

சூஃபித்துவத்தின் வழிமுறைகள் பலன் தரக்கூடியவை என்பதை நிரூபித்துள்ளன. எங்களுடைய பாதையானது எண்ணிக்கையை விட தரத்திலேயே அதிக கவனம் செலுத்துகிறது. எங்கள் போதனைகள் எவ்வளவு தூரம் பயன் கொடுத்துள்ளன என்பதை உறுப்பினர்களின் எண்ணிக்கையை வைத்து நாங்கள் முடிவு செய்வதில்லை. ஆனால் அந்த வழிமுறைகளைப் பயன்படுத்தியதால் ஏற்பட்ட நல்விளைவுகளை, பயன்களை வைத்தே கணக்கிடுகிறோம்.

ஒவ்வொரு முறையும் மிகச்சிறந்த விளைவுகளையே நாங்கள் எதிர்பார்க்கிறோம். எனினும் சில மேற்கத்தியர்கள் இந்தப் பாதையில் காட்டிய சில அணுகுமுறைகளும் எதிர்ப்பார்ப்புகளும் எனக்குக் கொஞ்சம் தளர்வை ஏற்படுத்தின என்பதை நான் ஒப்புக்கொள்ள வேண்டும். அவர்கள் ஒருவிதமான ‘ஆன்மிக லௌகீகத்தை’ எதிர்பார்த்திருக்கிறார்கள். எல்லாவற்றுக்கும் அடிப்படையாக, ஆதாரமாக இருக்கும் இறைவன் என்ற புனித சாரத்துக்கான உண்மையான தேடலுக்கு பதிலாக, ஆன்மிகப் பயிற்சிகளைச் செய்வதன் மூலம் மன அமைதி, அதிகாரம், அற்புத சக்தி, புகழ் அல்லது செல்வம் - போன்றவற்றை அவர்கள்

எதிர்ப்பார்க்கிறார்கள். தியானங்களின் முக்கியத்துவத்தை பல மேற்கத்தியர்கள் புரிந்துகொண்டாலும், உண்மையான, ஆதாரப்பூர்வமானதொரு பாரம்பரியத்தின் கீழ் கொடுக்கப்படும் ஒழுக்கங்களைக் கடைப்பிடித்து ஒழுக அவர்களுக்கு விருப்பமில்லை. இந்த ஒழுக்கமும் கட்டுப்பாடும் மட்டுமே உயர்வான உண்மைகளை தியானிப்பதன் மூலம் கிடைக்கக்கூடிய உண்மையான சந்தோஷத்தை அவர்களுக்குக் கொடுக்கமுடியும்.

ஏதாவதொரு ஆன்மிகப் பாதையைத் தேர்ந்தெடுத்துச் செல்வதற்கு பதிலாக, மேற்கத்தியர்கள் பல பாதைகளை ருசி பார்க்கின்றனர். ஒரு பாதையில் கொஞ்ச காலம் இருந்த பிறகு, அது எவ்வளவு குறைந்த காலம் என்றாலும் பரவாயில்லை, அப்பாதையைப் பற்றி ஒரு தீர்ப்பு கொடுப்பதற்கு தங்களுக்குத் தகுதி வந்துவிட்டதாக நினைக்கிறார்கள். தன்னை அறியும் மையங்கள், கிழக்கிலிருந்து வந்த போலி குருக்கள், அதிகாரப்பூர்வமற்ற பயிற்சிகள், ஏன் மனதை மாற்றும் போதை மருந்துகள் ஆகியவற்றைத் தேடி பலர் செல்வதில் ஆச்சரியம் ஒன்றுமில்லை.

சூஃபித்துவத்தைப் பொறுத்தவரை ஒரு மாணவருக்கும் குருவுக்கும் உள்ள உறவு மிக முக்கியமானது. உண்மையான முன்னேற்றம் வரவேண்டுமென்றால் மாணவர் முழுமையாக தன்னை குருவிடம் ஒப்படைக்க வேண்டும். ஆனால் ‘ஒப்படைத்தல்’ என்ற சொல்லே மேற்கத்தியர்களுக்குப் பிடிக்காது. ஒப்படைத்தல் என்றால் ஒருமனிதன் தன் தனித்துவத்தையும் சுதந்திரத்தையும் இழப்பது என்று அவர்கள் புரிந்துகொள்கிறார்கள். தனித்துவம், சுதந்திரம் பற்றியெல்லாம் அவர்கள் கொண்டிருக்கும் நிலைப்பாட்டினால் உண்மையான, அகவயமான சுதந்திரம் என்ன என்பதை அவர்களால் அறிய முடியாமல் போய்விடுகிறது. அவர்களுடைய தேர்வுகளில் உள்ள தனிப்பட்ட பொறுப்புணர்வின் பலன்களையும் பார்க்கத் தவறி விடுகிறார்கள். ஒருவர் ஒரு சூஃபிப் பாதையை உண்மையிலேயே தேர்வு செய்துவிடும்போது அவரால் பொறுப்பில்லாமலோ, ஒழுக்கமில்லாமலோ, வழிகாட்டுதலுக்கு உடன்படாமலோ ‘சுதந்திரமாக’ இருக்க முடியாதுதான். மாறாக, நம்பிக்கை, கடவுள் பற்று ஆகியவற்றினூடேயுள்ள சுதந்திரம், சுய அடையாளம் ஆகியவற்றின் புதிய உயரங்களை அவரால் கண்டுகொள்ள முடியும்.

ஆனால் துரதிருஷ்டவசமாக, அப்படிப்பட்ட கடமையுணர்ச்சி கொண்ட, தேவையான காலத்துக்கு பாதையில் உழைத்து உண்மையைக் கண்டுகொள்கிற நேர்மையான மேற்கத்தியர் களைப் பார்ப்பது கடினம். அவர்களுடைய அகந்தைக்கு அபாயம் வந்துவிடுவதனால் அவர்கள் ஓடிவிடுகிறார்கள். அடிக்கடி அவர்கள் கர்வம் கொண்டவர்களாக, முரட்டுத்தனமாக நடந்து கொள்கிறார்கள். அடுத்த மனிதனை நம்புவதற்கும் மரியாதை கொடுப்பதற்கும் அவர்கள் தயாராக இல்லை. அப்படிச் செய்வது, அதுவும் வேறொரு கலாச்சாரத்திலிருந்து அவன் வந்திருப்பானே யானால், அது சாத்தியமே இல்லை என்று சவால் விடுகிறார்கள். இணையவிருக்கும் மாணவரைப் பார்த்து அவரது அகந்தை கூறுகிறது: 'என்னையோ, என் கலாச்சாரத்தையோ அவனால் புரிந்துகொள்ள முடியாது. எனவே, எனக்கு எது நல்லது என்று அவனுக்குத் தெரியாது'.

இன்னும் சில உதாரணங்களில், ஒரு ஆர்வலர் தான் குருவாக இருப்பதற்குத் தகுதி உண்டு என்றும், தன் குருவானவர் தன் ஆன்மிக சாதனையை ஏற்றுக்கொள்ளத் தயாராக இல்லை என்றும் அவரது அகந்தை பேசுகிறது. ஒரு குருவாக வேண்டும் என்ற ஆசை ஏன் வருகிறது எனக்குப் புரியவில்லை. தனிமனிதனைப் பற்றிய மேற்கத்திய புரிந்துகொள்ளலின் விளைவாக அப்படி நேருகிறது என்று நான் நினைக்கிறேன். கிழக்கில், ஒருவர் தனிமனிதராக இருப்பதிலும், ஒரு பாதையின் உறுப்பினராக, மற்றவர்களுக்குச் சமமாக இருப்பதிலும் பிரச்னை எதுவும் ஏற்படுவதில்லை. ஆனால் மேற்கில் தனித்துவம் என்பது யாரோடும் இணையாமல் தனித்திருப்பது என்று புரிந்துகொள்ளப்படுகிறது. அடுத்தவரை விட சிறப்பானவர், உயர்வானவர், அதிகம் அறிந்தவர் (அதனாலேயே சரியானவர்) என்ற நிலைப்பாட்டிலேயே தனித்துவத்தை அவர்கள் புரிந்துகொள்கின்றனர். இந்த மனப்பான்மை, தகுதி இல்லாமலே அதிகாரம் தொனிக்கும் கௌரப்பெயர்கள் நாடும் போக்கில் கொண்டுபோய் விடுகிறது.

தனிப்பட்ட உறவுகள் மற்றும் குடும்ப வாழ்க்கை தொடர்பான அணுகுமுறைகளும் ஆன்மிக வளர்ச்சிக்குத் தடையாக அமையலாம் என்று நான் கண்டுகொண்டேன். மேற்கத்திய கலாச்சாரப்படி, காதல் மயமான உறவுகளே ஆசைகளின் நிறைவேற்றத்துக்கு அடிப்படை என்ற கருத்து உள்ளது. மற்ற லட்சியங்களைவிட காதல் நிறைவேற்றமே முக்கியம் என்றதொரு

நிலைப்பாட்டினையும் காண முடிகிறது. திருமணமாகி, குழந்தைகள் பெற்றுக்கொண்ட தம்பதிகள்கூட தங்களிடமிருந்த 'பொறி' போய்விட்டது என்ற காரணத்துக்காக விவாகரத்து செய்துகொள்கிறார்கள். அதேபோல, தன் துணைவர் அல்லது துணைவியின் ஆன்மிகத் தேவைகளைப் பற்றிப் புரிந்து கொள்ளாமலே, காதலை மட்டும் அடிப்படையாக வைத்து திருமணமும் செய்துகொள்கின்றனர். உறுதியான ஆன்மிக உணர்வுகள் கொண்ட ஒருவர், அப்படி எதுவும் இல்லாதவரைத் திருமணம் செய்துகொள்ளலாம். அது அவருடைய ஆன்மிக வளர்ச்சிக்கு முட்டுக்கட்டையாக இருந்தாலும் சரி. திருமணத்திற்கு முன்பே பாலியல் உறவுகள் கொள்வதால், பொருந்தாத ஜோடிகள் அதிகரிக்கின்றன. உண்மையான தேடல் கொண்ட ஒருவருக்குத் திருமணம் என்பது உடல் கவர்ச்சியின் அடிப்படையில் ஏற்படக்கூடாது. மாறாக, ஆன்மிகப் பொருத்தத்தின் அடிப்படையிலேயே ஏற்படவேண்டும். கடமையுணர்ச்சியில் இருவருக்கும் பங்கிருக்கவேண்டும். ஆன்மிக மாணவரின் பயிற்சிகளில் ஒருவருக்கொருவர் தூண்டுகோலாகவும் உதவியாகவும் இருக்கவேண்டும்.

பகுதி 2

ஆழமான ஆராய்ச்சியும் தொழில்நுட்ப விளக்கங்களும்

கேள்வி 24

சூஃபிப் பாதையில் இஸ்லாத்தின் பங்கு

இஸ்லாம் எனக்கு அந்நிய மதம் மட்டுமல்ல, அதன் கலாச்சாரமும், அது காட்டும் வாழ்க்கை முறையும் என் கலாச்சாரம் மற்றும் வாழ்க்கை முறையிலிருந்து முற்றிலும் வேறானது. சூஃபிப் பயிற்சிகளை மேற்கொள்ள வேண்டுமென்றால் இஸ்லாத்தில் இணையவேண்டியது அவசியமா?

முதலில் ஒரு முஸ்லிம் என்ற முறையில் இஸ்லாமிய பார்வையில் உங்கள் கேள்விக்கு பதில் சொல்கிறேன். இந்தக் கேள்வியை நீங்கள் ஏன் கேட்கிறீர்கள் என்று எனக்குப் புரிகிறது. அதேசமயம், ஒரு முஸ்லிமாக இருப்பதால் ஏற்படும் நன்மைகளையும் நான் அறிகிறேன். ஆனால் சூஃபித்துவம் என்பது மதத்தைப் பரப்ப ஏற்பட்ட வழியல்ல. இறைவனோடு நெருக்கத்தை ஏற்படுத்தும் அனுபவத்துக்கான வழியைக் காட்டுவதுதான் அதன் நோக்கம்.

பழக்க வழக்கங்கள், அரசியல் இயக்கங்கள், இஸ்லாத்தின் கோட்பாடுகளைப் பயன்படுத்தாமல் இஸ்லாத்தின் பெயரை மட்டும் பயன்படுத்தும் தீவிரவாத கருத்துக்கள் ஆகியவற்றோடு இன்று இஸ்லாத்தையும் இணைத்து குழப்பிக்கொண்டிருக்கிறார்கள். இஸ்லாமிய சமுதாயத்துக்கு உள்ளேயே இருக்கும் பிரிவினைவாத குழுக்கள் சகிப்புத்தன்மையின்மை, தான் சொல்வதுதான் சரி என்ற பிடிவாதம் ஆகியவற்றைப்

போதிக்கிறார்கள். ஒரேமாதிரியான வார்ப்புகளையே இவை உருவாக்கும். முஸ்லிமல்லாத பலர் இஸ்லாத்தை ஆழமாகப் புரிந்துகொள்ள முயன்றுகொண்டிருக்கும் இந்தச் சமயத்தில் வேறுபலரோ இஸ்லாம் என்றால் ஒடுக்கிவைப்பதும் தீவிரவாதமும் என்ற கருத்தை விதைக்க ஆரம்பித்துவிட்டார்கள்.

இஸ்லாத்தை சிறப்பாகப் புரிந்துகொள்ள, 'இஸ்லாம்' என்ற சொல்லிலிருந்தே தொடங்கிக்கொள்ளலாம். 'இஸ்லாம்' என்ற சொல் ஸீன், லாம், மீன் ஆகிய அரபி வேர்ச்சொற்களிலிருந்து வருகிறது. அதற்கு சரணாகதி, கீழ்ப்படிதல், அமைதி, பாதுகாப்பு, முழுமை, நலம் என்றெல்லாம் பல பொருள்கள் உண்டு. ஆனால் இவற்றில் எதுவுமே இஸ்லாத்தோடு இணைத்துச் சொல்லப் படுகின்ற நிறுவன ரீதியான அமைப்பையோ, அதிகார ரீதியான அந்தஸ்தையோ, சமயக்கொள்கையையோ குறிக்கவில்லை. மாறாக, அகவமைதியையும், பரிபூரணத்தையும், தெய்வத்தின் இருப்பின் முன் இருக்கிறோம் என்ற விழிப்புணர்வால் ஏற்படும் பாதுகாப்புணர்வையுமே குறிக்கின்றது. நபிகள் நாயகம் (ஸல்) அவர்களுக்கு இறைவன் அருளிய போதனைகள் தனிமனிதனுக்கும் அவனைப் படைத்தவனாகிய இறைவனுக்கும் இடையிலான உறவை ஆழப்படுத்த வரையறைகளைக் கொடுக்கின்றன.

'இஸ்லாம்' என்ற சொல் இறைவனுக்கு மரியாதையுடன் பணிதலைக் குறிக்கிறது. தெய்வீக உதிப்பால் உண்டான எல்லா மதங்களும் இதையே செய்யுமாறு மனிதர்களுக்குக் கட்டளை யிடுகின்றன. நான் புதிய செய்தியைக் கொண்டுவரவில்லை. ஏற்கெனவே வந்த யூதமதம், கிறிஸ்தவம், மற்றும் இதர மதங்களில் சொல்லப்பட்டதைத்தான் சொல்கிறேன் என்றுதான் நபிகள் நாயகம் (ஸல்) அவர்களும் சொன்னார்கள்.

ஒவ்வொரு மதத்துக்கும் இரண்டு பகுதிகள் உள்ளன. ஒன்று 'தீன்' எனப்படும் அடிப்படை நம்பிக்கைகள். மற்றொன்று 'ஷரியத்' எனப்படும் மதரீதியான, புனித சட்டதிட்டங்கள். எல்லாக் காலங்களிலும் 'தீன்' அப்படியே மாறாமல் உள்ளது. ஏனெனில் அதன் வழிகாட்டுதல் காலம் கடந்தது, பொதுவானது. தெய்வீக வெளிப்பாடு மூலம் செயல்படும் எல்லா மதங்களும் ஒரே 'தீனை'த்தான் கொடுக்கின்றன. அதில் இரண்டு அடிப்படைகள் இருக்கும்: ஒன்று, இறைவனின் விருப்பத்துக்கு அடிபணிதல் (இஸ்லாம்), ஏனெனில் இறைவன் ஒருவனேயாகும் (அரபி

மொழியில் இது தவ்ஹீத் எனப்படுகிறது). இன்னொன்று, நல்ல செயல்கள் (அல் அமலுஸ் ஸாலிஹ்). திருக்குர்'ஆனின் கூற்றுப்படி, ஒவ்வொரு நாகரீக சமுதாயத்துக்கும் இறைவன் தன் மார்க்கத்தை எடுத்துரைக்க ஒரு தூதரை அனுப்பியுள்ளான்[24].

மார்க்கத்தை அன்றாட வாழ்வில் எப்படி வெளிப்படுத்த வேண்டும், எப்படி வணங்க வேண்டும் என்று விளக்குகின்ற ஷரியத் எனும் சட்டதிட்டங்கள் காலத்துக்கும் இடத்துக்கும் தகுந்தமாதிரி மாறியுள்ளன. ஒவ்வொரு சமுதாயத்தினரின் தேவைகளுக்குத் தகுந்த கூறுகளைக்கொண்ட ஷரியத்களை இறைவன் இறைத்தூதர்கள் மூலம் கொடுத்து வழிகாட்டினான் என்கிறார் இந்திய இறையியலாளரான ஷாஹ் வலியுல்லாஹ்[25]. நூஹ் நபி மூலமாக வந்த ஷரியத் எனும் சட்டமானது அவரது சமுதாயத்தினருக்குப் பொருத்தமாக இருந்தது. கூடுதலான சட்டங்களை மூஸா நபி மூலமாக அவரது சமுதாயத்தவருக்கு இறைவன் கொடுத்தான். இயேசு எனப்படும் ஈஸா நபியின் போதனைகள் அவரது காலத்தின் சட்டங்களை செழுமைப் படுத்தின. இறுதித்தூதரான முஹம்மது நபியவர்களின் காலத்தில் ஷரியத் பரிபூரணப்படுத்தப்பட்டது[26].

தொழுகை, தர்மம் செய்தல் மற்றும் நோன்பு பிடித்தல் தொடர்பான சட்டங்கள் இஸ்லாம், யூதம், கிறிஸ்தவம் ஆகிய மதங்களில் வேறுபடுகின்றன. மேற்கத்திய உலகில் பரவலாக அறியப்படாத இஸ்லாம் அந்நிய மதமாகப் பார்க்கப்பட்ட வாய்ப்பு உள்ளது. ஆனால் அதன் சட்ட ரீதியான சடங்குகள் வரலாறு முழுக்க மக்களுக்குக் காலம் காலமாகத் தெரிந்திருந்த உண்மையைத்தான் உறுதிப்படுத்தியது.

கலிமா எனப்படும் இஸ்லாமிய நம்பிக்கையின் உறுதிப்பாட்டில் இரண்டு சொற்றொடர்கள் உள்ளன: லா இலாஹ இல்லல்லாஹ், முஹம்மதுர் ரஸூலுல்லாஹ். லா இலாஹ இல்லல்லாஹ் என்றால் 'இறைவனைத் தவிர வேறு இறைவன் இல்லை' என்று பொருள். இது தீன் எனப்படும் மார்க்கத்தின் ஓரிறைக் கொள்கையை சுருக்கமாக மொழிகிறது. இந்த ஓரிறைக் கொள்கையை தெய்வீக உதிப்பின் மூலம் தோன்றிய எல்லா மதங்களும் ஏற்றுக்கொள்கின்றன. முஹம்மதுர் ரஸூலுல்லாஹ் என்றால் 'முஹம்மது அல்லாஹ்வின் தூதுவர்' என்று பொருள். இதன் மூலம் நபிகள் நாயகம் (ஸல்) அவர்கள் கொண்டுவந்த

ஷரியத் எனும் சட்டதிட்டங்களை முஸ்லிம்கள் ஏற்றுக் கொள்கின்றனர்.

ஓரிறைக்கொள்கையைக் கொண்டிருக்கும் மற்ற மதங்களில் இருப்பவர்கள் லாயிலாஹ இல்லல்லாஹ் என்பதை ஏற்றுக் கொள்வதில் எந்தப் பிரச்னையுமில்லை. ஏனெனில் அவர்கள் ஏற்கெனவே இறைவன் ஒருவனே என்ற கொள்கையில்தான் இருக்கின்றனர். ஆனால் அடுத்த சொற்றொடரான முஹம்மதுர் ரஸூலுல்லாஹ் என்பதை ஏற்றுக்கொள்வதில் சவால்கள் உள்ளன. முஹம்மது இறைவனின் தூதர்களில் ஒருவர் என்பதை ஏற்றுக்கொண்டால் குழந்தைப் பருவத்திலிருந்து முஸ்லி மல்லாதவர்களுக்கு சொல்லிக்கொடுக்கப்பட்டதற்கு முரணாக அது இருக்கும். அதோடு, மேற்கத்திய சமுதாயங்களில் நடைமுறையிலுள்ள பழக்க வழக்கங்களும், சட்டதிட்டங்களும் வித்தியாசப்படுகின்றன.

எனவேதான் சூஃபிப் பயிற்சிகளை மேற்கொள்ள ஒருவர் முஸ்லிமாக இருக்கவேண்டுமா என்று முஸ்லிமல்லாதவர்கள் கேட்கிறார்கள். அது இயல்பானதே.

எல்லா புனிதப் பாதைகளும் இறுதி உண்மையை நோக்கித்தான் செலுத்துகின்றன. அவற்றில் ஏற்படும் முன்னேற்றங்களெல்லாம் சேரிடத்தை நோக்கிய முன்னேற்றமே. இதன் காரணமாகவே, கிறிஸ்தவராகவோ, யூதராகவோ அல்லது வேறு மதத்தினராகவோ இருந்துகொள்ள விரும்பும் என் மாணவர்களிடம் அப்படியே இருந்துகொள்ளுங்கள் என்று நான் சொல்லுவேன்.

மதங்களின்மீது நம்பிக்கை இழந்த ஒரு சில சாதகர்கள் ஒரு மதத்தில் இருந்துதான் ஆகவேண்டுமா என்றும் கேட்கின்றனர். நிறுவனங் களிலும், தலைவர்களிடத்தும் எத்தனையோ குறைபாடுகள் இருந்தாலும், எல்லா மதங்களின் போதனைகளும் ஆன்மிகத் தேடலுக்கு வழிகாட்டுவதாகவே இருக்கின்றன என்று நான் பதில் சொல்லுவேன். மூஸா, ஈஸா, முஹம்மது போன்ற தூதர்கள் சட்டங்கள், சடங்குகள் பற்றி வெறுமனே பேசிவிட்டுச் செல்ல வில்லை. தங்களைப் பின்பற்றியவர்கள் இறைவனோடு ஆழமான, நெருக்கமான உறவு கொள்ள உதவினார்கள். இறைவனைப் பற்றிய விழிப்புணர்வுடன் இருக்க விழைபவர் களுக்கு அந்த இறைத்தூதர்களின் போதனைகள்

அன்றிருந்ததுபோலவே இன்றும் பொருத்தமாக வழிகாட்டு வதாகவே உள்ளன.

ஒரு மதம் அல்லது ஒரு அமைப்பின் வழிகாட்டுதல் இல்லாமலே சில தனி மனிதர்களால் ஆன்மிகத்துறையில் முன்னேற முடியும் என்பது உண்மைதான். யார் வேண்டுமானாலும் தியானத்தில் அமர்ந்து இறைவனின் இருப்பை உணரலாம். குறிப்பிட்ட மதம் சார்ந்த பயிற்சிதான் வேண்டும் என்பதில்லை. எனினும், இறைவன் மதங்கள் மூலமாக மனிதர்களுக்கு கொடுத்த வழிகாட்டுதல்களை உதாசீனப்படுத்திவிட்டு உள்மன விழிப்புணர்வுக்கு அப்பால் சென்று, இறைவனோடு உண்மையான தொடர்புகொள்வது கடினம். குறிப்பிட்ட புள்ளியில் தங்களுக்கு உதவி தேவைப்படுகிறது என்பதை அவர்கள் உணர்வார்கள். மதரீதியான ஆன்மிக போதகர்களை நோக்கி அப்போது அவர்கள் திரும்புவார்கள்.

தனிமனிதர்களுக்கு சூஃபிப் பாதையில் இஸ்லாத்தின் வழிகாட்டுதல் ஏன் கிடைக்கிறது? ஏன் அது மற்ற மதங்களிலிருந்து கிடைக்கக்கூடாது? இதற்கு இரண்டு விதமான பதில் உள்ளது. ஒன்று, எப்படி ஒரு குழந்தை தன் பெற்றோர்களையோ மரபணுப் பண்புகளையோ தேர்ந்தெடுக்க முடியாதோ அதேபோலத்தான் சூஃபித்துவ மாணவரால் இஸ்லாத்தைத் தேர்ந்தெடுக்க முடியாது. பெனடிக்டிய, ஃப்ரான்சிஸ்கனிய, டொமினிகன் பாதைகள் எப்படி கிறிஸ்தவத்தின் வெளிப்பாடாக வந்தனவோ அதேபோல ஓர் இஸ்லாமிய ஒழுக்கமாக சூஃபித்துவம் உருவானது. இஸ்லாமிய சூஃபித்துவம் தவிர வேறு சூஃபித்துவம் கிடையாது. வேர்களிலிருந்து வெட்டி எடுக்கப்பட்ட மரம் செத்துவிடுவதைப் போல, அருள்பாலிக்கப்பட்ட மார்க்கம் என்ற வேரிலிருந்து எந்த ஆன்மிகப் பாதையாவது தன்னை வெட்டிக்கொண்டு விடுமானால் அது தன் ஆற்றலை இழந்துவிடும்.

இரண்டாவதாக, சூஃபி போதனைகளின் படி, ஷரியத் சட்டத்தின் வளர்ச்சி நிலைகள், ஒன்றன்பின் ஒன்றாக வருகின்ற வாகனங்களைப் போன்றதாகும். அவை அதனதன் காலத்துக்குப் பயனுள்ளதாக இருக்கும். மூஸா நபியின் காலத்தில் அவர் கொடுத்த ஷரியத்துதான் ஆன்மிக முன்னேற்றத்துக்கான மிகச்சிறப்பான ஊடகமாக இருந்தது. அதுபோலவே ஈஸா நபியின் காலத்தில் அவர் கொடுத்த சட்டதிட்டங்கள் இருந்தன.

அறுநூறு ஆண்டுகளுக்குப் பிறகு இஸ்லாத்தின் ஷரியத்தை முஹம்மது நபி (ஸல்) அவர்களுக்கு இறைவன் கொடுத்து வழிகாட்டச் செய்தான். முஹம்மது (ஸல்) அவர்கள் இறுதி நபியாக இருந்ததனால், அவர்கள் கொண்டுவந்த ஷரியத் அதிநவீனமானது என்றும், இக்காலத்திய உண்மை நாடிகளுக்கு ஏற்றது, பொருத்தமானது என்றும் சூஃபி குருநாதர்கள் கருதுகிறார்கள்.

ஆனால் சூஃபி வழியை பின்பற்ற விரும்பும் முஸ்லிமல்லாத அனைவரும் இஸ்லாத்தில் இணைய வேண்டும் என்று நாம் எதிர்பார்க்க முடியாது. இஸ்லாம் என்பது இயல்பான வாழ்முறை யாகும். மதங்களை மாற்றிக்கொள்வதில் உள்ள கஷ்டங்களை அங்கீகரிக்கின்ற போதனைகள் அதில் உண்டு. எனவே அப்படி ஒரு நிபந்தனையை வைப்பது இஸ்லாத்துக்கு முரண்பாடானதாகும். உள்ளார்ந்த விருப்பமில்லாத ஒருவரை ஒரு மதத்துக்குள் வலுக்காட்டாயமாக யாரும் திணிக்க முடியாது. அவருக்கே அப்படியொரு மனச்சாய்வு இருந்தாலொழிய. மார்க்கத்தில் வற்புறுத்தல் இல்லை என்று குர்'ஆன் கூறுகிறது (2:256). மனிதர்களின் கடினத்தன்மையை மார்க்கத்துக்குக் கொண்டுவராதீர்கள் என்று நபிகள் நாயக (ஸல்) அவர்களும் கூறினார்கள்.

முதன் முதலாக மேற்கத்திய உலகில் சூஃபித்துவத்தை எடுத்துரைத்த போதகர்கள் முஸ்லிமல்லாதவர்களுக்கு இஸ்லாத்தின் மீதிருக்கும் சந்தேகங்களைப் புரிந்துகொண்டார்கள். அதனால் சூஃபித்துவம் என்பது ஒரு பிரபஞ்ச மதம் என்று கூறினார்கள். அந்தப் பிரபஞ்ச தத்துவத்தின் அடிப்படையில் சில சூஃபிப் பள்ளிகள் தோன்றின. இன்றுவரை அவை இஸ்லாம் எனும் அடிப்படை இல்லாமலே சூஃபித்துவம் என்ற பெயரில் பலவகையான பள்ளிகளை உருவாக்கிப் பிழைத்து வருகின்றன.

இஸ்லாத்துக்கு வெளியில் சூஃபித்துவம் இயங்க முடியாது. இல்லை, அது சுதந்திரமானது என்று ஸ்தாபிப்பவர்கள் அதில் பயணம் செய்பவர்களை ஒரு பக்கம் மட்டுமே வழியுள்ள முட்டுச்சந்துக்கு அழைத்துச் செல்கிறார்கள். முஸ்லிமல்லாதவர் களுக்கு சூஃபிப் பயிற்சிகளை அறிமுகப்படுத்தும்போது இஸ்லாத்துக்கும் சூஃபித்துவத்துக்கும் இடையிலுள்ள இணைப்பைப் புரிந்துகொள்ளுமாறு உள்ள போதனை முறைகள் தேவைப்படுகின்றன. சூஃபி போதனைகள் யாருக்கும் பயன்

தரக்கூடியவை. எனினும் அவற்றில் பல படித்தரங்களுள்ளன, அவைகளை முயன்று பார்ப்பதற்கு முன் பல முடிவுகளை எடுக்க வேண்டியிருக்கும் என்பதை சாதகர்கள் புரிந்துகொள்ள வேண்டும். சில குறிப்பிட்ட தியான முறைகள் மூன்று நிலைகளில் அல்லது படித்தரங்களில் உள்ளன. எந்த மதத்தைச் சேர்ந்தவராக இருந்தாலும் முதல் இரண்டு நிலைகள்வரை உள்ள பயிற்சிகளைச் செய்து முடிக்க முடியும். ஆனால் மூன்றாவது நிலைப் பயிற்சியை இஸ்லாத்திற்குள் ஆழமாக நுழைந்தால்தான் செய்ய முடியும். சூஃபிப் பயிற்சிகளை செய்வதற்கும், ஒரு முஸ்லிமாக அவற்றை குர்'ஆனோடும் ஹதீதெனும் நபிமொழி களோடும் இணைத்துப் பார்ப்பதற்கும், ஐவேளைத் தொழுவதற்கும் - சுருக்கமாகச் சொன்னால் முஸ்லிமாக இருப்பதற்கும் உள்ள வேறுபாட்டை அப்போதுதான் புரிந்துகொள்ள முடியும்.

இஸ்லாத்தை ஒரு மதமாக மட்டும் பார்க்க முடியாது. அது ஒருவித வாழ்க்கை முறை. இஸ்லாத்தின் ஆழங்கள் பல இதயத்தாலேயே உணர்ந்துகொள்ளப்படுகின்றன. சில சமயங்களில், சூஃபிப் பயிற்சிகள் மூலமாகக் கிடைக்கும் உள்ளுணர்வு அனுபவங்கள் பெற்றவர்கள், சூஃபித்துவத்தின் அஸ்திவாரமாகிய இஸ்லாத்தைப் பற்றி அறிந்துகொள்ள விழைகிறார்கள். சிலர் லாயிலாஹ இல்லல்லாஹ், முஹம்மதுர் ரஸுலுல்லாஹ் என்பதன் அர்த்தத்தை அவர்களாகவே விளங்கிக்கொள்கிறார்கள். ஆனால் இது அவர்களுடைய வேகத்தில், அவர்களது புரிதலின் அடிப்படையில், அவர்கள் எந்த அளவு வளர்ச்சியடைகிறார்கள் என்பதைப் பொருத்து நடக்கக்கூடியது.

இறுதித்தூதர் முஹம்மது (ஸல்) அவர்களுக்கு அபூசுஃப்யான் என்று முக்கிய எதிரி இருந்தார். பல ஆண்டுகள் முஸ்லிம்களுக்கு வேதனைகொடுத்துத் துன்புறுத்திய பிறகு, (முஸ்லிம்கள் மக்காவை வெற்றிகொண்ட நேரத்தில்) அபூசுஃப்யானுக்கு மனமாற்றம் ஏற்படுகிறது. தனது நம்பிக்கையைச் சொல்ல முஹம்மது நபி (ஸல்) அவர்களிடம் வந்தார். 'கலிமாவின் முதல் பகுதியான லாயிலாஹ இல்லல்லாஹ் என்பதைப்பற்றி எனக்கு எந்தச் சந்தேகமும் இல்லை. ஆனால் முஹம்மதுர் ரஸுலுல்லாஹ் என்ற இரண்டாம் பகுதியில் எனக்கு இன்னும் சந்தேகம் இருக்கிறது' என்றார்.

கலிமாவின் முதல் பகுதியின் மீதான திட நம்பிக்கை காரணமாக அபூசுஃப்யான் முஸ்லிமாகிவிட்டார் என்று முஹம்மது (ஸல்)

அவர்கள் சுட்டிக்காட்டினார்கள். ஆண்டவன் நாடினால், கலிமாவின் இரண்டாம் பகுதியின்மீது அவருக்குள்ள சந்தேகமும் போய்விடும் என்று நம்பிக்கை தெரிவித்தார்கள். அதன் பிறகு தன் சிற்றப்பாவின் வீட்டிலேயே அபூசுஃப்யான் அன்றிரவு தங்கி இருக்க ஏற்பாடு செய்தார்கள்.

முஸ்லிம் சமுதாயத்தினரை அபூசுஃப்யான் அதுவரை உள்ளிருந்து அவ்வளவு அருகில் கவனித்ததில்லை. முஸ்லிம்களின் நம்பிக்கை பற்றியும் பக்தி பற்றியும் அவருக்குத் தெரியும்தான். ஆனால் அவற்றின் ஆற்றலை அவர் நேரடியாகக் கண்டதில்லை. அன்று இரவும், அடுத்த நாள் காலையும் முஸ்லிம்கள் தொழுததை அவர் பார்த்தார். சஹாபா எனப்பட்ட தோழர்கள் தம் தலைவர்மீது கொண்டிருந்த அன்பையும், தலைவருக்கு அவர்கள் மீதிருந்த அக்கறையையும் அவர் உன்னிப்பாகக் கவனித்தார். திருத்தூதரின் தர்ம குணம், நியாயம், மன்னிக்கின்ற குணம் பற்றியெல்லாம் ஏற்கெனவே அவருக்குத் தெரியும். இவற்றையெல்லாம் கவனித்த அவர் உள்ளம் உண்மையை உணர்ந்துகொண்டது.

இரண்டாவது தடவையாக முஹம்மது (ஸல்) அவர்களை சந்திக்க வேண்டும் என்று அபூசுஃப்யான் விருப்பம் தெரிவித்தார். அப்போது அவர் சப்தமாக, ‘முஹம்மது உண்மையான திருத்தூதராவார்’ என்று கூறினார். அழுதுகொண்டே, கலிமாவின் இரண்டாம் பகுதியைச் சொன்ன அவர் உள்ளார்ந்த இதயத்தோடு இஸ்லாத்தில் முழுமையாக இணைந்தார்.

தனி மனிதர்களை சூஃபிப் பயிற்சிகள் இறைவனுக்கு நெருக்கமாகக் கொண்டு போகின்றன. முஸ்லிமாகிவிட விரும்பும் மாணவர்கள் எல்லாவகையான பயிற்சிகளுக்கும் தகுதி பெற்றவர்களாகிறார்கள். இஸ்லாமிய வாழ்முறையின் ஊடாக அப்பயிற்சிகள் ஆழமான பரிபூரண மாற்றத்தை ஏற்படுத்தும். இஸ்லாத்தில் இணைய விரும்பாத மாணவர்களும் ஆரம்ப நிலைப் பயிற்சிகளின் மூலமாக தங்களைப் பற்றிய அறிவையும், அவர்களுக்கும் இறைவனுக்கும் உள்ள உறவையும், இறை விருப்பம் என்பதைப் பற்றிய புரிதலையும், அவர்களது நம்பிக்கையையும் நிச்சயம் விரிவாக்கிக்கொள்ள முடியும்.

கேள்வி 25

ஸூஃபித்துவத்தின் மூலங்கள்

ஸூஃபித்துவத்தின் மூலங்கள் என்ன? இஸ்லாத்து வெளியே இருந்த சில தத்துவங்களிலிருந்தும், மதங்களிலிருந்து ஸூஃபித்துவம் தோன்றியது என்று கூறுகிறார்கள். நீங்கள் என்ன சொல்கிறீர்கள்?

ஸூஃபித்துவத்தின் தோற்றம் பற்றி ஆசியா கண்டத்தினர் பல கருத்துக்களை முன்வைத்துள்ளனர். கிரேக்க தத்துவத்தின் தாக்கம் அதில் உள்ளது என்று சில ஆசிரியர்கள் கூறுகின்றனர். இந்தக் கருத்தை ஆதரித்து கேம்ப்ரிட்ஜ் பேராசிரியர் ஆர்.ஏ.நிகல்சன் ஸூஃபிகளுடைய படைப்புகளுக்கும் கிரேக்க தத்துவவாதிகளின் படைப்புகளுக்கும் இடையில் உள்ள ஒற்றுமைகளைப் பற்றி எழுதியுள்ளார். ஸூஃபித்துவம் வேதாந்தத்திலிருந்தும் பௌத்தத்தி லிருந்தும் வருகிறது என்று வேறு சில ஆசிரியர்கள் அழுத்தமாகக் கூறியுள்ளனர்.

என்னுடைய கருத்தில், அவர்கள் அனைவரின் கருத்துக்களுமே தவறானவை. ஸூஃபித்துவத்தின் கோட்பாடுகளுக்கும் அவர்கள் குறிப்பிடும் சில இயக்கங்களின் கோட்பாடுகளுக்கும் ஒற்றுமைகள் உண்டு. ஆனால் ஒரு இயக்கம் இன்னொன்றிலிருந்து வந்தது என்பதை ஒற்றுமைகள் நிரூபிப்பதில்லை. இஸ்லாமிய ஆன்மிகத்தை ஆராய்ச்சி செய்த முக்கிய ஃப்ரெஞ்சு அறிஞரான பேராசிரியர் லூயி மெசிங்டன் ஸூஃபித்துவம் பற்றிய விரிவான ஆராய்ச்சிக்குப் பிறகு அதன் வேர்கள் திருக்குர்'ஆனில் இருந்தும்

நபிமொழிகளிலிருந்தும் வருகின்றன என்று முடிவு செய்தார். வெளியிலிருந்து பிடுங்கி வந்து சூஃபித்துவம் இங்கு நடப்படவில்லை. அது இஸ்லாத்திலிருந்தே உருவானது.

பலதரப்பட்ட சூஃபிப் பாதைகளின் வழிமுறைகள் யாவும் அந்தந்த பகுதிகளில் வாழ்ந்த மக்களின் இயல்பான ஆர்வத்தை அடிப்படையாகக் கொண்டே அமைக்கப்பட்டுள்ளன என்று இந்திய இறையியல் அறிஞரான ஷாஹ் வலியுல்லாஹ் ஆராய்ந்து கூறினார். மற்ற மதங்களில் இருந்தும் மற்ற அமைப்புகளி லிருந்தும் சூஃபி குருமார்கள் சில விஷயங்களை எடுத்துக் கையாண்டிருக்கலாம். அதிலும் குறிப்பாக மாற்றமுடியாத அளவுக்கு பழக்கவழக்கங்கள் சமூகத்தில் வேரூன்றி இருந்தபோது அப்படி நடக்கும் சாத்தியங்கள் உண்டு. மேலோட்டமான ஒற்றுமைகளை நாம் அதிகம் ஆராய்ந்து பார்க்க வேண்டியதில்லை. தியானத்தில் அமர்ந்திருக்கும் ஒரு சூஃபி சாதகர் பார்ப்பதற்கு ஒரு யோகியைப் போலத்தெரியலாம். ஆனாலும் இருவருக்குமிடை யில் வழிமுறைகளும் நோக்கங்களும் வேறானவையாகும்.

இன்னொரு தளத்தில், எந்த ஆன்மிகம் எந்த மூலத்திலிருந்து வருகிறது என்ற ஆராய்ச்சியெல்லாம் உயர்கல்விச்சாலைகளின் வேலையாகும். ஒவ்வொரு மனித ஆன்மாவுக்குள்ளும் மறைஞானம் பற்றிய உணர்வு இருக்கவே செய்கிறது. சில கோட்பாடுகள் ஒவ்வொரு நாட்டிலும், ஒவ்வொரு மொழியிலும், ஒவ்வொரு மதத்திலும் வெளிப்படத்தான் செய்திருக்கின்றன. அது ஒரு சமூகம் இன்னொரு சமூகத்திட மிருந்து கடன் வாங்கிக் கொண்டதால் அல்ல. அது அப்படியிருப்பதன் காரணம், தன்னை அறிந்துகொள்ளவேண்டும் என்ற ஏக்கத்துடனேயே நம் ஒவ்வொருவரையும் இறைவன் படைத்துள்ளான் என்பதால்தான். ஆன்மிக வளர்ச்சி மற்றும் பயிற்சியின் பக்கம் திரும்புவது மனித இயல்பு. சூஃபித்துவத்தில் காணப்படும் கோட்பாடுகளும் பயிற்சிகளும் கிறிஸ்தவம், யூதம், ஹிந்து மதம், பௌத்தம் மற்றும் இதர பாரம்பரியங்களிலும் காணப்படுகிறது என்றால், அவற்றை இஸ்லாம் மற்ற மதங்களி லிருந்து எடுத்துக்கொண்டது, அவை இஸ்லாத்தில் உள்ளவையே அல்ல என்று அர்த்தமல்ல. அப்படி எடுத்துக்கொண்டால் அது மற்ற மதங்களுக்கும் பொருந்தும். அவைகளும் வேறு மதங்களிலிருந்து எடுத்துக்கொண்டதாக ஆகிவிடும். அவற்றுக்கு எல்லா மதங்களும் சொந்தம் கொண்டாட முடியும். ஏனெனில்,

அவை மனித நிலையைப் பிரதிபலிக்கின்றன. இந்த விஷயத்தைப் புரிந்துகொள்ளாதவர்கள்தான் சூஃபித்துவத்தின் கூறுகள் வெளியிலிருந்து வந்தவை என்று வாதிடுகின்றனர். ஒவ்வொரு நினைவுச்சின்னத்தின் பின்னாலும் இருக்கும் தனித்துவத்தையும், படைப்புகளின் ஊடாக இருக்கும் ஒற்றுமையையும் புரிந்து கொள்ள அவர்கள் தவறிவிடுகின்றனர்.

கேள்வி 26

தரீக்கா எனப்படும் சூஃபிப் பாதைகள்

முதல் சூஃபிகள் யார்? பல சூஃபிப் பாதைகளைப் பற்றி நீங்கள் குறிப்பிட்டீர்கள். அவைகளெல்லாம் எப்படி உருவாகின? அவைகளின் முக்கியத்துவம் என்ன?

எல்லாக் காலங்களிலும், எல்லா நாடுகளிலும், உண்மையை அறிந்துகொள்ளவேண்டும் என்ற ஆழமான ஏக்கம், மனதில் அமைதியின்மை இவற்றால் இழுக்கப்பட்ட தனிமனிதர்கள் தியானம், தொழுகை, தனிமையை நாடுதல் எனச் சென்றுள்ளனர். அப்படிச் சென்றவர்களில் ஒருவர்தான் இறுதித்தூதர் முஹம்மது (ஸல்) அவர்கள். இறைவனிடமிருந்து செய்தி அருளப்படுவதற்கு முன்பே இது நடந்தது. மக்காவிலிருந்த ஒரு குகைக்கு அவ்வப் போது சென்று தனித்திருந்து இறைவனை வணங்குவது அவர்களின் வழக்கமாக இருந்தது. அதற்குப் பிறகு, ஆரம்பகால முஸ்லிம் சமுதாயம் உருவான காலகட்டத்தில், அவரது நண்பர்கள் சிலரும் அவரைப்போலவே தனித்திருந்து இறைவன் மீதான காதலால் உந்தப்பட்டு உண்மையை தரிசிக்க முயன்றனர்[27]. ‘நிச்சயமாக நீரும், உம்முடன் இருப்போரில் ஒரு கூட்டத்தாரும் இரவில் மூன்றில் இரு பாகங்களுக்குச் சமீபமாகவோ, இன்னும் அதில் பாதியோ இன்னும் இதில் மூன்றில் ஒரு பாகத்திலோ (வணக்கத்திற்காக) நிற்கிறீர்கள் என்பதை உம்முடைய இறைவன் நிச்சயமாக அறிவான்’ என்று குர்’ஆன் கூறுகிறது *(73:20.)*

ஸூஃபிப் பயிற்சிகளுக்கான அடிப்படை திருமறையிலிருந்தும் திருநபியின் வழிகாட்டுதலிலிருந்தும் கிடைக்கிறது. உதாரணமாக, திக்ர் கஃபி எனப்படும் மௌனமாக இறைவனை தியானிக்கும் முறையானது இறுதித்தூதர் முஹம்மது (ஸல்) அவர்களால் அவரது உயிர்த்தோழர் அபூபக்கர் அவர்களுக்கு முதன் முதலில் சொல்லித் தரப்பட்டது. அவ்விருவரும் முதன் முறையாக மக்காவிலிருந்து மதினாவுக்கு ஏகிய ஹிஜ்ராவின் போது வழியில் 'தவ்ர்' என்ற குகையில் ஒளிந்துகொண்டிருந்த போது இது நடந்தது[28]. உரத்த குரலில் இறைவனை அழைக்கும் திக்ர் ஜலி ஸூஃபிப் பயிற்சியானது பெருமானார் (ஸல்) அவர்கள் தனது மருமகனார் அலீ (ரலி) அவர்களுக்குக் கொடுத்த பயிற்சியில் துவங்குகிறது[29]. பெருமானார் மேற்கொண்ட அற்புத மி'ராஜ் பயணமானது ஸூஃபிகள் மத்தியில் ஆன்மிகப் பாதைக்கு ஓர் உருவகமாகவே பார்க்கப்படுகிறது. மக்காவிலிருந்து ஜெருசலம் நகர்வரை பெருமானாரை இறைவன் கொண்டுசென்றான். பின்னர் அங்கிருந்து ஏழு வானங்களையும் தாண்டி, அவர்கள் இறைவன் அருகில் சென்றார்கள். இறைவனுக்கும் அவர்களுக்குமிடையில் இரண்டு வில்களுக்கு இடையேயான நீளத்தின் தூரமே இருந்தது என்று சொல்லப்படுகிறது. அதேபோல, ஸூஃபிப் பாதையின் சாதகரும் கால, இடம் எல்லைகளைக் கடந்து தனக்கும் இறைவனுக்கும் இடையே உள்ள தூரத்தைக் குறைத்து இறைவனை நெருங்க முயல்கிறார்[30].

பெருமானார் (ஸல்) அவர்களுடைய வாழ்க்கையிலும், ஆரம்பகால இஸ்லாமிய சமுதாயத்தவரிடையேயும் ஆன்மிக அம்சம் இருந்ததை இவைகளும் மற்ற உதாரணங்களும் நமக்குச் சுட்டுகின்றன. எனினும், இஸ்லாத்தின் ஆன்மிகப் பரிமாணத்தைக் குறிக்க 'ஸூஃபித்துவம்' என்ற சொல் அப்போது பயன்படுத்தப்பட்டதாகத் தெரியவில்லை. பல ஆண்டுகளுக்குப் பிறகுதான் அச்சொல் புழக்கத்துக்கு வந்தது.

முதன் முதலாக ஸூஃபிகள் என்று அழைக்கப்பட்ட தனிமனிதர்கள் உருவானது ஏழாம், எட்டாம் நூற்றாண்டுகளின் வரலாற்று ரீதியான வளர்ச்சியோடு தொடர்புடையது. கிபி 622-க்கும் 632-க்கும் இடையில், பெருமானார் (ஸல்) மதினா நகரில் ஒரு சமுதாயத்தை உருவாக்கினார்கள். நீதி, நியாயம், தர்மம், கருத்தொருமைப்பாடு, பக்தி மற்றும் கூருணர்வுகொண்ட தலைமை போன்ற இஸ்லாமிய கோட்பாடுகளை அச்சமுதாயம்

பிரதிபலித்தது. பெருமானாரின் மறைவுக்குப் பிறகு, அடுத்தடுத்து வந்த முதல் நான்கு கலீஃபாக்களும் அந்த வழிகாட்டுதலைத் தொடர்ந்தார்கள். இஸ்லாமிய ஆட்சியதிகாரம் பல நாடுகளுக்கும் வெகுவேகமாகப் பரவி விரிவடைந்தது. திருக்குர்'ஆனும் பெருமானாரின் 'சுன்னத்' எனும் வழிகாட்டுதலும் சொன்னபடி.

அலீ (ரலி) அவர்கள் கிபி 661-ல் படுகொலை செய்யப்பட்டபின், பெருமானாரின் 'சுன்னத்' எனும் வழிகாட்டுதலில் இருந்து முஸ்லிம் சமுதாயம் வழி விலகிப் போக ஆரம்பித்தது. உமையாக்களின் ஆட்சிக்காலத்தில் (கிபி 661-749) கலீஃபாவைத் தேர்ந்தெடுக்க ஒருமித்த கருத்தின் அடிப்படையில் முடிவெடுக்கும் வழக்கம் கைவிடப்பட்டது. அதற்கு பதிலாக பரம்பரை வழியினர் பதவியேற்கும் முறை கொண்டுவரப்பட்டது. முந்தைய கலீஃபாக்களின் காலத்திலிருந்த, பொதுமக்களுக்கும் தலைவர் களுக்கும் இடையிலான ஒளிவு மறைவற்ற, நியாயமான உறவுகளுக்கு முற்றுப்புள்ளி வைக்கப்பட்டது. பக்தி, மதம் ஆகியவற்றிலிருந்து அரசியல் தனியாகப் பிரிக்கப்பட்டது. ஆன்மிக உள்ளுணர்வு மிக்கவர்களாக இருந்ததற்காக தலைவர்கள் தேர்ந்தெடுக்கப்படவில்லை. ஆனால் அதிகாரம், வன்முறை போன்றவற்றைப் பயன்படுத்தியே தலைவர்கள் ஆட்சியைப் பிடித்தனர். முஸ்லிம் சமுதாயத்தின் பிணைப்பு துண்டாடப்பட்டது. அதோடு, ஒரே நோக்கத்தின் அடிப்படையில் முஸ்லிம்கள் இணைந்து நிற்பதும் இல்லாமல் போனது.

ஹிஜ்ரத்துக்குப் பிறகான நூறு ஆண்டுகளுக்குள், பக்திமான்களாக இருந்த உறுப்பினர்களின் கைகளிலிருந்து முஸ்லிம் சமுதாயத்தினரின் தலைமைத்துவம் நழுவிப் போனது. ஆட்சியாளர்கள் 'தீன்' எனும் மார்க்கத்தை தூக்கிப்பிடிப்பதற்கு பதிலாக உலகாயத விஷயங்களிலும் சுயநலம் மிக்க காரியங்களிலும் அதிக ஆர்வம் காட்ட ஆரம்பித்துவிட்டதை பல உபகுழுக்கள் புரிந்துகொண்டன. பிரபலமான பல முஸ்லிம் அறிஞர்கள் அரசாங்கத்தோடு தங்களுக்கிருந்த உறவைத் துண்டித்துக்கொண்டனர்.

ஹிஜ்ரத்தை அடுத்து வந்த இரண்டாம் நூற்றாண்டில், மதச்சார்பற்ற அரசை மறுதலித்த சிலர் சூஃபிகள் என்று அழைக்கப்பட்டார்கள். பாரசீக குருவான அபூ ஹாஷிம் கூஃபி என்பவர்தான் முதன் முதலாக சூஃபி என்று அறியப்பட்டார். குத்துமதிப்பாக கிபி

660லிருந்து 850 வரையிலான காலகட்டத்தில்தான் ஆரம்பகால சூஃபி வட்டம் உருவானது. இஸ்லாமிய தலைமைத்துவம் சீர்கேடு அடைந்துவிட்டதை பிரதிபலித்தது அது.

கிபி 850-லிருந்து பத்தாம் நூற்றாண்டுவரை சூஃபி வட்டத்தின் இரண்டாம் காலகட்டம் தொடங்குகிறது என்று கூறலாம். அது இஸ்லாமிய வரலாற்றில் முக்கியமான ஒரு காலகட்டமாகும். விஞ்ஞான ரீதியிலான கருத்துக்களும் கிரேக்க தத்துவமும் முஸ்லிம்கள் மத்தியில் பிரபலமான காலகட்டமது. அதோடு பகுத்தறிவுவாதமும் தலைவிரித்தாடியது. சாதாரண மக்களின் நம்பிக்கைகள் வேரோடு அசைக்கப்பட்டன. அவர்களை சந்தேகம் ஆட்கொண்டது. பகுத்தறிவும், லௌகீகமும் அவர்களது நம்பிக்கையின் இடத்தைப் பிடித்துக்கொள்ளும் என்ற அச்சம் வந்தபோது, முஸ்லிம்கள் கவலையுற்றும், குழம்பியும், மனமுடைந்தும் போயினர். இறுதியாக, கிரேக்க தத்துவத்துக்கு எதிராக சூஃபிகள் குரல் கொடுத்தனர். அதன் தாக்கத்துக்கு பதில் கொடுக்கும்வகையில், இஷ்க் எனும் உயரிய இறைக்காதலை அவர்கள் எடுத்துரைத்தனர். இதயத்தின் ஆன்மிக நிலைகள் மூலமாகக் கிடைக்கும் அனுபவங்களுக்கு முக்கியத்துவம் கொடுத்தனர்.

சூஃபித்துவத்தின் மூன்றாவது நிலையைக் காட்டும் காலகட்டம் பத்தாம் நூற்றாண்டில் துவங்குகிறது. மக்களின் மதரீதியான உணர்வு அவர்களின் அன்றாட வாழ்வில் ஊடுறுவும் வகையில் தங்கள் பேச்சுக்களையும் எழுத்தையும் சூஃபிகள் பயன்படுத்தினர். மனித இதயங்கள் உலகியல் சார்ந்த அக்கறைகளுக்கு இடம் கொடுத்துக்கொண்டே இருக்கும்வரை மனித செயல்பாடு மேம்பாடு அடையாது என்பதை அவர்கள் உணர்ந்துகொண்டனர். எனவே உலகியல் சார்ந்த மற்றும் அறிவு ரீதியான பதனப்படுத்துதலில் இருந்து மனிதன் வெளியே வருவதற்கு மனிதன் பொய்யான தன் சுயத்தை சுத்தப்படுத்த வேண்டிய அவசியத்தை வலியுறுத்தினர். மனிதர்கள் தங்களுடைய புறவாழ்வில் அறவழி நடந்து அகவாழ்வுக்குப் புத்துயிரளிக்க சூஃபிகள் உதவினர்.

இக்காலகட்டத்தில் சூஃபி போதனைகள் பெருமளவில் பரவின. ஆதாரப்பூர்வமான நூல்கள் எழுதப்பட்டு, பரப்பப்பட்டன. சூஃபித்துவத்துக்கே உரிய சொற்றொகை உருவானது. பல

குழுக்கள் உருவாயின. ஆனால் அவை இன்று தரீக்கா என்றறியப்படும் ஆன்மிகப் பாதையாக உருவெடுக்கவில்லை.

பத்தாம் நூற்றாண்டிலிருந்து பன்னிரண்டாம் நூற்றாண்டுக்கு இடைப்பட்ட காலத்தில் சூஃபித்துவம் மிகவும் மதிக்கப்பட்ட துறையாக, ஒழுக்கமாக வளர்ந்தது. மாபெரும் அறிஞர்களும் மாபெரும் சூஃபி குருமார்களும் உருவான, போதித்த காலகட்டமும் இதுதான். சூஃபிப் பயிற்சிகளையும் சூஃபித்துவத்துக்கே உரிய சொற்களையும் அவர்கள் கொடுத்தார்கள். இந்த காலகட்டத்தில் தான் பல தரீக்காக்கள் உருவாயின.

பதிமூன்றாம் நூற்றாண்டு வாக்கில், ஆன்மிக எழுச்சிக்கான தெளிவான வரையறைகளைக் கொண்ட விஞ்ஞானமாக சூஃபித்துவம் உருவானது. பரிசோதனை, ஆராய்ச்சி ஆகியவற்றின் மூலமாக சூஃபி குருமார்கள் உருவாக்கிய பயிற்சிகள், தொழில் நுட்பங்கள் மூலமாக ஒருவர் தன்னை அறிந்துகொள்ளவும், மேம்படுத்திக்கொள்ளவும் முடிந்தது. அதன் பயன்களை பலர் நேரடி அனுபவத்தில் உணர்ந்துகொள்ள முடிந்தது. காலம் காலமாக இருந்துவந்த மனித குலத்தின் ஆன்மிக தாகத்தைத் தணிக்கும்வகையில் சூஃபி தரீக்காக்கள் அமைந்தன. மாபெரும் அறிஞர்களாகவும் ஞானிகளாகவுமிருந்த இமாம் கஸ்ஸாலி, பாக்தாதில் வாழ்ந்த ஷெய்கு அப்துல் காதிர் ஜீலானி, பாக்தாதைச் சேர்ந்த ஷெய்கு அபூ ஹப்ஸ் உமர் சுஹ்ரவர்தி, ஸ்பெயின் தேசத்து மகாகுரு இப்னு அரபி ஆகியோர் சூஃபித்துவத்துக்கான தத்துவம், பயிற்சிகள், நோக்கங்கள் போன்றவற்றுக்கான முழுமையான விளக்கங்களைக் கொடுத்தனர். ஆப்கானிய சூஃபிக் கவிஞர் ஹகிம் சனாயின் The Walled Garden of Truth, பாரசீக குரு ஃபரீதுத்தீன் அத்தாரின் The Conference of Birds, துருக்கி கொன்யாவில் மௌலவியா தரீக்காவை ஏற்படுத்திய மௌலானா ரூமியின் Diwan-i-Shams-i- Tabrizi போன்ற தலைசிறந்த சூஃபிப் படைப்புகள் உருவாயின. சூஃபித்துவத்தின் பொற்காலம் என்று இந்தக் காலகட்டத்தைச் சொல்லலாம்.

இந்தக் காலகட்டத்தின் போதனைகள் கால தேச வர்த்தமானங்களைக் கடந்ததாகவும், எல்லாவற்றையும் அரவணைப்பதாகவும் இருந்ததால் அடுத்தடுத்த நூற்றாண்டுகளில் சூஃபித்துவத்தில் கொஞ்சம் சரிவும், சீர்திருத்தமும் ஏற்பட்டாலும், அதன்

தத்துவார்த்த அறிவு மற்றும் வழிமுறை சார்ந்த அடிப்படைகளில் பெரிதாக மாற்றங்கள் ஏற்படவில்லை.

எந்தச் சூழலில் பலவகை தரீக்காக்கள் உருவாயின என்று வரலாற்று ரீதியிலான இப்பார்வையின் மூலம் புரிந்துகொள்ள முடியும். அவைகளின் வரலாற்றை விரிவாகச் சொல்லும் நூல்களிலிருந்து விரிவான தகவல்களைப் பெறமுடியும்[31]. க்வாஜஹான், காதிரி, ஷிஷ்தி, சுஹ்ரவர்தி, ஷாதிலி, நக்ஷபந்தி, முஜத்திதி போன்ற முக்கிய தரீக்காக்களைப் பற்றிய அறிமுகத்தையும் அப்பாதைகளின் பாரம்பரியத் தொடர்ச்சி பற்றிய தகவல்களையும் இங்கே சுருக்கமாகக் கொடுக்கிறேன்.

நக்ஷபந்தி குருநாதர்களின் பாரம்பரியம் துருக்கிஸ்தானில் வளர்ந்தது. அப்பாதையில் சிறப்பாக அறியப்பட்ட குருமார்கள் சீனாவின் ஜிங்ஜியாங் பகுதியில் பிறந்த க்வாஜா அஹ்மத் யஸாவி, புகாராவைச் சேர்ந்த க்வாஜா அப்துல் காலிக் குஜ்துவானி போன்றோர் ஆவார்கள். சிறப்பு அர்த்தம் கொடுக்கும் சில சூஃபிப் பிரயோகங்களை உருவாக்கிய குஜ்துவானி தன் பகுதி மக்களுக்கு அப்போதனைகள் எளிதில் புரியுமாறும் பொருத்தமானதாகவும் அமையச் செய்தார். புகாராவைச் சேர்ந்த க்வாஜா பஹாவுத்தீன் நக்ஷபந்த் அவர்கள் சூஃபிச் சிந்தனைகளை இன்னும் மேம்படச் செய்தார். (சூஃபித்துவத்துக்கான இவரது பங்களிப்பு பற்றி கேள்வி 32-லும் பேசியுள்ளோம்). அப்பாதையும் அவரது பெயரிலேயே அறியப்பட்டு மத்திய ஆசியாவிலிருந்து இந்தியா, தென்கிழக்கு ஆசியா, துருக்கு காகசஸ், மத்திய கிழக்கு, பல்கான் பிரதேசம் மற்றும் பல பகுதிகளிலும் பரவிப் பிரபலமானது.

ஈரான் நாட்டின் ஜீலான் நகரில் 1077ல் பிறந்த ஷெய்கு அப்துல் காதிர் ஜீலானி அவர்கள் ஒரு இளைஞராக இருந்தபோதே இஸ்லாமிய சட்டதிட்டங்கள், ஒழுக்கங்களை கசடறக் கற்றுத் தேர்ந்தார். அதன் பின்னர் ஆன்மிகப் பயிற்சிகளிலும் ஆராய்ச்சியிலும் தன்னை ஈடுபடுத்திக்கொண்டார். பின்னர் அப்போதைய முஸ்லிம் உலகின் தலைநகராக இருந்த பாக்தாது நகருக்குக் குடியேறினார். அங்கே அவ்வப்போது அவர் கொடுத்த சொற் பொழிவுகளைக் கேட்க ஆயிரக்கணக்கானவர்கள் கூடினர். மக்கள் மத்தியில் அறியப்பட்ட மிக முக்கியமானதொரு தலைவராக ஆனார். தர்ம அறக்கட்டளைகள் அவர் மேற்பார்வையில் இயங்கின. மார்க்கத் தீர்ப்புகள் கொடுத்தார்.

அவரது சொற்பொழிவுகளை மற்றும் ஆலோசனைகளைக் கேட்க அரசின் உயர் அதிகாரிகள் வந்தனர். நல்லொழுக்கம், நீதி தவறாத அறவழியிலான நடத்தை, சுயகட்டுப்பாடு ஆகியவற்றை அவர் சிலாகித்தார். 1166ல் அவர் மறைவுக்குப் பிறகும் அவரது புகழ் மேலோங்கியது. அவரது போதனைகளை அடியொற்றி காதிரிய்யா தரீக்காவும் தொடங்கப்பட்டது.

சிரியாவைச் சேர்ந்த ஷெய்கு அபு இஸ்ஹாக் அவர்களால் சிஷ்தி பாதை தொடங்கப்பட்டது. ஆப்கனிஸ்தானுக்கு அருகில் இருந்த சிஷ்த் என்ற ஊருக்குச் சென்று ஆன்மிக சேவை செய்யும்படி அவரது குருநாதர் கொடுத்த உத்தரவின் பேரில், இஸ்ஹாக் அங்கே சென்றார். அவர் தொடங்கிய பாதையானது பின்னர் ஈரானிலிருந்து வந்த பெருமைமிக்க குருவான ஷெய்கு க்வாஜா முயீனுத்தீன் சிஷ்தி அவர்களால் பிரபலப்படுத்தப்பட்டது. மத்திய ஆசியா, ஈராக், அரேபியா, இந்தியா ஆகிய நாடுகளில் முயீனுத்தீன் சிஷ்தி கல்வி கற்றும் போதித்தும் உள்ளார்கள். வள்ளல் தன்மை, அன்பு, பரிவு ஆகிய குணங்களுக்காக பரவலாக அறியப்பட்டிருந்த அவர்கள் அன்பு, அமைதி ஆகியவற்றின் தூதுவராக இருந்தார். மக்களுக்கு அவர்கள் செய்த தீவிர சேவையின் காரணமாக, 'கரீபெ-நவாஸ்' (ஏழைகளிடம் அன்பு காட்டுபவர்) என்று அறியப்பட்டார். அவரது வாழ்வின் பிற்பகுதியின் பெரும்பகுதி இந்தியாவில் உள்ள அஜ்மீர் என்ற ஊரிலேயே கழிந்தது. இன்றுவரை சிஷ்தி போதனைகளுக்கான முக்கிய மையமாக அது செயல்படுகிறது.

சுஹ்ரவர்தியா பாதை ஷெய்கு அப்துல் காதிரி சுஹ்ரவர்தி அவர்களாலும் அவர்களது உடன்பிறந்தார் மகன் ஷெய்கு அபூ ஹஃப்ஸ் உமர் சுஹ்ரவர்தி அவர்களாலும் பாக்தாது நகரில் தோற்றுவிக்கப்பட்டது. உமர் சுஹ்ரவர்தி அவர்கள் அவாரிஃபுல் ம'ஆரிஃப் (இறைஞானத்தின் பரிசு) என்ற முக்கிய நூலை எழுதினார். கான்கா எனப்படும் சூஃபி மையம் எவ்வாறு செயல்படவேண்டும், எவ்வாறு நிர்வகிக்கப்பட வேண்டும் என்பதை அந்நூல் விளக்கியது. ஷரியத்துக்கான பாரம்பரியமான விளக்கத்தில் சுஹ்ரவர்தியா பாதை மற்ற சில பாதைகளில் இருந்து தனித்து நின்றது. அரசின் செயல்பாடுகளில் துடிப்பாகப் பங்காற்றிய இப்பாதை, எதிலுமே சேராமல் தனித்திருந்த பாதைகளில் இருந்தும் வித்தியாசமானதாக இருந்தது. முதலில்

பாரசீகத்திலும் பின்னர் இந்தியாவிலும் இப்பாதை பிரபலமடைந்தது.

13ம் நூற்றாண்டில் வாழ்ந்த மொராக்கோ நாட்டு குருவான ஷெய்கு அபூ அல் ஹஸன் ஷாதிலி அவர்களின் பெயரால் ஷாதிலி தரீக்கா அறியப்படுகிறது. குறிப்பாக எகிப்து நாட்டில் அவர் போதனைகள் செய்தார். தன்னுடைய மாணவர்கள் ஷரியத் சட்டதிட்டங்களை நன்றாக அறிந்துகொண்டவர்களாகவும், தங்கள் குடும்பத்தைக் காப்பாற்றுபவர்களாகவும், சமூகத்துக்கும் பங்களிப்பவர் களாகவும், ஏதாவது தொழில் புரிபவர்களாகவும் இருக்க வேண்டும் என்று அவர் வலியுறுத்தினார். அவ்விஷயத்தில் மற்ற பல பாதைகளிலிருந்து இப்பாதை வித்தியாசப்பட்டது[32]. வட ஆப்பிரிக்கா, அரேபியா, சிரியா ஆகிய நாடுகளில் இப்பாதையின் போதனைகள் பரவின.

16-ம் நூற்றாண்டின் இறுதியில், நக்ஷபந்தி பாதையைச் சேர்ந்த ஷெய்கு அஹ்மத் ஃபரூக்கி சர் ஹிந்தி அவர்கள் வஹ்தத்துல் வுஜூத் (இருப்பின் ஒருமை) என்ற கோட்பாட்டை எதிர்த்து வஹ்தத்துஷ் ஷுஹூத் (காட்சியில் இருப்பின் ஒருமை) என்ற கோட்பாட்டை எடுத்துரைத்து சூஃபித்துவத்தை துணிச்சலாக சீர்படுத்தினார்.

வஹ்தத்துல் வுஜூத் கோட்பாட்டின்படி, இறைவன் ஒருவன், இருக்கின்ற அனைத்தும் அவனேயாகும். இந்தக் கோட்பாட்டை முதன் முதலாக முன்வைத்த ஸ்பானிய சத்குருவான இப்னு அரபி அவர்கள், படைக்கப்பட்ட எதையும் இறைவனல்லாததாகப் பார்ப்பது, இது வேறு அது வேறு என்று புரிந்துகொள்ளும் இருமைக்கோட்பாடாகி விடும், அது இஸ்லாத்தின் அடிப்படைக் கோட்பாடான இறை ஒருமை என்ற கோட்பாட்டுக்கு மாற்றானதாகிவிடும், உண்மையில் இருப்பதெல்லாம் ஒன்றுதான், அந்த ஒன்றைத்தவிர வேறெதுவுமில்லை என்று விளக்கினார். இந்த ஒருமை அனுபவத்தை உணர்வதுதான் இக்கோட்பாட்டை ஏற்றுக்கொள்கிறவர்களின் உச்சபட்ச ஆன்மிக நிலையாக இருக்கும். எல்லாமாகவும் இருக்கின்ற இறைவன் என்ற ஒருமையை அவர்கள் தியானிப்பார்கள். அந்த அனுபவத்தில் மூழ்குவார்கள்.

மாறாக, வஹ்தத்துஷ் ஷுஹூத் என்ற தத்துவத்தை ஏற்றுக் கொள்பவர்களும் இறைவன் ஒருவனைத்தான் வணங்குகிறார்கள்,

ஆனாலும் அப்படிச் செய்வதன் மூலம் அவனைத்தவிர மற்ற எதுவும் இல்லை என்று நினைப்பதில்லை. அவர்களைப் பொறுத்தவரை இறைவனால் படைக்கப்பட்ட எதுவும் இறைவனல்ல. இக்கருத்தின்படி, இதன் உச்சகட்ட ஞானநிலை யானது இறைவனில் தன்னை இழப்பதல்ல, மாறாக, இறைவனின் ஒருமையை உணர்ந்து கொண்டவர்கள் மக்கள் சேவையில் இறங்கிவிடுவர்[33]. அதுமட்டுமன்று. ஷரியத்துக்கு மாற்றமான பழக்கவழக்கங்கள் நடைமுறைக்கு வருவதைத் தடுக்கும்விதமாக இந்தியாவில் இருந்த முஸ்லிம்கள் மற்றும் சூஃபி வட்டத்தில் ஷரியத்தின் முக்கியத்துவத்தை அவர் உறுதிபட எடுத்துரைத்தார். அதன் காரணமாக அவர் முஜத்திதெ அல்ஃபஸானி (இரண்டாம் சகத்திராண்டை புதுப்பித்தவர்) என்று அறியப்பட்டார். நக்ஷபந்தி போதனைகளில் அவர் செய்த சீர்திருத்தங்களின் முக்கியத்துவத்தின் விளைவாக, அவரைப் பின்பற்றும் அவரது ஆன்மிகப் பரம்பரையினர் நக்ஷபந்தி பாதையின் கிளைப்பாதையாக 'முஜத்திதி' என்ற புதுப்பெயருடன் விளங்களாயினர். அவர்களது போதனைகள் இந்தியா முழுவதும் மட்டுமின்றி காகசஸ், மத்திய கிழக்கு, ஆசியா மைனர் வரையிலும் அதற்கு அப்பாலும் பரவின.

இஸ்லாமிய உலகில் தோன்றிய ஆன்மிகப் பாதைகளின் வரலாற்றில் சில மிக முக்கிய பாதைகளின் சங்கிலித்தொடர் பற்றியும், அவைகளின் ஸ்தாபகர்கள் பற்றியும் கூறியுள்ளேன். தங்களது கடிதங்கள், படைப்புகள் மற்றும் தத்துவங்கள் மூலமாக எண்ணற்ற சூஃபி குருமார்கள் இஸ்லாமிய சூஃபி சிந்தனைக்குப் பங்களிப்பு செய்துள்ளனர். இன்று ஆன்மிகப் பாதையில் பயணிக்க விரும்பும் மாணவர்கள் அனைவரும் தங்கள் பயணத்தில் வழிகாட்ட அந்த எல்லா குருமார்களிடத்திலும் உதவி தேடுகின்றனர்.

பூகோளரீதியாகவும், பயிற்சிகளை வைத்தும் ஆன்மிகப் பாதைகளுக்கிடையே சில சமயம் வித்தியாசங்கள் தோன்றுகின்றன. பாரசீகம், துருக்கிஸ்தான், ஆப்கனிஸ்தான், காகசஸ் போன்ற நாடுகளிலும், தெற்கில் அரேபியா, மெசபடோமியா, சிரியா, ஆப்பிரிக்கா, ஸ்பெயின் போன்ற நாடுகளில் ஒன்பதாம் நூற்றாண்டு வாக்கில் சூஃபி குழுக்களின் வழிமுறைகளில் வித்தியாசங்கள் உண்டாயின. மாணவர்கள் தனிமையில் இருப்பதையும், இம்மை சார்ந்த உடைமைகளை

விட்டுவிடவேண்டுமென்றும், குருவையே நம்பி இருக்க வேண்டுமென்றும் தெற்கு நாடுகளில் இருந்த தரீக்காக்கள் வலியுறுத்தின. ஆனால் மாணவர்கள் சமுதாயத்தோடு ஒட்டி வாழலாம் என்றும், குருவானவர் முக்கியம்தான் என்றாலும் அவரை புனிதப்படுத்தும் போக்கை தவிர்க்க வேண்டும் என்றும் வடக்கு நாடுகளில் இருந்த தரீக்காக்கள் வலியுறுத்தின. வடக்கின் பள்ளிகளின் தங்களின் மூலத்தைக்காணும் இக்கால தரீக்காக்கள், 'விடுதலை', 'சுயத்தை அழித்தல்', 'நிரந்தர இருத்தலின்மை' மற்றும் 'இல்லாமை' போன்ற கோட்பாடுகளைப் பயன்படுத்தலாம். தெற்கு நாடுகளில் தங்கள் வேர்கள் இருப்பதாக எண்ணும் தரீக்காக்கள் இணைப்பு, அன்பு, காதல், தெய்வீகக் காட்சிகள் போன்றவைகளுக்கு அழுத்தம் கொடுக்கலாம். பலதரப்பட்ட கலவையான போக்குகளை குருமார்கள் கடைப்பிடித்ததை வரலாறு நெடுகிலும் காண முடிகிறது.

இன்று சில தரீக்காக்கள் வாய்வழியான உத்தரவுகளுக்கு முக்கியத்துவம் தருகின்றன. ஆனால் வேறு சில தரீக்காக்கள் உத்தரவுகளை மானசீகமாக அனுப்பிவிட்டு தியானத்தை மட்டும் வலியுறுத்துகின்றன. தரீக்காக்களிடையே இன்று இருக்கும் ஒரு முக்கிய வேறுபாடு இது. இன்றைய மாணவர் தன் தேவைக்கு ஏற்றாற்போல் தரீக்காக்களின் வழிமுறைகளில் ஏதாவது ஒன்றையோ அல்லது இரண்டு மூன்றின் கலப்பையோ எடுத்துக் கொள்வதைக் காணலாம்.

எது எப்படியிருப்பினும், எல்லா ஆன்மிகப் பாதைகளின் வழிமுறைகளும் ஒரு ஆன்மிக மாணவரை இறைவனுக்கு நெருக்கமாகக் கொண்டுபோவதையே குறிக்கோளாகக் கொண்டுள்ளன. தகுதிவாய்ந்த ஒரு குருவானவரிடம் உள்ள வேறுபட்ட வழிமுறைகளானது ஒரு தேர்ந்த அறுவை சிகிச்சை நிபுணரின் கையில் இருக்கும் உபகரணங்களைப் போன்றவை. மேஜையில் கிடத்தப்பட்டிருக்கும் நோயாளியின் ஆரோக்கியத்தை மீட்டுக்கொடுப்பதே அறுவை சிகிச்சை நிபுணரின் வேலையாகும். அவர் கையில் உள்ள உபகரணங்கள் எந்த நாட்டிலிருந்து வந்தன, அவைகளைக் கண்டு பிடித்தது யார், அந்த அறையில் ஏற்கெனவே உள்ள உபகரணங்களோடு அவற்றை எப்படி ஒப்பிடலாம் என்பதெல்லாம் முக்கியமல்ல. வழிமுறைகள் யாவும் குறிக்கோளை நோக்கி சீடர்களைக் கொண்டு செல்வதற்காக அமைக்கப்பட்டவையே. அவ்வழிமுறைகளே

நோக்கமல்ல. இறுதியாக, இறைவன்மீதும், அவனது தூதர் பெருமானார் (ஸல்) அவர்கள்மீதும், தன் குருவின்மீதும் தேடல் கொண்ட மாணவரின் பரிபூரண நம்பிக்கைதான் உண்மையான, நிரந்தரமான பலன்களை அளிக்கவல்லது. ஏனெனில் அப்படிப் பட்ட நம்பிக்கைதான் பயிற்சிகளின்மீது முழு கவனத்தையும் வைத்துச் செய்ய உதவுகிறது.

கேள்வி 27

முஸ்லிம் வாழ்க்கையில் சூஃபித்துவத்தின் பங்கு

தசவ்வுஃப் எனப்படும் சூஃபி வழியைப் பயிற்சி செய்வதன் மூலம் முஸ்லிம்கள் எவ்வாறு பயனடைகிறார்கள்?

ஷரியத் என்பது இஸ்லாமிய சட்டத்தொகுப்பு. தசவ்வுஃப் மற்றும் தரீக்கா எனப்படும் ஆன்மிகப் பாதை ஆகியவை ஷரியத்தின் தூய்மைப்படுத்தப்பட்ட, மேம்படுத்தப்பட்ட நிலைகளாகும். அவை ஷரியத்தின் நுட்பங்களாகும். சூஃபித்துவத்தின் நோக்கமென்ன என்று மத்திய ஆசிய குருவான பஹாவுத்தீன் நக்ஷபந்த் அவர்களிடம் ஒருவர் (அவர் முஸ்லிமாகத்தான் இருக்கவேண்டும்) கேட்டபோது, 'உங்களுக்கு ஏற்கெனவே சுருக்கமாகத் தெரிந்ததை விபரமாகத் தெரிந்து கொள்ளுதல்' என்று அவர் விடையளித்தார். விபரமாக, நுட்பங் களையெல்லாம் தெரிந்துகொள்ளவேண்டும் என்று எல்லோரும் விரும்புவதில்லை. அதற்கான ஆர்வமும் அனைவருக்கும் இருப்பதில்லை. ஆன்மிகப் பாதைக்கு வரும் முஸ்லிம்கள் எதையும் ஆராய்ந்து பார்த்து ஆழமாகத் தெரிந்துகொள்ள வேண்டும் என்ற மனப்பாங்கு உடையவர்களாக இருப்பார்கள். உண்மையைத் தெரிந்துகொள்ள வேண்டும், ஷரியத்தின் சாரத்தைப் புரிந்துகொள்ளவேண்டும் என்ற தாகம் இருக்கும்.

நான் ஏற்கெனவே சொன்னதுபோல, நாம் யார் என்ற அறிவை சூஃபித்துவம் ஆழப்படுத்துகிறது. அப்படி ஆழமாக்கப்பட்ட தன்னை அறிதலிலிருந்து இறைவனைப் பற்றிய ஆழமான

புரிந்துகொள்ளல் கிடைக்கிறது. இதயத்தையும் சுயத்தையும் சுத்தப்படுத்துதல் (தஸ்கியா) நடந்த பிறகுதான் இறைவனின் நெருக்கத்தை உணர்ந்துகொள்ள முடியும். சூஃபிப் பாதையில் செல்பவர்கள் அப்படிப்பட்ட சுத்தப்படுத்துதலில்தான் தம் கவனத்தை வைப்பார்கள். அப்படிச் செய்வதன் மூலம் இஹ்ஸான்[34] என்ற குணத்தை வளர்த்துக்கொள்வார்கள். தொழுகையிலும் மற்ற இறை வணக்கங்களிலும் 'இறைவனைப் பார்த்துக்கொண்டிருக்கிறோம்' என்பதைப்போல, அல்லது 'அவன் நம்மைப் பார்த்துக்கொண்டிருக்கிறான்' என்பதைப்போல. ஒருவர் விழிப்புணர்வுடன் செயல்படத் தொடங்கிவிட்டால், இப்படித்தான் இருக்கும் என்ற அனுமானத்தின் மீதான நம்பிக்கையானது அனுபவத்தில், சாட்சியாக இருக்கும் நம்பிக்கையாக உயர்வு பெறும்.

ஈமான் எனும் நம்பிக்கையின் இந்த வளர்ச்சி பற்றி இறைவன் கட்டளையிட்டுக் கூறியிருக்கிறான். இஸ்லாம் என்பது ஒரு படி. ஆனால் ஈமான் கொண்ட மு'மின் ஆவது இன்னொன்று என்பதை திருமறை மிகத்தெளிவாகக் கூறுகிறது: 'நாங்களும் ஈமான் கொண்டோம்' என்று (நபியே! உம்மிடம்) நாட்டுப் புறத்து அரபிகள் கூறுகிறார்கள், 'நீங்கள் ஈமான் கொள்ளவில்லை. எனினும் 'நாங்கள் வழிபட்டோம்' (இஸ்லாத்தைத் தழுவினோம்) என்று (வேண்டுமானால்) கூறுங்கள் (என நபியே! அவர்களிடம்) கூறுவீராக. 'ஏனெனில் உங்களுடைய இதயங்களில் (உண்மை யான) ஈமான் நுழையவில்லை *(49:14)*.

திருக்குர்'ஆனில் வேறு சில இடங்களில் இறைவன் கூறுகிறான்: *முஃமின்களே! நீங்கள் அல்லாஹ்வின் மீதும், அவனுடைய தூதர் மீதும், அவன் தூதர் மீது அவன் இறக்கிய (இவ்) வேதத்தின் மீதும், இதற்கு முன்னர் இறக்கிய வேதங்களின் மீதும் ஈமான் கொள்ளுங்கள் (4:136.)*. தங்கள் நம்பிக்கையை பரிபூரணப்படுத்திக் கொள்ளும்படி முஸ்லிம்கள் தூண்டப்படுகிறார்கள். அப்போது தான் 'ஹக்' எனும் உண்மையை அவர்கள் அடைவார்கள். அதுவே இறைவனை அறிந்துகொள்ளுதலாக இருக்கும்.

ஷரியத்தில் மூன்று பகுதிகள் உள்ளன: தகவல், செயல், நோக்கத்தின் நேர்மை. இம்மூன்றையும் ஒரே நேர்க்கோட்டில் கொண்டுவருவதுதான் முஸ்லிம்கள் மத்தியில் இருக்கும் சவாலாகும். ஆனால் துரதிருஷ்டவசமாக, பல முஸ்லிம்கள்

தொழுகை, நோன்பு, ஜகாத், ஹஜ் ஆகிய கடமைகளை நிறைவேற்றிக்கொண்டிருந்தாலும் இஸ்லாம் பின்பற்றச் சொல்லும் பல விழுமியங்களை அன்றாடம் உதாசீனப் படுத்துபவர்களாக, அவற்றிற்கு அவமரியாதை செய்பவர்களாக உள்ளார்கள். இத்தகைய முரண்பாடுகள் அகவயமான அசுத்தங்களில் இருந்தே கிளம்புகின்றன. சூஃபித்துவம் கொடுக்கும் பயிற்சிகள் தனி மனிதர்களை உயர்வுபடுத்தி, இஸ்லாமிய முறைப்படி உண்மையாக வாழ்வதற்குத் தடையாக இருக்கும் அவர்களது நயவஞ்சகங்களைக் களைந்துவிடுகிறது.

நம்பிக்கையை மேம்படுத்துவதில் சூஃபித்துவத்தின் பங்கை முதன்மையான ஷரியத் அறிஞர்கள் பலர் ஏற்றுக்கொண்டுள்ளனர். மாலிக் மத்ஹபைத்[35] தோற்றுவித்த மதினா நகரைச் சேர்ந்த இமாம் மாலிக் கூறினார்கள்: புனித ஷரியத்தைத் தெரிந்துகொள்ளாமல் தசவ்வுஃப் எனும் ஆன்மிகப் பாதையை பின்பற்றுபவர் தன் நம்பிக்கையின் தூய்மையைக் கெடுக்கிறார். புனித ஷரியத்தைத் தெரிந்து வைத்துக்கொண்டு ஆன்மிகப்பாதையில் செல்லாதவர் தன்னைத்தானே அசுத்தப்படுத்திக்கொள்கிறார். இரண்டையுமே இணைப்பவர்தான் உண்மையாளர்'.

ஹம்பலி மத்ஹபைத் தோற்றுவித்த இமாம் அஹ்மத் இப்னு ஹம்பல் கூறினார்கள்: 'ஓ மகனே, நீ சூஃபிகளோடு அமர்ந்திருக்கவேண்டும். அவர்கள் ஞானத்தின் ஊற்றுக்கண். இறைவனைப் பற்றிய நினைப்பு அவர்கள் இதயங்களில் எப்போதும் இருக்கும்'. சூஃபி போதனைகளை ஏற்றுக்கொள்ளாத சிரிய முஸ்லிம் சட்ட வல்லுனரான இப்னு தய்மியாகூட, 'தசவ்வுஃப் எனும் பாதையில் செல்லும் சூஃபிகளை புதுமை புகுத்துபவர்கள் என்று சிலர் கூறுகின்றனர். ஆனால் உண்மையில் அவர்கள் இறைவனுக்கு அடிபணிந்து நடக்க கடுமையாக முயற்சிப்பவர்களாவார்கள். எனவே கடும் முயற்சியின் மூலம் இறைவனின் அருகாமையைப் பெறமுடியும் என்பதை அவர்கள் மூலமாக உணரமுடியும்' என்று கூறினார்.[36]

இன்று ஏகப்பட்ட பிரிவுகள் இஸ்லாத்தை உலுக்கிக் கொண்டுள்ளன. முஸ்லிம்கள் 73 பிரிவுகளாகப் பிரிந்து செல்வர் என்ற பெருமானாரின் கூற்றை ஏற்கெனவே முஸ்லிம்கள் உண்மையாக்கிவிட்டதாகவே தோன்றுகிறது. இப்படிப்பட்ட குழப்பமான சூழலில், நவீன உலகின் சவால்களை எதிர்கொள்ள

முடிகிற, இன்றியமையாத, எல்லாவற்றையும் அரவணைக்கிற, செயல்பாட்டுக்குரிய இஸ்லாத்துக்கான நம்பத் தகுந்த அடிப்படை திருக்குர்'ஆனை இதயத்துக்குக் கொண்டு செல்பவர்களிடத்திலேயே உள்ளது.

பேராசிரியர்களிடத்திலோ, குறுகிய செயல்திட்டம் கொண்ட தலைவர்களிடத்திலோ, இணக்கமற்ற சகிப்புத்தன்மை இல்லாதவர்களிடத்திலோ அது இல்லை. இஸ்லாத்தின் இதயத்தை அறிந்தவர்கள் சூஃபிகளே. அவர்களுடைய போதனைகளில் இஸ்லாத்தின் உயிரை, உண்மையை தனிப்பட்ட முறையில் ஒருவர் அறிந்துகொள்ளமுடியும். நீதி, சேவை, பரிவு ஆகியவற்றுக்காக எதிர்காலத்தில் இஸ்லாம் உலகளவில் அறியப்படும் என்பதில் எல்லா மதங்களைச் சேர்ந்தவர்களும் நம்பிக்கை கொள்ளமுடியும்.

கேள்வி 28

பையத் எனும் தீட்சை

புதிதாகச் சேருபவர்களுக்கும் தீட்சை கொடுக்கும் வழக்கம் உங்களுக்கு உள்ளதா?

ஒருமுறை இந்திய ஷெய்கு சையித் அப்துல் பாரி ஷாஹ் அவர்கள் ஃபரங்கி மஹல் மௌலவி நயீம் அவர்களை லக்னோவில் சந்தித்தார். வழக்கமாக சீடர்களை ஏற்றுக்கொள்ளும் பழக்கம் உண்டா என்று நயீம் கேட்டார். அதற்கு பாரி ஷாஹ், 'ஒரு குருவாக இருப்பதும், சீடர்களை உருவாக்குவதும் உங்களுடைய மற்றும் உங்களைப் போன்றவர்களுடைய பழக்கம். எனது அக்கறை யெல்லாம் உண்மையான தேடல் கொண்டவர்களை இறைவனுக்கு நெருக்கமாக அழைத்துச் செல்வதே ஆகும்' என்று பதில் சொன்னார். அந்த மென்மையான கடிந்துரையை ஏற்றுக் கொண்ட மௌலவி நயீம், 'அது இறைவனின் சலுகை. அவன் விரும்பியவர்களுக்கு அதைக் கொடுக்கிறான்' என்றார்.

ஒரு ஆசிரியர் என்ற முறையில் நான் பல ஊர்களுக்கும் போகிறேன். இறைவனின் அண்மையை நாடும் ஒருவரை நான் கண்டால், என் முன்னோர்களின் அருளாசிகளையும் உதவியையும் கொண்டு, அவருக்கு நான் அப்பாதையில் முடிகின்ற தூரம்வரை உதவுகிறேன்.

குருவுக்கும் சீடருக்குமான உறவு பல பாதைகளிலும், பல கலாச்சாரங்களிலும் பலவிதமாகப் பார்க்கப்படுகிறது. இந்தியாவில் 'ஷெய்கு' (குரு) என்ற சொல் ஆன்மிகரீதியில்

குணப்படுத்துபவரைக் குறிக்கிறது. தன் உதவியைத் தேடி வருபவர்களை அவர் சந்திக்கிறார். சிறப்பு பிரார்த்தனைகள், குணப்படுத்தும் தாயத்துகள் மூலமாக தன்னை நாடி வருபவர்களுக்கு அவர் உதவிகள் செய்கிறார். அதற்குப் பகரமாக பணம் பெற்றுக் கொள்கிறார். இந்தச் சூழலில் பலர் அவரது சீடர் என்ற அந்தஸ்துக்குள் வந்துவிடுகிறார்கள். தங்கள் ஷெய்குடனான அந்த குறுகிய உறவே போதுமென்று பலர் நினைக்கின்றனர். அதற்கும் மேலான ஆன்மிகப் பயிற்சிகளை செய்யவேண்டும் என்று அவர்களோ அல்லது அந்த ஷெய்கோ நினைப்பதில்லை. இந்த மாதிரியான உறவுநிலைகளை பொதுவாக எங்கும் காணமுடியும்.

ஆனால் குருவுக்கும் சீடருக்கும் இடையிலான உறவை நக்ஷபந்தி முஜத்திதி பாதை வேறு மாதிரியாகப் பார்க்கிறது. ஒழுங்குபடுத்தப் பட்டு அமைக்கப்பட்ட ஆன்மிகப் பயிற்சிகளை சீடருக்குக் கற்றுக் கொடுக்கும் ஆசிரியராக அவர் இங்கே உள்ளார். அந்தப் பயிற்சிகளை கட்டாயம் செய்யவேண்டிய கடமை மாணவர்கள் அல்லது சீடர்களுக்கு உள்ளது. எப்படி ஒரு பல்கலைக்கழகத்தில் பாடங்களைப் பயின்று தேர்வு எழுதினால்தான் அடுத்த நிலைக்குப் போகமுடியுமோ அதுபோல. தம் பாடங்களை பல்கலைக்கழக பேராசிரியர்கள் முழுமையாகத் தெரிந்திருக்கவேண்டும் என்று மாணவர்கள் நினைக்கிறார்கள். அதேபோல, சீடர்களுக்கு தாம் முழுமையாக நம்பிக்கை வைக்க முடிகிற, நன்கு பயிற்சி பெற்ற ஒரு வழிகாட்டி வேண்டும். அவர் காட்டும் பாதையில் அவர்கள் கடுமையான முயற்சிகளைச் செய்யவேண்டும்.

எங்கள் பாதையில் உள்ள ஷெய்குமார்கள் அதிக எண்ணிக்கையிலான சீடர் கூட்டத்தைச் சேர்க்கவேண்டும் என்று விரும்புவதில்லை. உண்மையிலேயே இறைவனின் நெருக்கம் பெற வேண்டும் என்று யார் விரும்புகிறார்களோ அவர்களுக்கு மட்டும் 'பையத்' எனும் தீட்சையை நாங்கள் கொடுக்கிறோம்.

எடுத்த உடனேயே 'பையத்' கொடுத்துவிடுவதில்லை. ஆரம்ப கட்ட பயிற்சிகள் மூலம் முதலில் 'லத்தாயிஃப்' என்று சொல்லப்படும் அவரது பத்து விழிப்புணர்வு மையங்களும் எழுப்பப்பட வேண்டும். அதன் பிறகு இன்னும் ஆழமாகத் தெரிந்துகொள்ள வேண்டும் என்று அவர் விரும்பினால் அவருக்கு தீட்சை கொடுக்கப்படும்.

தன் அனுபவங்களை அடிப்படையாக வைத்து, சீடர்களை உருவாக்கும் அமைப்பினை ஹஸ்ரத் சையித் அப்துல் பாரி ஷாஹ் அவர்கள் விரும்பவில்லை. எனினும், ஆன்மிக ரீதியில், ஆரம்ப கட்ட பயிற்சிகளை குறையின்றி நிறைவேற்றிவிட்ட சாதகர்களுக்கும் குருவுக்கும் இடையில் ராபிதா எனப்படும் உறவு ஏற்படுவதற்கும், ஆன்மிகப் பாடங்களை மேற்கொண்டு ஆழமாகப் பயில்வதற்கும் ஏதுவாக தீட்சை பெறுவது அவசியம் என்றே அவர்கள் கருதினார்கள்.

கேள்வி 29

குரு சீடர் உறவு

ஒரு குருவில்லாமலே உண்மையைத் தெரிந்துகொள்ள முடியும் என்று சிலர் கருதுகின்றனர். ஆன்மிகப் பாதையில் ஈடுபடும் ஒவ்வொருவருக்கும் குரு அவசியமா?

இது மிக முக்கியமான கேள்விகளில் ஒன்று. மிக எளிமையாக இதற்கு பதில் கூறவேண்டுமானால், நாம் எதைக் கற்றுக்கொள்ள வேண்டும் என்றாலும் ஆசிரியர் தேவை. அதிலும் ஒரு துறையில் உள்ள ஆழமான, மேம்பட்ட விஷயங்களைக் கற்றுக்கொள்ள வேண்டுமெனில் ஆசிரியர் அவசியமாகும்.

சுலூக் எனப்படும் ஆன்மிகப் பயணத்தில் மூரீத் எனப்படும் ஆண் சீடர்களும், முரீதா எனப்படும் பெண் சீடர்களும், முராத் எனப்படும் சிறப்பு சீடர்களும் இருப்பர். முரீதுகளுக்கும் முரீதாக்களுக்கும் அவர் தம் பயணத்தில் ஒரு குரு தேவை. ஒருவருக்கு குரு இல்லையெனில், அவருக்கு ஷைத்தான் குருவாக இருப்பான் என்கிறது ஒரு முதுமொழி! ஒரு குருவின்றி, தனியாக ஆன்மிகப் பயணம் செல்வோரை அவர்களது எதிர்மறை எண்ணங்கள், அச்சங்கள், சோம்பேறித்தனம், அதிகார மோகம் போன்றவை வழிகெடுக்க வாய்ப்புண்டு. இறைவனை நோக்கி யாரும் ஒரு அடிகூட எடுத்து வைத்துவிடக்கூடாது என்பதில் ஷைத்தான் உறுதியாக இருக்கிறான்.

ஆனால் சில அரிய தருணங்களில், சில அசாதாரண மனிதர்களுக் காக, இறைவனே நேரடியாக வழிகாட்டுதலையும் பயிற்சியையும்

கொடுக்கிறான். அப்படிப்பட்ட தனி மனிதர்கள் முராத் என்று அழைக்கப்படுகிறார்கள். சில சமயங்களில் முராதுகளுக்கு ஆன்மிக வழிகாட்ட மறைஞான குரு ஹிள்ரு[37] (அலை) அவர்கள் வருவார்கள். சில சமயங்களில் அவ்லியா எனப்படும் இறைஞானி களின் ஆன்மாக்கள் அவர்களுக்கு உதவி செய்யும். எனினும், மற்ற ஆன்மிகப் பயணிகளைப் போலவே முராதும் அடுத்தவரின் உதவி தேவைப்படுபவராகவே உள்ளார். உடல்ரீதியான வடிவத்தைச் சார்ந்து அவர் இல்லை என்பது மட்டும்தான் மற்ற சாதகர்களுக்கும் ஒரு முராதுக்கும் உள்ள வேறுபாடாகும்.

கண்ணுக்குத் தெரியாத இடங்களிலிருந்து வரும் வழிகாட்டுதலானது சாத்தானிடமிருந்தோ அவனது உதவியாளர் களிடமிருந்தோகூட வரலாம். எனவே தன்னை ஒரு முராத் என்று எண்ணிக்கொள்கிற ஒருவர் வாழ்ந்துகொண்டிருக்கும் ஒரு குருநாதரிடம் கேட்டு அதைத் தெளிவுபடுத்திக்கொள்ள வேண்டியது அவசியம். ஆதாரப்பூர்வமான ஒரு குருநாதரால்தான் ஒருவர் முராதா இல்லையா என்பதைக் கூறமுடியும்.

சுருங்கக்கூறின், ஆன்மிகப் பாதையில் பயணம் செய்ய விரும்பும் அனைவருக்கும் ஒரு ஆசிரியர் நிச்சயம் தேவை. ஆசிரியர் வேண்டாம் என்று முடிவு செய்யும் ஒருவர் வழிதவறிப் போகும் வாய்ப்புண்டு. ஒருவர் தன்னளவிலேயே சில விஷயங்களைத் தெரிந்துகொள்ள முடியும் என்பதை நான் மறுக்கவில்லை. குரு இல்லாமல் செய்யப்படும் ஆன்மிகப் பயணம் தோல்வியில்தான் முடியும் என்றும் சொல்லவில்லை. ஆனால் குருவின்றி பயணிக்கும் ஒரு சாதகர் இறைவனின் விருப்பத்துக்கு மாற்றமாக நடந்துகொள்ளக்கூடிய அபாயம் எந்நேரமும் ஏற்படலாம். அப்படி ஆகிவிட்டால் அவரால் இறுதி நிலையை அடையவே முடியாது.

சூஃபிப் பாட முறைகளில் ஒரு ஞானாசிரியருக்கும் சீடருக்குமான பொறுப்புகள் என்னென்ன?

இந்த கேள்விக்கு முழுமையாக பதில் கூறவேண்டுமானால் பல வாரங்கள் ஆகலாம். எனினும் சில முக்கியமான செய்திகளை மட்டும் சொல்ல அனுமதிக்கவேண்டும்.

மற்ற சூழல்களைப் போலவே, கற்றுக்கொள்கின்ற சூழல்களிலும் சில விஷயங்கள் உண்மைக்கு மாற்றமாக பெரிதுபடுத்திப் புரிந்து

கொள்ளப்படுகின்றன. சூஃபித்துவத்தின் ஆரம்பகட்ட வளர்ச்சிக் காலத்தில் ஒரு குருவின் அவசியம் உணரப்பட்டிருந்தது. ஆனால் காலம் செல்லச் செல்ல, குருவுக்கான முக்கியத்துவம் தேவையற்ற அதீத அழுத்தம் பெற ஆரம்பித்தது. சில சூழ்நிலைகளில் உதவியாக இருப்பதற்கு பதிலாக சூஃபி குரு ஒரு தடையாக அமைந்து போனார். பக்குவப்படாத மனிதர்களின் மனப்பாங்கின் காரணமாக எல்லா சூஃபிப் பாதைகளிலும் ஏதோ ஒரு காலகட்டத்தில் இவ்வாறு நடந்துள்ளது.

ஒரு ஷெய்கு என்பவர் ஒரு வழிகாட்டி. மற்றவர்களுக்குக் கற்றுத்தரும் தகுதி அவருக்கு உள்ளது, ஏனெனில் மற்றவர்கள் செல்ல விரும்பும் பாதையின் எல்லா சூட்சுமங்களிலும் அவர் ஏற்கெனவே பயணித்து வென்றுள்ளார். மாணவர்களை சரியான பாதையில் அழைத்துச் செல்ல அவருக்கு அதிகாரம் உண்டு. மாணவரின் பங்குக்கு அவர் குருவிடம் சரணாகதி அடைய வேண்டும். அவ்வளவுதான்.

ஆனால் குருவின் அதிகாரம், சீடரின் சரணாகதி ஆகியவற்றுக்கு மேற்கத்தியர்கள் தவறான விளக்கம் கொடுக்கின்றனர். நான் வாஷிங்டன் டி.ஸி.யிலிருந்து நியூயார்க்குக்கு கார் ஓட்டிக்கொண்டு போகவேண்டும் என்று வைத்துக்கொள்வோம். எனக்கு வழி தெரியாது. அதனால் ஒரு வழிகாட்டியை நான் வாடகைக்கு அமர்த்திக்கொள்கிறேன். அந்தப் பயணம் முழுவதும் அந்த வழிகாட்டிதான், அவர் சொல்வதற்கு மறுபேச்சு கிடையாது. அவர்தான் அதிகாரி. அவரது வழிகாட்டுதலுக்கும் அனுபவத்துக்கும் சந்தேகங்களுக்கு அப்பாற்பட்டவகையில், கேள்வி எதுவும் கேட்காமல் சரணடைகிறேன்.

இப்போது நான் யாரிடம் சரணடைந்துள்ளேன்? ஒரு மனிதரிடத்தா? ஒருவகையில் அது சரி. ஆனால் இன்னொரு வகையில், நிர்மாணிக்கப்பட்ட ஓடுபாதை சட்டங்களை மீறாமல், ஏற்கெனவே போடப்பட்ட பாதைகளின் வழியாக போய்ச்சேர வேண்டிய இடம் என்று நான் சொன்ன இடத்துக்கு அவர் என்னை வழிநடத்திச் செல்கிறார். சூஃபிப் பாதையில் ஒரு மனிதர் இன்னொரு மனிதரிடத்தில் சரணாகதி அடைவதாகத் தோன்றலாம். ஆனால் முஸ்லிம்களைப் போலவே, அப்பாதையில் செல்கின்ற அனைவருமே இறுதி அதிகாரம் இறைவனுடையதே என்ற அடிப்படையில்தான் செல்கின்றனர்.

சீடரானவர் உத்தரவுகளை ஷெய்கிடமிருந்து பெற்றுக் கொண்டாலும் உண்மையில் அவர் இறைவன் ஒருவனுக்கே அடிபணிகிறார். மனிதருக்கு அல்ல.

குருவின் வழிகாட்டுதல் அவரை இறுதியாக போய்ச்சேர வேண்டிய இடத்துக்கு அருகில் கொண்டு போகிறது. ஏற்கெனவே சொன்ன உதாரணத்தின்படி தொடருவோமானால், நியூயார்க் நகருக்கு நான் குறிப்பிட்ட நேரத்துக்குள் வருவதாகச் சொல்லியிருந்தால், ஒரு வழிகாட்டியை அழைத்துப் போகாதது என் அறிவீனத்தையே காட்டுவதாக அமையும்.

சீடரானவர் குருவை கவனமாகத் தேர்வு செய்யவேண்டும். அப்படிச் செய்தபின், அங்குமிங்கும் பார்த்துக்கொண்டிராமல், அவரது கவனம் முழுவதையும் குருவிடத்திலேயே வைக்கவேண்டும். கவனம் வைக்காமல் இருப்பது விஷத்துக்கு ஒப்பானது. ஒருமுறை நக்ஷபந்தி பாதையைச் சேர்ந்த ஒரு சீடர் தன் ஷெய்கைப் பார்க்கச் சென்றுகொண்டிருந்தார். வழியில் அவர் கிள்ர் (அலை) அவர்களைக் கண்டார். ஆனாலும் அவரைக் கண்டுகொள்ளாமல் தன் குரு இருந்த திசையை நோக்கிச் செல்ல ஆரம்பித்தார். ஆனால் கிள்ர் (அலை) அவர்களைத் தாண்டி தன் சீடர் வந்திருப்பதை உள்ளுணர்வால் ஷெய்கு அறிந்துகொண்டார். 'அவ்வளவு முக்கியமான ஒருவரைப் பார்த்தும் ஒன்றும் கண்டுகொள்ளாமல் வந்துவிட்டீர்களே' என்று சீடரைப் பார்த்துக் கேட்டார். 'நான் அந்த நேரத்தில் என் கவனத்தை உங்களை நோக்கி வைத்திருந்தேன் ஷெய்கு அவர்களே' என்று பதில் சொன்னார் சீடர்.

இரண்டாவது நிகழ்வு இந்திய சத்குருக்களில் ஒருவரான க்வாஜா முயீனுத்தீன் சிஷ்தி அவர்களைப் பற்றியது. அவர்களது பிரதிநிதியான க்வாஜா குத்புத்தீன் பக்தியார் காகி டெல்லியில் இருந்தார். முயீனுத்தீன் சிஷ்தி அவர்களைக் காண பக்தியார் காகியின் சீடர்களெல்லாம் வந்திருந்தனர். ஒருவரைத் தவிர. 'உங்கள் மாணவர்கள் எல்லோரும் வந்துவிட்டார்களா? வேறு யாரும் வரவேண்டியுள்ளதா?' என்று க்வாஜா கேட்டார்கள். 'ஒரே ஒருவர் மட்டும் உடம்புக்கு முடியாததால் அவரது அறையில் இருக்கிறார்' என்று பக்தியார் காகி சொல்லவும், 'அப்படியானால், நாம் அவரைச் சென்று பார்க்கலாம்' என்று க்வாஜா கூறினார்கள்.

அவ்வாறு அவர்கள் அந்த மாணவரின் அறைக்குச் சென்றார்கள். அம்மாணவரின் பெயர் பாபா ஃபரீத்[38]. அவரை எழுப்ப வேண்டி,

‘என் ஷெய்கு வந்திருக்கிறார்கள். எழுந்து பார்த்து சலாம் கூறுங்கள்’ என்று பக்தியார் உரக்கச் சொன்னார். ஆனால் பாபா ஃபரீத் தன் தலையை பக்தியாரின் காலடிகளில் வைத்திருந்தார். கண்களை உயர்த்திக்கூட க்வாஜா முயீனுத்தீன் சிஷ்தி அவர்களை பாபா ஃபரீத் பார்க்கவில்லை. ‘எனக்கு எல்லாமே நீங்கள்தான் ஷெய்கு அவர்களே’ என்று கூறினார்.

அந்தக் காலத்தில் ஒரு பழக்கமிருந்தது. இவர்தான் என் குரு என்று முடிவு செய்த பிறகு ஆன்மிகப் பாதையில் சென்ற சீடர்கள் தன் குருநாதரைவிட சிறந்த யாரையும் பார்க்காதிருக்கும் பொருட்டு தங்கள் கண்களை துணியால் கட்டிக்கொள்வார்களாம். ‘நான் இவரது சீடராக இருந்திருக்கலாமே’ என்பது போன்ற எண்ணங்கள் வருவதை இவ்விதமாக அவர்கள் தவிர்த்து வந்தார்கள்.

ஒரு குருவைத் தேர்வு செய்வதற்கு முன், ஒரு சீடர் எத்தனைக் கதவுகளை வேண்டுமானாலும் தட்டலாம். ஆனால் ஒரு ஷெய்கைத் தேர்வு செய்து, அவரால் ஏற்றுக்கொள்ளப்பட்ட பிறகு, ‘ஷெய்கின் கதவுகளைப் பற்றிப் பிடித்துக்கொள்ளுங்கள் உறுதியாக’ என்ற சூஃபி மொழிக்கேற்ப நடந்துகொள்ள வேண்டும். அப்போதுதான் அவரால் வெற்றி பெறமுடியும்.

தன் குருவுக்கு இன்னவிதமாகத்தான் மரியாதை காட்ட வேண்டும் என்று ஏதாவது வழிமுறைகள் உள்ளனவா?

குருவுக்கு இப்படித்தான் மரியாதை செய்யவேண்டும் என்று ஒருமுறை உள்ளது. அதற்கு ‘அதப்’ என்று பெயர். அதன்படியே குரு சீடர் உறவு அமைந்திருக்கும். அதப் இரண்டு பகுதிகள் கொண்டது. ஒன்று சம்பிரதாயங்கள் தொடர்பானது. இரண்டாவது இதயத்தோடு தொடர்பு கொண்டது. பல நூற்றாண்டுகளுக்கு முன், அதப் பற்றி பூரணமாகப் புரிந்துகொண்டு சீடர்கள் அதன்படி இதயத்திலிருந்து ஒழுகினர். தங்கள் ஷெய்கை சந்திக்க வேண்டியிருந்தால், அவர் முன் உட்காராமல் நின்று கொண்டிருப்பார்கள். பொறுமையாகக் காத்திருப்பார்கள். ஷெய்கு பேசாவிட்டால், அதை மனதில் போட்டுக்கொள்ள மாட்டார்கள். ஷெய்கு அவர்களுக்கு ஆன்மிக ரீதியில் வேறு ஏதோ முக்கியமானதாக உள்ளது என்று புரிந்துகொள்வார்கள். எனவே அவர்கள் அப்படியே நின்றுகொண்டிருப்பார்கள். அப்படிப்பட்ட செயல்பாடுகளின் பின்னால் ஒரு அர்த்தமும், நோக்கமும் இருந்தது.

க்வாஜா குத்புத்தீன் பக்தியார் காகியைப் பற்றிய இன்னொரு கதை அதைப்பற்றி நமக்கு அழகாக விளக்குகிறது. ஒருநாள் அவர் துர்க்மான் பியாபானி என்ற ஒரு விருந்தாளியோடு சாப்பிட்டுக் கொண்டிருந்தார். அருகில் நின்று பாபா ஃபரீத் அவர்களை கவனித்துக் கொண்டிருந்தார். அவர்கள் இரண்டு பேரும், அந்தக் கால வழக்கப்படி, ஒரே தட்டிலிருந்து கைகளால் சாப்பிட்டுக் கொண்டிருந்தனர். வழக்கத்திற்கு மாறாக, துர்க்மான் பியாபானி தன் கையை அவ்வப்போது ஒரு வாய் சாப்பிடுவதும் பின் அக்குளுக்குள் விடுவதுமாகச் செய்துகொண்டிருந்தார். விருந்து கொடுப்பவருக்கு அந்தச் செயல் ஒரு மாதிரியாக இருந்தது. தன் குருவின் சங்கடத்தைக் கவனித்த பாபா ஃபரீத், அப்படிச் செய்வதை நிறுத்துமாறு பியாபானியிடம் சைகை காட்டினார்.

அவரது சைகையைக் கவனித்த துர்க்மான் பியாபானி தன் கையைத் தூக்கிக்காட்டினார். அவருடைய தோள்களுக்குக் கீழே ஒரு தெளிவான ஆறு ஓடிக்கொண்டிருந்தது. ‘க்வாஜா குத்புத்தீன் பக்தியார்மீது எனக்கு அளப்பரிய மரியாதை உண்டு. அதனால் தான் ஒருமுறை வாய்க்குள் விட்ட கையைக் கழுவாமல் மீண்டும் அவரது தட்டில் வைக்க எனக்கு மனமில்லை’ என்றார் பியாபானி!

அந்தக் காலத்தில், அப்படிப்பட்ட செயல்களின் பின்னாலிருந்த முக்கியத்துவத்தை மக்கள் புரிந்துகொண்டார்கள். பின்னாளில் அதப் எனப்படும் ஒழுக்க உணர்வு குறைந்து போனது. ஆனால் புறவயமான சம்பிரதாயங்கள் தொடர்ந்தன. ஆனால் அர்த்தம் என்னவென்றே புரியாமல் சம்பிரதாயங்களை சீடர்கள் இன்று நிறைவேற்றும் அதப்-பின் பின்னால் உயிர் இல்லை. அவை இதயத்தின் அதபாக மலராமல், இரண்டாம் தரமான சம்பிரதாயங்களாக மட்டும் உள்ளன.

ஒரு சீடரின் அறிவு ஆழப்படும்போது இதயப்பூர்வமான அதப் வளர்கிறது. ஒரு குழந்தை துப்பும்போதோ, நம்மை இறுகப்பிடிக்கும் போதோ, நம்மைத் திரும்பிப் பார்க்காமல் செல்லும்போதோ நாம் கோபப்படுவதில்லை. ஆனால் வளர்ந்த ஒருவர் அக்காரியங்களைச் செய்யும்போது நமக்கு அது பிடிப்பதில்லை. காரணம், அவர் வளர்ந்தவர், அவருக்கு நல்லது கெட்டது தெரியும். அதுபோலவே, உள்ளார்ந்த புரிதல் வளரும் போது, அதபும் வளரும்.

ஷெய்கின் மீதிருந்து தன் கவனத்தை விலக்காமல் இருப்பதே அதப் எனப்படும் ஒழுக்கத்தின் சாரமாகும். ஒருவர் தன் ஷெய்கின் முகத்தைப் பார்த்துக்கொண்டிருக்கும்போதுகூட அவரது கவனம் வேறெங்கோ இருக்கலாம். அதேபோல, சீடரின் முகம் ஷெய்கை நோக்கி இல்லாவிட்டாலும், அவரது கவனம் முழுவதும் தன் குருவிடத்திலேயே இருக்கலாம். எல்லா நேரத்திலும் குருவிடத்தில் கவனம் குவிந்து ஒன்றியிருத்தலே அதபின் ரகசியமாகும். அவர் ஷெய்கின் கண்களுக்கு முன் இருந்தாலும் சரி, இல்லாவிட்டாலும் சரி.

ஒருமுறை என் ஷெய்கு என்னிடம் பேசிக்கொண்டிருந்தபோது அவருக்கு என்ன பதில் சொல்வது என்பது பற்றி நான் யோசித்துக் கொண்டிருந்தேன்.

'நான் சொல்வதைக் கேட்டுக்கொண்டிருக்கிறாயா? அல்லது என்ன பதில் சொல்வது என்று யோசித்துக்கொண்டிருக்கிறாயா?' என்று என்னைக் கடிந்துகொண்டார். என் கவனக்குறைவு எனக்கு அதப் இல்லை என்பதைக் காட்டியது.

சில சங்கடமான தருணங்களை அதப் கொடுக்கக்கூடும். ஒரு குளிரான இரவொன்றில் ஒரு ஞானாசிரியரும் அவரது மாணவரும் ஒன்றாக இருந்தனர். உறங்குவதற்காக நேரம் வந்ததும், 'ரொம்ப குளிராக உள்ளது. என் குரு தூங்கி எழும்போது அவருக்கு இதமான சூடுள்ள தண்ணீர் தேவைப்படலாம்' என்று சீடர் நினைத்தார். ஒரு கூஜாவில் தண்ணீரை எடுத்து அதற்கு கொஞ்சம் வெப்பமேற்று வதற்காக அதைத் தன் நெஞ்சின்மீது வைத்துக்கொண்டார். அந்த நிலையிலேயே இரவு முழுவதும் அவர் தூங்காமல் நின்று கொண்டிருந்தார். இது சடங்குரீதியான அதப் அல்ல, இதயப்பூர்வமான அதப்.

தன் ஞானாசிரியரைப் பற்றி எந்தச் சந்தேகமும் கொள்ளாதிருப்பதும் ஒரு சீடருக்கு முக்கியமாகும். ஒருவேளை தன் குருவைப் பற்றிய தவறான எண்ணம் ஏதாவது தோன்று மானால், அவரைத் தனியாக சந்தித்து சந்தேகத்தை நிவர்த்தி செய்துகொள்ளவேண்டும்.

அதே நேரத்தில், ஒரு ஞானாசிரியரின் ஒவ்வொரு செயலுக்கும் பின்னால், அது சின்னதாயினும், பெரியதாயினும், ஓர் அர்த்தம் மறைந்திருக்கும் என்பதை உணரவேண்டும். ஒரு

ஞானாசிரியரானவர் எந்த நேரமும் தன் சொல், செயல் ஆகியவற்றின் மூலமாக ஆன்மிக உண்மையை, உத்தரவுகளை உணர்த்திக்கொண்டே இருப்பார். கோபிப்பது, திட்டுவது, புன்னகைப்பது என அவரது நடத்தை எப்படியிருந்தாலும், அதற்குப் பின்னால் ஒரு நோக்கமிருக்கும்.

இதை விளக்க அடிக்கடி ஒரு கதை சொல்லப்படுவதுண்டு. (இக்கதை தவறாகப் புரிந்துகொள்ளப்படுவதற்கு வாய்ப்புண்டு. ஆனால் உங்கள் கேள்வி தொடர்பான ஒரு முக்கியான பாடத்தை இது கொண்டிருப்பதால் இக்கதையை இங்கே சொல்கிறேன்).

ஒரு முறை ஒரு ஞானாசிரியர் தன் மனைவியிடம் நீ வெளியே சென்று மாறுவேஷத்தில் உள்ளே மீண்டும் வா என்று சொன்னார். அப்படி வரும் அவரைப் பார்க்கும் எந்த மாணவரும் அவர் தன் ஞானாசிரியரின் மனைவி அல்ல என்று நினைக்கத் தோன்றும். தன் கணவர் சொன்னது போலவே குருவின் மனைவியும் யாரும் பார்க்காதபோது வெளியே சென்று, வேறு உடைகளைப் போட்டுக்கொண்டு எல்லா சீடர்களும் இருந்த நேரம் பார்த்து வீட்டுக்குள் வந்தாள். உள்ளே வந்து கொஞ்ச நேரம் இருந்தாள். சீடர்களுக்கு சந்தேகம் வந்தது. பல மணி நேரமாகியும் அவள் வீட்டை விட்டுப் போகவில்லை. சந்தேகம் கொண்ட சீடர்கள் அனைவரும் தங்கள் குருவைப் பற்றிய தவறான எண்ணத்தில் எழுந்து வெளியேறினர். ஒரே ஒருவரைத் தவிர.

வெளியேறாமல் தங்கியிருந்த ஒரேயொரு சீடரை குரு பார்த்தார். 'நீ ஏன் வெளியே போகவில்லை?' என்று கேட்டார். 'உங்கள் தனிப்பட்ட விஷயங்களைப் பற்றி எனக்கு அக்கறையில்லை. நீங்கள் என்ன சொல்லித்தரப்போகிறீர்கள் என்பதை கற்றுக் கொள்ள மட்டுமே நான் இங்கே வந்திருக்கிறேன்' என்றார் அவர். சீடரை அணைத்துக்கொண்ட குரு அந்தப்பெண் தன்னுடைய மனைவிதான் என்பதை விளக்கினார்.

எல்லா ஞானாசிரியர்களும் சரியானவர்கள்தான். சீடரைப் பரிசோதிப்பவர்களையும் சேர்த்து. ஞானாசிரியரை நம்பவில்லை யென்றால் சீடருக்கு பலன் கிடைக்காது. ஒரு குருவுடனான உறவில் அவநம்பிக்கை, சந்தேகம், தவறான புரிந்துகொள்ளல் ஆகியவற்றுக்கு இடமே கிடையாது.

ஒரு குறிப்பிட்ட கான்காவில் ரொம்ப காலமாக பல சீடர்கள் இருந்து வந்தனர். புதிதாக வந்து சேர்ந்த ஒருவர் மிக விரைவாகப் பாடங்களில் தேறி முன்னேறினார். விரைவிலேயே அந்த ஞானாசிரியரின் கலீஃபாவாக (ஆன்மிகப் பிரதிநிதி) நியமிக்கப் பட்டார். மூத்த சீடர்களுக்கு அது பொறுக்கவில்லை. அவர்கள் வெகுண்டனர். ஏனெனில் அவர்கள் நீண்ட காலம் கடுமையான பயிற்சிகளை எடுத்திருந்தனர். ஆனால் நேற்று வந்த புதியவருக்கு கௌரவம் அளிக்கப்பட்டது. அவர்களுடைய அதிருப்தியைப் பார்த்து, 'உங்கள் எல்லோருடைய முன்னேற்றத்தையும்தான் நான் விரும்புகிறேன். அதற்காகத்தான் பிரார்த்திக்கிறேன். புதிதாக வந்திருக்கும் அந்த நண்பரைப்போல நீங்களும் ஆன்மிகப் பாதையில் முன்னேறுவீர் களேயானால், உங்கள் அனைவரையுமே கலீஃபாக்களாக்குவேன். ஆனால் நீங்கள் அனைவரும் இப்போதுதான் வெட்டிக்கிடத்தப்பட்ட பச்சை மரங்களைப்போல் உள்ளீர்கள். என்னுடைய கதகதப்பை நான் உங்களுக்குக் கொடுத்தாலும், தீப்பற்றிக்கொள்ளும் அளவுக்கு அது போதுமானதாக இல்லை. ஆனால் வந்திருக்கும் புதிய மாணவரோ நன்கு காய்ந்த மரத்துண்டைப்போல உள்ளார். கொஞ்சம் பயிற்சி செய்தவுடனேயே அவர் வெகுவாக முன்னேறி விட்டார்' என்று கூறினார். அதன் பிறகுதான் அம்மாணவர் களுக்குப் புரிந்தது.

சுருங்கச் சொல்வதெனில், ஞானாசிரியரை சீடர் எந்தக் காலத்திலும் சந்தேகிக்கக் கூடாது. அவரது எல்லா செயல் களுக்கும் பின்னால் நிச்சயமாக ஒரு நல்ல காரணம் இருக்கும் என்று நினைக்கவேண்டும். சந்தேகமோ அவநம்பிக்கையோ ஒரு சீடருக்கு வருமானால், குருவைத் தனியாகச் சந்தித்து, குழப்பத்தை எடுத்துச் சொல்லி, பிரச்னையைத் தீர்க்க வேண்டும்.

கேள்வி 30

சூஃபித்துவத்தை உயர்கல்வி நிறுவனங்களில் படிப்பது

உயர்கல்வி நிறுவனப் படிப்பாக சூஃபித்துவத்தைப் படிப்பது ஆன்மிகத்தில் ஈடுபட விரும்புபவர்களுக்கு பயன் தருமா? புகழ்பெற்ற சூஃபி ஞானாசிரியர்கள், அறிஞர்கள் எழுதிய சூஃபித்துவம் பற்றிய நூல்களையெல்லாம் படிப்பதனால் நன்மை உண்டா?

ஞானாசிரியர்கள் மற்றும் அறிஞர்களின் நூல்களைப் படிப்பது சில சந்தேகங்களைப் போக்கி, சில தெளிவுகளை ஏற்படுத்தலாம். அதேசமயம், ஒரு ஆன்மிக மாணவருக்கு சூஃபி நூல்களைப் படிக்கவேண்டும் என்று விருப்பம் ஏற்பட்டாலோ, அல்லது அப்படி அவருக்கு ஞானாசிரியரால் சொல்லப்பட்டிருந்தாலோ, அவருடைய நோக்கம் திருமறையாம் குர்'ஆனைத் தெளிவுற விளங்கிக் கொள்வதற்காகவும், தன் ஞானாசிரியரிடம் கலந்துரையாடல் செய்வதற்காகவுமே இருக்க வேண்டும். வெறும் அறிவார்ந்த தளத்தில் தகவல்களைத் திரட்டி வைத்துக்கொள்வது அவருக்கு ஒரு பயனையும் தராது. அவருடைய ஆன்மிக நோக்கத்துக்கு எந்த வகையிலும் உதவாது.

ஒரு சீடர் சூஃபித்துவம் பற்றி நிறைய புத்தகங்கள் படித்துள்ளார் என்பது முக்கியமே அல்ல. ஏனெனில் அவற்றால் சூஃபித்துவத்தின் சாரத்தை அவருக்குக் கொடுக்க முடியாது. ஏனெனில் சூஃபித்துவம் என்பது ஓர் உயர்கல்வி நிறுவனப்

படிப்பல்ல. தஸவ்வுஃப் எனும் சூஃபித்துவம் என்பது நமக்குள் நிகழும் ஒரு பயணமாகும். அது நம்மை, நமது இருப்பைப் பரிபூரணமாக மாற்றிப்போட வல்லது. சாலிக் எனப்படும் அந்த ஆன்மிக பயணிகளுக்கு திடமானதொரு பாடத்திட்டமும் பயிற்சிகளும் உள்ளன. பிரபஞ்சக் கோட்பாடுகளைப் பற்றியும், மேம்படுத்தப்பட்ட இருப்பு நிலைகள் பற்றியும், தத்துவங்கள், சமயக்கோட்பாடுகள் பற்றியெல்லாம் அவர்கள் வெறுமனே தியானித்துக்கொண்டிருக்கவில்லை. அவர்கள் செயல் படுகிறார்கள். பயிற்சி செய்கிறார்கள். அவற்றின் மூலமாக உள்ளுணர்வுப்பூர்வமான புரிந்துகொள்ளலை மேம்படுத்து கிறார்கள். அப்படிச் செய்வதன் மூலம் சூஃபித்துவத்தின் கோட்பாடுகள் என்னென்ன என்று அனுபவப்பூர்வமாக அறிந்துகொள்கிறார்கள். 'கற்றறிந்தவர்கள் ஏற்கெனவே இருக்கும் உதாரணங்களைப் பிரதியெடுத்ததைப்போல நடக்கிறார்கள். ஆனால் உண்மையான ஞானியானவர் உயிர்வாழும் வழிகாட்டு தலைப் பெற்றுக்கொள்கிறார்' என்று கூறினார் பாரசீக ஷெய்கு அபுல் காசிம் அல் குஷைரி[39].

சூஃபித்துவம் பற்றிய நூல்களை பாகம் பாகமாகப் படிப்பதனால் சாதகர்களால் சூஃபித்துவத்தின் நோக்கத்தை அடைய முடியும் என்று நினைக்கிறீர்களா?

நிச்சயமாக இல்லை. இல்லவே இல்லை. உண்மையை அறிந்து கொள்ளவேண்டும் என்ற தாகம் கொண்டவர்கள் தங்கள் புத்தகங் களைத் தூக்கிப் போட்டுவிட்டு தியானத்தில் ஈடுபடவேண்டும்.

'சூஃபித்துவம் பற்றி கூறுங்கள் என்று யாராவது கேட்டால், அறிவார்ந்த விளக்கங்களினால் ஒன்றும் செய்யமுடியாதெனில், வேறு சிறந்த வழி என்ன?'

உங்களிடம் யாராவது சூஃபித்துவம் பற்றிக் கேட்டால், ஒரு பக்கம் சூஃபித்துவத்தின் வரலாறும் ஆராய்ச்சியும் உள்ளது. இன்னொரு பக்கம் ஒரு சூஃபியாக இருப்பதன் நிஜம் உள்ளது. சூஃபித்துவம் என்பது நீச்சல் மாதிரி. நீச்சலடிப்பது பற்றி நீங்கள் எத்தனை புத்தகம் படித்தாலும் உங்களால் நீச்சலடித்துவிட முடியாது. மாறாக, திறமையான நீச்சல் வீரர்கள் நீரில் அவர்கள் நீச்சலடிக்கும் அழகுக்காகவும் வேகத்துக்காகவும் அறியப்படு கிறார்கள். நீச்சலடிப்பது பற்றிய தொழில்நுட்பம் மீதான அவர்கள் கருத்துக்காக அல்ல.

சூஃபித்துவத்தை அடுத்தவருக்கு எடுத்துச்சொல்ல, முதலில் உங்களது தியானத்தில் நிலைபெறுங்கள். ஏனெனில் உங்கள் பயிற்சிகள்தான் உங்களுக்குள் பல மாற்றங்களைக் கொண்டுவரும். அது உங்களைச் சுற்றி இருப்பவர்கள்மீது தாக்கத்தை ஏற்படுத்தும். அது வார்த்தைகளால் விளக்குவதைவிட எவ்வளவோ மேலானது. பயிற்சிகளைச் செய்யுங்கள். பிறகு நீங்கள் எங்கிருந்தாலும் சரி, உங்களை சந்திப்பவர்கள் அனைவரும் உங்கள் இதயத்திலிருந்து வரும் ஒளியால் இழுக்கப்படுவார்கள்.

கிபி 634ல் முஸ்லிம் சமுதாயத்தின் தலைவராக நியமிக்கப்பட்ட கலீஃபா உமர் (ரலி) வழக்கமாக ஆங்காங்கே பல இடங்களில் ஒட்டுப் போடப்பட்ட கந்தலான ஆடையைத்தான் அணிந்திருப்பார்கள். ஒருமுறை அவர்களை சந்திக்க வெளிநாட்டுத் தூதுக்குழு ஒன்று தலைநகர் மதினாவுக்கு வந்தது. ஒரு கலீஃபாவுக்குப் பொருத்தமான உடையை அணிந்து கொண்டால் நன்றாக இருக்கும் என்று உமரின் தோழர்கள் நினைத்தார்கள். 'என் உடல்மீது நான் போட்டிருக்கும் ஆடைகள் தான் வரும் வெளிநாட்டுத் தூதுவர்களைக் கவரும் என்று நினைக்கிறீர்களா? அவர்களிடம் இதைவிட சிறப்பான ஆடைகள் உள்ளன. ஆனால் என் இதயத்தில் உண்மை இருக்குமானால், அதை அவர்கள் இன்ஷா அல்லாஹ் உணர்ந்துகொண்டு எனக்கு பதிலளிப்பார்கள்' என்று கூறினார்கள்.

வெளிநாட்டுத் தூதர்கள் வந்து போகும் வரை கலீஃபா உமர் தன் வழக்கமான கந்தல் ஆடைகளையே அணிந்திருந்தார்கள். ஆனால் அவரது பணிவான தோற்றத்தையும் மீறி வந்தவர்களுக்கு உமரை உளமாற பிடித்துப்போனது.

உங்களுக்குள் இருக்கும் ஒன்றாலேயே மற்றவர்கள் கவரப்படு வார்கள். அவர்கள் எதிர்பார்ப்புகளை நிறைவேற்றும் விதத்தில் நீங்கள் உடுத்தும் ஆடைகளால் அல்ல. தொழில் கற்றுக் கொள்வது, தொழில் செய்வது, குடும்பத்தை கவனிப்பது, அலுவலக உதவியாளராக இருப்பது, அடுத்தவருக்கு சேவை செய்வது - இப்படி உங்களது அலுவல் எதுவாக இருந்தாலும் சரி, அதற்கும் சூஃபித்துவத்துக்கும் தொடர்பு இருப்பதுபோலத்

தெரியாவிட்டாலும் சரி, உங்களது அகவயமான தன்மைகளால் மற்றவர் கவரப்படுவார்கள். உங்கள் அருகில் இருக்கும்போது அமைதியாக, நிலைமை உயர்த்தப்பட்டதுபோல் அல்லது நிம்மதியாக இருப்பதாக உணர்வார்கள். உங்களுக்குள் ஏதோ சிறப்பாக, தனித்துவத்துடன் உள்ளது என்பதை அவர்கள் உணர்ந்து கொள்வார்கள். 'நீங்கள் சூஃபித்துவம் என்று சொன்னீர்களா? அதுபற்றி நான் தெரிந்துகொள்ள விரும்புகிறேன்' என்று அவர்கள் கூறினால், 'வாருங்களேன், சேர்ந்து தியானம் செய்யலாம். சூஃபித்துவத்தைப் புரிந்துகொள்ள அதுதான் சிறந்த வழி' என்று நீங்கள் கூறலாம்.

கேள்வி - 31

விழிப்புநிலை மையங்கள்

லத்தாயிஃப் எனப்படும் விழிப்புநிலை மையங்களைப் பற்றிக் கூறினீர்கள். அவற்றைப் பற்றிக் கொஞ்சம் விளக்கமாகக் கூறமுடியுமா? யோகாசனத்தில் சொல்லப்படும் சக்கரங்களும் அவைகளும் ஒன்றுதானா? அல்லது உளவியல் ரீதியாகச் சொல்லப்படும் 'இட்', 'ஈகோ' மற்றும் 'சூப்பர் ஈகோ'வோடு தொடர்பு கொண்டதா? அவற்றின் முக்கியத்துவம் என்ன?

பொதுவாக மனித உடலுக்குள் ஒரேயொரு விழிப்புணர்வு மையம்தான் உள்ளதாகவும், அது மனம் அல்லது மூளை என்றும் கருதப்படுகிறது. ஆனால் கூடுதலான விழிப்புணர்வு மையங்கள் உள்ளதை மூத்த சூஃபிகள் கண்டுணர்ந்தார்கள். அவற்றை அவர்கள் லத்தாயிஃப் என்று கூறினார்கள் (லத்தீஃபா என்பது ஒருமை). அதுமட்டுமல்ல. கஷ்ஃப் எனப்பட்ட அவர்களது அகப்பார்வையால், உள்ளொளியால், லத்தாயிஃப் எனப்படும் பத்து விழிப்புணர்வு மையங்கள் இருப்பதையும் அவர்கள் கண்டு கூறினார்கள்.

லத்தாயிஃப்களின் தோற்றம் இந்தப் பிரபஞ்சத்தின் தோற்றத்தை ஒத்தது. இறைவன் இந்த பிரபஞ்சத்தை இரண்டு நிலைகளில் படைத்தான். முதலில் ஆலமுல் அம்ர் எனப்பட்ட இறைவனின் கட்டளை உலகம் வந்தது. 'இரு' என்று இறைவன் சொன்ன சொல்லில் அது உடனே உருவானது. அதன் பிறகு ஆலமுல் ஹல்க் எனப்பட்ட படைப்பினங்களின் உலகை இறைவன் பரிணாம

வளர்ச்சி நிகழ்முறை அடிப்படையில் படைத்தான். அது உண்டாக பல ஆண்டுகள் ஆயின. அதன் பிறகே இறைவன் மனிதனைப் படைத்தான். மனிதனுக்கு பல அகவயமான ஆற்றல்கள் அல்லது ஒளிப்புள்ளிகள் உண்டாகும்படி அருள்பாலித்தான். அவையே லத்தாயிஃப் எனப்படும். அவற்றில் நஃப்ஸ் (சுயம்), பாத் (காற்று), நார் (நெருப்பு), மா' (நீர்) மற்றும் ஹாக் (மண்) ஆகிய ஐந்து லத்தாயிஃப்கள் படைப்பினங்களின் உலகின் பகுதிகளாக இருந்தன. கல்ப் (இதயம்), ரூஹ் (ஆன்மா), சிர் (ரகசியம்), ஹஃபீ (ரகசியம்), அஹ்ஃபா (அதி ரகசியம்) ஆகிய ஐந்து லத்தாயிஃப்களும் இறைவனின் கட்டளை உலகின் பகுதிகளாக இருந்தன என்று முஜத்திதி பாதைப் பாரம்பரியத்தின் துவக்கமாக இருக்கும் இந்திய ஞானாசிரியரான ஷெய்கு சர் அஹ்மத் ஃபாரூக்கி சர் ஹிந்தி கூறினார்.

ஆரம்பத்தில் இந்த லத்தாயிஃப்கள் ஒளிபொருந்தியவைகளாக இருந்தன. அவைகளை மனித உடலின் வழியாக இறைவன் இணைத்தபோது இந்த பௌதீக உலகின் தாக்கங்களின் காரணமாக அந்த ஒளி படிப்படியாக மங்கிப்போனது. பொருள்களினால் ஆன உலகோடு மனிதன் தன்னை அடையாளப்படுத்துவதாலும் அப்படி ஆனது. இந்த ஒளி மங்கல் பற்றி திருமறையும் சுட்டுகிறது: 'திடமாக, நாம் மனிதனை மிகவும் அழகிய அமைப்பில் படைத்தோம். பின்னர் (அவன் செயல்களின் காரணமாக) அவனைத் தாழ்ந்தவர்களில், மிக்க தாழ்ந்தவனாக்கினோம்' *(95:4-5)*.

லத்தாயிஃப்களின்மீது கவனத்தைக் குவிக்கும் பயிற்சிகளின் மூலமாக, ஆன்மிக மாணவர் இறைவனின் இருப்பைப் பற்றிய விழிப்புணர்வை அதிகம் பெற்றுக்கொள்கிறார். எந்த அளவுக்கு அவர் இந்தத் திறமையை வளர்த்துக்கொள்கிறாரோ அந்த அளவுக்கு அவருடைய அறிவு ஒளி பெரும்.

நினைவாற்றலைப் போலவே, லத்தாயிஃப் எனப்படும் விழிப்புணர்வு மையங்களையும் ஒரு சாதகர் தன் பயிற்சிகளின் மூலம் அனுபவத்தில் உணர்ந்துகொள்ள முடியும். ஆனால் அதைப்பற்றி அடுத்தவருக்கு விளக்கிச் சொல்வதில் அவருக்கு சிரமம் ஏற்படலாம். நினைவாற்றல் என்றால் என்னவென்று எப்படிச் சொல்வோம்? அது மூளையில் இருப்பது என்று சொல்லலாம். அதன் உடல்ரீதியான செயல்பாடுகளைப்

பற்றிக்கூடச் சொல்லலாம். ஆனாலும் நினைவாற்றல் பற்றிய விளக்கங்களால் அதன் எல்லாப் பரிமாணங்களையும் புரிந்து கொண்டுவிடமுடியாது. சமயங்களில் ஒருவருக்கு ஏற்பட்ட காயத்தின் காரணமாக அவருடைய நினைவாற்றல் பாதிக்கப் படலாம். அதன் முக்கியத்துவத்தை அவர் மற்றவரைவிட அதிகமாக உணர்ந்தாலும் அந்த சமயத்தில் அவரால் அதை விளக்கி விட முடியாது. அதேபோல, லத்தாயிஃப்களையும் போதுமான அளவுக்கு வார்த்தைகளால் விளக்கிக் கூறிவிட முடியாது. ஆனால் அவைகளை அனுபவத்தில் ஒருவர் உணர்ந்துகொள்ளும்போது அவரால் அவற்றைப் புரிந்துகொள்ள முடியும்.

உடலின் பல இடங்களில் லத்தாயிஃப்கள் இருப்பதாக பல சூஃபிப் பாதைகள் கூறியுள்ளன. இறைவனின் கட்டளை உலகான ஆலமுல் அம்ரின் ஐந்து லத்தாயிஃப்கள் மனித உடலில் நெஞ்சில் இருப்பதாக நக்ஷபந்தி முஜத்திதி பாதை கூறுகிறது. கல்ப் என்று சொல்லப்படும் இதயமானது உடலில் சற்று இடப்பக்கமாக, மார்புக்காம்புக்கு இரண்டு அங்குலம் கீழே அமைந்துள்ளது. ரூஹ் எனப்படும் ஆன்மாவானது இதயத்தின் இடத்துக்கு நேர் எதிரே நெஞ்சுப்பகுதியின் வலப்பக்கத்தில் அமைந்துள்ளது. சிர் எனப்படும் ரகசியமானது இடது பக்க மார்புக்கு மேல் பக்கமாக அமைந்துள்ளது. ஹஃபீ எனப்படும் ரகசியமானது வலப்பக்க மார்புக்கு மேலே உள்ளது. அஹ்ஃபா எனப்படும் அதிரகசிய மானது நெஞ்சுப்பகுதியின் மையத்தில், கல்புக்கும் ரூஹூக்கும் நடுவில் உள்ளது.

நக்ஷபந்தி முஜத்திதி பாதையின் ஞானாசிரியர்கள் அப்பாதையின் சீடர்களின் லத்தாயிஃப் எனப்படும் விழிப்புணர்வு மையங்கள் ஒவ்வொன்றாக ஒளிபெறச் செய்ய வழிகாட்டுகிறார்கள். இது முராகபா எனப்படும் தியானத்தின் மூலம் செய்யப்படுகிறது. தியானம் செய்ய அமரும்போது, குறிப்பிட்ட விழிப்புணர்வு மையத்தின்மீது தன் கவனத்தைக் குவிக்க இருக்கிறேன் எனும் நோக்கத்துடன் சீடர் அமர்கிறார். அது நிய்யத் எனப்படுகிறது. முதலில் கல்ப் எனப்படும் இதயத்தின்மீது தன் கவனத்தைக் குவிக்கிறார். பின்பு ஒவ்வொன்றாக, வரிசைக்கிரமத்தில், ஆன்மா (ரூஹ்), ரகசியம் (சிர்), மறைவானது (ஹஃபீ), மிக மறைவானது (அஹ்ஃபா) என இறைவனின் கட்டளை உலகில் உள்ள ஐந்து லத்தாயிஃப்களிலும் கவனத்தைக் குவிப்பார். இந்த ஐந்து மையங்களும் முழுமையாக ஒளியூட்டப்பட்டபின்பு, ஆலமுல்

ஹல்க் எனப்படும் இறைவனின் படைப்புலகத்தில் உள்ள ஐந்து லத்தாயிஃப்களின்மீதும் தன் கவனத்தைக் குவிப்பார்.

இறைவனின் கட்டளை உலகில் உள்ள ஐந்து லத்தாயிஃப்களில் நஃப்ஸ் எனப்படும் சுயம் மட்டும்தான் மனித உடலின் குறிப்பிட்ட புள்ளியில் இருப்பதாக அடையாளப் படுத்தப் படுகிறது. நெற்றியின் நடுவில் அது இருக்கிறது. இறைவனின் கட்டளை உலகில் உள்ள ஐந்து லத்தாயிஃப்களில் முதன் முதலாக தூய்மைப்படுத்தி, மேம்படுத்தப்படும் முதல் விழிப்புணர்வு மையம் அதுதான். ஏனெனில் மற்ற நான்கின் கூட்டாக, நான்கையும் உள்ளடக்கியதாக அது கருதப்படுகிறது. சுயத்தை நோக்கி கொஞ்ச காலம் தியானித்தபின், காற்று (பாத்), நெருப்பு (நார்), தண்ணீர் (மா'), மண் (ஹாக்) ஆகிய நான்கு விழிப்புணர்வு மையங்களிலும் அடுத்து கவனத்தை குவிக்க சொல்லித்தரப் படுகிறார். அவைகளும் ஒளிமயமாக ஆகிவிடும்போது, உடலின் ஒவ்வொரு துளையும் ஒளியால் நிரம்பி இறைவனை நினைவுகூறத் தொடங்கிவிடுகிறது. இந்த ஒட்டு மொத்தமான நினைவுகூறல் எல்லாவற்றிலும் உயர்ந்த நினைவுகூறலாக சுல்தானுல் அத்கார்[40] என்று அழைக்கப்படுகிறது.

மற்ற ஆன்மிகப் பாதைகளின் குருமார்களுக்கும் லத்தாயிஃப் பற்றிய அறிதலும் புரிதலும் உள்ளது என்றாலும், அவற்றை எப்படி மேம்படுத்தி ஒளியூட்டுவது என்று சொல்லித்தரும் நக்ஷபந்தி முஜத்திதி பாதையின் வழிமுறைகள் பிரத்தி யேகமானவை. மத்திய ஆசிய ஞானாசிரியரான பஹாவுத்தீன் நக்ஷபந்த் அவர்கள்தான் முதன் முதலில் இந்த லத்தாயிஃப்களை ஒளியூட்டுதலுக்காக வரிசைப்படுத்தினார். மற்ற ஆன்மிகப் பாதைகளோ கட்டளை உலகின் லத்தாயிஃப்களை மெருகூட்டாமலே படைப்புலகின் லத்தாயிஃப்களுக்குச் சென்று விட்டன. ஆனால் முதலில் கல்ப் எனப்படும் இதயத்தில் தொடங்கி பின்னர் கட்டளை உலகின் லத்தாயிஃப்களில் ஒவ்வொன்றாக விழிப்புணர்வடைய வைத்து, பின்புதான் படைப்புலகின் மையங்களுக்குச் செல்வதற்கு வழிகாட்டினார். இந்த அணுகுமுறைக்கு இந்திராஜ் அந் நிஹாயா வல் பிதாயா (மற்றவர்களின் முடிவில் எங்கள் துவக்கம்) என்று பெயர். (32வது கேள்விக்கான பதிலிலும் இதற்கான விரிவான விளக்கத்தைக் காணலாம்).

கிட்டத்தட்ட இரண்டு நூற்றாண்டுகளுக்குப் பிறகு, ஷெய்கு அஹ்மத் ஃபாரூக்கி சர் ஹிந்தி அவர்கள் லத்தாயிஃப்களை ஒளியூட்டும் உத்தியை மேலும் மேம்படுத்தி முழுமைப் படுத்தினார். தன் அனுபவத்தின் மூலமாக, பத்து லத்தாயிஃப்களை அடையாளப்படுத்தி, அவற்றை நிய்யத் எனும் நோக்கத்தின் மூலம் ஒரு சாதகர் எப்படி தியானத்தின் மூலம் ஒளியூட்டி முன்னேறலாம் என்றும் விளக்கினார். அவருக்கு முந்திய குருமார்கள் மாறும் நிலை, மாறா நிலை (ஹால், மகாம்) என்று இரண்டாகவும், ஞானகுரு, இறுதி இறைத்தூதர், இறைவன் ஆகியோர்மீது சீடர் கொள்ளும் நேசத்தின் அடிப்படையிலும் வகைப்படுத்தினர். அதன்படி, எப்படி, எப்போது, எந்த அளவுக்கு ஒரு சீடர் முன்னேற்றமடைந்தார் என்பது ஒரு மர்மமாகவே நீடித்தது. அதற்கு நேர்மாறாக, ஷெய்கு அஹ்மது ஃபாரூக்கி சர் ஹிந்தி அவர்களது வழிமுறைகள் ஆன்மிக முன்னேற்றதுக்கான தெளிவான, சீரிய பாடத்திட்டமாக அமைந்தது.

லத்தாயிஃப்களின்மீது கவனத்தைக் குவிப்பதற்கும் சில நிறங்களுக்கும் இடையில் உள்ள தொடர்பை அவ்லியா எனப்படும் இறைநேசர்கள் கண்டு கூறினார்கள். கல்ப் எனப்படும் இதயத்தோடு தொடர்புடைய நிறம் அல்லது ஒளி தங்கமாகும். தங்கம் கலந்த சிவப்பு நிறம் ரூஹ் எனப்படும் ஆன்மாவோடு தொடர்புடையது. சிர் எனப்படும் ரகசியத்தின் நிறம் தூய்மையான வெள்ளையாகும். ஹஃபீ எனப்படும் மறைவானதன் நிறம் கருப்பு. அஹ்ஃபா எனப்படும் மிகமறைவானதன் நிறம் பச்சை. நஃப்ஸ் எனப்படும் ஆன்மாவின் நிறம் ஆகாய நீலமாகும். மூத்த ஞானிகளின் அனுபவங்களிலிருந்து இந்த நிறங்கள் பெறப்பட்டன. தங்களது தியானங்களின்போது கண்ட நிறங்களை அவர்கள் சொன்னார்கள். அவர்களது அனுபவங்கள் சில நேரங்களில் வித்தியாசப்பட்டன. இதயம் தங்க நிறமாக ஒளிர்ந்தது என்று ஒருவர் சொன்னதையே மற்ற பெரியவர்களும் சொன்ன போது, இதயத்தின் நிறம் தங்கம் என்ற முடிவுக்கு வர முடிந்தது. இதே போலவே மற்ற லத்தாயிஃப்களுக்கான நிறங்களும் முடிவு செய்யப் பட்டன.

உள்ளுணர்வுப் பூர்வமாக இந்நிறங்கள் அறிந்துகொள்ளப் பட்டதால், ஒவ்வொரு சாதகரும் அதே நிறத்தைத்தான் பார்க்க வேண்டும் என்று சொல்லிவிடமுடியாது. குறிப்பிட்ட நிறத்தை மட்டும் காண்பது நோக்கமும் அல்ல. ஒரு சாதகர் நிறங்களைக்

காண்பாரேயானால், ரொம்ப நல்லது. காணவில்லையானால், அதுவும் நல்லதே. இறைவனை நினைவுகூர்வதுதான் நோக்கமே தவிர, நிறங்களைக் காண்பதல்ல.

ஆன்மிக வழிகாட்டுதலானது நபிமார்கள் எனப்படும் இறைத்தூதர் களைச் சார்ந்தது என்பதுதான் சூஃபிக் கருத்தாகும். அவர்கள் மூலமாகத்தான் வேதங்களும் ஷரியத் எனப்படும் புனித சட்டங்களும் மனிதர்களை வந்தடைந்தன. அவர்கள் சென்ற, காட்டிய வழிதான் நேர்வழியுமாகும். இறைவனின் கட்டளை உலகில் அப்பாதைகளை அந்த ஐந்து லத்தாயிஃப்களும் பிரதிபலிக்கின்றன. அவை ஒவ்வொன்றும் இறைவனின் நெருக்கத்தைப் பெற ஒவ்வொரு நபியாலும் கடைப்பிடிக்கப் பட்டவையாகும். கல்ப் என்னும் இதயமானது நபி ஆதம் அவர்களின் பாதத்தின் கீழ் உள்ளதாக சொல்லப்படுகிறது. ரூஹ் எனும் ஆன்மா, இப்ராஹீம் நபியின் பாதத்தின் கீழும், சிர் எனும் ரகசியம் மூஸா நபியின் பாதத்தின் கீழும், ஹஃபீ எனும் மறைவானது ஈஸா நபியின் பாதத்தின் கீழும், அஹ்ஃபா எனும் மிகமறைவானது முஹம்மது நபியின் பாதத்தின் கீழும் உள்ளதாக சொல்லப்படுகிறது.

லத்தாயிஃப் எனப்படும் விழிப்புணர்வு மையங்களுக்கும் யோகாசனத்தில் சொல்லப்படும் சக்கரங்களுக்கும் இடையிலான பாரதூரமான வித்தியாசத்தை இந்த விளக்கம் தெளிவுபடுத்தி யிருக்கும். அதேபோல, லத்தாயிஃப்களுக்கும் உளவியல் ரீதியாக குறிப்பிடப்படும் இட், ஈகோ, சூப்பர் ஈகோ என்பதற்கும் எந்த தொடர்புமில்லை என்பதும் புரிந்திருக்கும்.

லத்தாயிஃப்களின் முக்கியத்துவத்தை மேலும் புரிந்துகொள்ள 18-ம் நூற்றாண்டைச் சேர்ந்த முக்கியமான இறையியலாளரான ஷாஹ் வலியுல்லாஹ் அவர்கள் எழுதியதிலிருந்து ஒரு பகுதியை இங்கே பார்க்கலாம். ஷெய்கு அஹ்மத் ஃபாரூக்கி சர் ஹிந்தி அவர்கள் லத்தாயிஃப் கள் பற்றி விளக்கிய ஒரு நூற்றாண்டுக்குப் பின்னர், ஷாஹ் வலியுல்லாஹ் இப்படி எழுதினார்கள்:

உயர்ந்த செயல்பாடுகளுக்கான லத்தாயிஃப்களைப் பற்றிய அறிவைக் கொடுப்பதற்காக, பிற்காலத்திய சூஃபிகளுக்கு இறைவன் ஒரு சமநிலைப்படுத்தும் காரணியைக் கொடுத்தான். அவைகளை யார் எந்த அளவு அறிந்துகொண்டார்களோ, அந்த அளவுக்கு அவர்களால் அவற்றை மேம்படுத்த முடிந்தது.

அவைகளின் பலதரப்பட்ட குணாம்சங்களை யார் தெளிவாகப் புரிந்து வைத்திருந்தாரோ அவரே உண்மையைத் தேடும் சாதகர்களுக்கு வழிகாட்ட மிகவும் தகுதியானவராகவும் இருந்தார்.

லத்தாயிஃப்கள் பற்றி ஆழமாக அறிந்துகொண்டவருக்கும் அறியாதவருக்கும் இடையில் இருந்த வித்தியாசத்தை உணர்த்த ஒரு உதாரணம் தரலாம். முன்னவர் ஒரு அனுபவமுள்ள மருத்துவரைப் போன்றவர். அவருக்கு பல தரப்பட்ட நோய்கள், அவைகளின் அறிகுறிகள், அவை ஏற்பட்ட காரணங்கள், எப்படி சிகிச்சை அளிக்கவேண்டும் என்று முன்னவர்கள் அனுபவத்தின் மூலமாக கொடுத்த எல்லா ஞானங்களும் உள்ளவர். பின்னவரோ உரிய தகுதி பெறாத போலி மருத்துவரைப் போன்றவர்...

சுருக்கமாகச் சொன்னால், ஆன்மிகத்தில் அனுபவம் கொண்டு நிலைபெற்றவர்களின், நபிமார்களின் வாரிசுகளாக இருப்பவர்களின் பாதையில் செல்லவேண்டும் என்று நீங்கள் விரும்பினால், லத்தாயிஃப்கள் பற்றித் தெரிந்துகொள்ளாமல் செல்லமுடியாது. அவைகளைப் பற்றிய அறிவானது சமீப காலத்துக்குக் கொடுக்கப்பட்ட ஒரு மாபெரும் ஆசீர்வாதமாகும்...

இது எங்கள் மீதும் (இதர) மக்கள் மீதும் அல்லாஹ் புரிந்த அருளாகும் - எனினும் மனிதர்களில் பெரும்பாலோர் (அல்லாஹ்வுக்கு) நன்றி செலுத்துவதில்லை (குர்'ஆன் 12:38)[41].

கேள்வி 32

மற்றவர்களின் முடிவே எங்களது தொடக்கம்

(இந்திராஜ் அந்நிஹாயா ஃபில் பிதாயா)

தனித்தன்மை கொண்ட அடுத்தடுத்து வரும் பல ஆன்மிகப் பயிற்களை விளக்குவதற்காக 'இந்திராஜ் அந்நிஹாயா ஃபில் பிதாயா' என்ற சொற்றொடரை நக்ஷபந்தியா முஜத்திதி பாதை பயன்படுத்துகிறது. பதிநான்காம் நூற்றாண்டில் ஷெய்கு பஹாவுத்தீன் நக்ஷபந்த் அவர்களால் இது அறிமுகப்படுத்தப் பட்டது. மனிதர்கள் இறைவனை நெருங்குவதற்குத் தடையாக இருப்பவைகளை அகற்றும் உத்தியாக இது பயன்படுகிறது.

இரண்டு விதமான வழிவிலகல்கள் நம்மைப் படைத்தவனை அறிந்துகொள்ளத் தடையாக உள்ளன. முதலில் வெளிஉலகம் சார்ந்த வழிவிலகல்கள். அவைகள் நம் கவனத்தைத் திசை திருப்பி இறைவனை மறக்கச் செய்கின்றன. அவைகள் நஃப்ஸ் எனப்படும் சுயத்தோடு தொடர்பு கொண்டவை. இரண்டாவது வகையான வழிவிலகல்கள் நமக்குள்ளிருந்தே வருகின்றன. அவை கல்ப் எனும் நமது இதயத்தோடு தொடர்பு கொண்டவை. இறைவனை நெருங்க வேண்டுமென்றால் நமக்கு வெளியிலிருந்தும், நமக்கு உள்ளிருந்தும் வரும் தடைகளிலிருந்து நாம் விடுதலை பெறவேண்டும்.

ஆரம்ப கால ஞானாசிரியர்கள் வெளியிலிருந்து வரும் நஃப்ஸ் தொடர்பான தடைகளை நீக்குவதில் கவனம் செலுத்தி அதற்கான ஆன்மிகப் பயிற்சிகளைக் கொடுத்தனர். ஆலமுல் ஹல்க்

எனப்பட்ட படைப்புலகம் சார்ந்த விழிப்புணர்வு மையங்களை மேம்படுத்தி புற உலகத் தடைகளை நீக்குவதற்கு அவர்கள் வழிகாட்டினர். அது தொடுவானம் வரையிலான பயணம் (சய்ர்-எ-ஆஃபாகி) என்று குறிப்பிடப்பட்டது. அந்தப் பயிற்சிகளில் பரிபூரணத்துவம் அடைந்த பின்னர்தான் இதயம் போன்ற விழிப்புணர்வு மையங்களோடு தொடர்பு கொண்ட, ஆலமுல் அம்ர் எனப்படும் கட்டளை உலகம் சார்ந்த பயிற்சிகள் கொடுக்கப்பட்டன. உள் உலகம் சார்ந்த பயணம் (சய்ர்-எ-அன்ஃபூஸி) என்று சொல்லப்பட்டது.

சுயத்தை வெற்றிகொள்வது மிகக் கடினமானதாகும். கற்றுக் குட்டிகள் அந்த முயற்சிகளில் நிறைய தவறிழைக்கக்கூடும். அதில் தொடங்கியவர்கள் பல ஆண்டுகளை அதிலேயே கழிக்க நேர்ந்துள்ளது. அவ்வகையான பயிற்சிகளிலும் அம்முயற்சியிலும் ஈடுபட்ட பலர் முழுமையை எய்தும் முன்னரே இறந்து போயுள்ளனர்.

இம்முயற்சிகளில் இருந்த கடினத்தன்மையை உணர்ந்துகொண்ட பஹாவுத்தீன் நக்ஷபந்த் அவர்கள் தன் முன்னோர்கள் கொடுத்த அப்பயிற்சிகளில் பல மாற்றங்களைக் கொண்டுவந்தார். நஃப்ஸ் எனப்படும் சுயத்தை முன்னிறுத்தி பயிற்சிகளைத் தொடங்குவதை விடுத்து, கல்ப் எனும் இதயத்தை ஒளிபெறச் செய்வதில் தொடங்கும் பயிற்சிகளை அறிமுகப்படுத்தினார். அந்த உத்தியே நக்ஷபந்தி பாதையில் ‘மற்றவர்களின் முடிவே நமது தொடக்கம்’ (இந்திராஜ் அந்நிஹாயா வல் பிதாயா) என்று அறியப்பட்டது.

அப்படிச் செய்ததன் மூலம் ஒரு சாதகர் ஆன்மிகப் பரிபூரண நிலையை விரைவில் அடைய முடிந்ததை பஹாவுத்தீன் நக்ஷபந்த் அவர்களும் அவர்களைப் பின்பற்றியவர்களும் கண்டுணர்ந்தனர். ‘உள் உலகம் சார்ந்த பயண’த்தை மேற்கொண்ட பிறகு ‘தொடுவானம் வரையிலான பயணம்’ தேவையற்றதாகிப் போனது. அதற்காக கூடுதல் நேரத்தை ஒதுக்க வேண்டிய அவசியம் இல்லாமல் போனது.

மற்றவர்கள் முடிகின்ற இடத்தில் ஒரு பயணம் தொடங்கு மானால், அப்பயணம் எங்கு சென்று முடியும் என்று சிலர் ஆச்சரியப்படுகிறார்கள். ‘மற்றவர்கள் முடிவில் நமது தொடக்கம்’ என்பதற்கு, கடந்தகால ஞானிகளெல்லாம் கஷ்டப்பட்டு கடைசியில் அடைந்த உண்மை நிலைகளையெல்லாம் ஒரு

கற்றுக்குட்டி முதலிலேயே அடைந்துவிடுவார் என்று அர்த்தமல்ல. முடிவில் கிடைக்கும் பரிபூரணத்தின் சுவையை ஆரம்பத்திலேயே கொஞ்சம் அறிந்து கொள்வார்கள் என்று பொருள். அந்த அனுபவச் சுவையானது ஆன்மிகப் பாதையில் மேன்மேலும் தொடர்ந்து பயணிக்க சாதகர்களுக்கு உதவும், தூண்டுகோலாக அமையும் என்று பஹாவுத்தீன் நக்ஷபந்த் கருதினார்கள். நித்திய உண்மையை அனுபவத்தில் உணர்ந்து திளைக்கும் கணமானது ஆன்மிகப் பாதையின் இறுதியில் நிகழும் உச்சகட்ட நிகழ்வாகும். அந்த நிலையில், ஒருவரால் வார்த்தைகளற்று மௌனமாகத்தான் இருக்க முடியும் என்று பஹாவுத்தீன் நக்ஷபந்த் கூறினார்கள்.

‘உங்கள் ஆன்மிகப் பாதையில் பயணிக்கும் ஒருவருக்கு ஆரம்பத்திலேயே அவ்வளவு உள்ளொளி எப்படிக் கிடைக்கிறது?’ என்று ஒருவர் பஹாவுத்தீன் நக்ஷபந்த் அவர்களிடம் கேட்டார்.

‘கடந்தகால ஆன்மிக சாதகர்களின் அனுபவத்திற்கு நேர்மாறாக, இக்கால ஆன்மிகப் பயணிகளுக்கு கவனச்சிதைவும், வழிவிலகல் களும் அதிகமாகவும், அவர்களுடைய நோக்கத்தையும் மன உறுதியையும் குலைக்கும் வகையிலும் உள்ளன. ஆனாலும் அவர்கள்மீது நாங்கள் கொண்ட அன்பானது அவர்களுடைய தேவைக்கேற்ற ஒரு வழியைக் காட்ட எங்களைத் தூண்டியது. எனவே எல்லாம் வல்ல இறைவனின் துணையைக் கொண்டு, அவர்களுக்கான ஒரு மாற்று வழியை, ஒரு புதிய வழிமுறையை ஏற்படுத்த எங்களால் முடிந்தது. சாதகர்கள் தீவிரமாக முயற்சி செய்கிறார்களோ இல்லையோ, இறுதி அனுபவத்தின் சுவையை தொடக்கத்திலேயே கொஞ்சம் சுவைத்துப் பார்க்க ஒரு வழியை நாங்கள் ஏற்படுத்தியிருக்கிறோம். அடடா, இதை நோக்கித்தான் நாம் போகப்போகிறோமா என்று தங்கள் அனுபவத்தில் மாணவர்கள் உணர்ந்துகொண்ட பிறகு, அவர்கள் இதயம் மெல்ல மெல்ல இதமானதாகவும், எதிர்பார்த்த வகையில் செயல்படக் கூடியதாகவும் உண்மைகளை உள்வாங்கிக் கொள்ளக் கூடியதாகவும் மாறுகிறது’ என்று பஹாவுத்தீன் நக்ஷபந்த் பதில் கூறினார்கள்.

கேள்வி - 33

ஒரு இதயத்திலிருந்து இன்னொன்றுக்கு செய்தியைக் கடத்துதலும் குரு சீடர் உறவும் (தவஜ்ஜுஹ் மற்றும் நிஸ்பத்)

உங்கள் ஆன்மிகப் பாதையில் பயிற்சியானது ஒருவரிடமிருந்து இன்னொருவருக்கு அனுப்புதலின் மூலமாகவும் (தவஜ்ஜுஹ்), ஞானாசிரியருக்கும் மாணவருக்குமான உறவின் மூலமாகவும் (நிஸ்பத்) நடைபெறுவதாக நீங்கள் கூறினீர்கள். இந்தக் கூறுகள் இரண்டும் எப்படி சூஃபித்துவத்தில் தோன்றி வளர்ந்தன? அவை ஏன் பயன்படுத்தப்படுகின்றன? அவைகளை இறுதித்தூதர் முஹம்மது (ஸல்) அறிமுகப்படுத்தினார்களா?

தவஜ்ஜுஹ்[42]*, நிஸ்பத் இரண்டுமே ஆன்மிக நிகழ்முறையின் கூறுகளாகும். தன் அகமிய நிலையின் மூலமாக குருவானவர் இந்த இரு கூறுகளையும் பயன்படுத்தி சீடரின் ஆன்மிக நிலையை உயர்த்துவார். தன்னுடைய குருவின் இதயத்திலிருந்து தன் இதயத்துக்குக் கிடைத்த ஒளியை குருவானவர் தன் சீடரின் இதயத்துக்குக் கடத்துவார். தன் பயிற்சிகளை ஒரு சீடர் தொடர்ந்து செய்துவரும்போது அந்த பொறியானது ஒருநாள் நிச்சயம் பற்றிக்கொள்ளும்.*

வானவர் தலைவர் ஜிப்ரீல் (அலை) இறுதித்தூதர் முஹம்மது (ஸல்) அவர்களுக்கு திருமறையின் முதல் வசனங்களை இறக்கியருளிய வரலாறு இதற்கு முன்னுதாரணமாக உள்ளது. ஜிப்ரீல் (அலை) இறுதித்தூதர் முஹம்மது (ஸல்) முன்னிலையில் தோன்றி, 'ஓதுவீராக' என்றார். எழுதப்படிக்கத் தெரியாத

இறுதித்தூதர் முஹம்மது (ஸல்), 'எனக்கு படிக்கத்தெரியாது' என்றார். ஜிப்ரீல் (அலை) இறுதித்தூதர் முஹம்மது (ஸல்) அவர்களை இறுக அணைத்து பின்பு மீண்டும் சொன்னதையே சொன்னார். இப்படியே இரண்டு முறை நடந்தது. மூன்றாவது முறை ஜிப்ரீல் (அலை) இறுதித்தூதர் முஹம்மது (ஸல்) அவர்களை நெஞ்சோடு இறுக அணைத்துப் படிக்கச் சொன்னவுடன், படிக்கின்ற தகுதி இறுதித்தூதர் முஹம்மது (ஸல்) அவர்களுக்குக் கிடைத்தது. அதோடு, உலக மக்களுக்கு இறைவன் அனுப்பிய செய்தியும் புரிந்தது[43].

இதுபற்றி இறைவனின் திருமறை கூறுகிறது:

> ((யாவற்றையும்) படைத்த உம்முடைய இறைவனின் திரு நாமத்தைக் கொண்டு ஓதுவீராக. 'அலக்' என்ற நிலையிலிருந்து மனிதனை படைத்தான். ஓதுவீராக: உம் இறைவன் மாபெரும் கொடையாளி. அவனே எழுதுகோலைக் கொண்டு கற்றுக் கொடுத்தான். மனிதனுக்கு அவன் அறியாதவற்றையெல்லாம் கற்றுக்கொடுத்தான் (96:1-5.).

இறுதித்தூதர் முஹம்மது (ஸல்) அவர்களுக்கு அறியப்படாத உலகின் அந்த அறிவை வானவர் தலைவர் ஜிப்ரயீல் (அலை) தவஜ்ஜுஹ் முறையில் கொடுத்ததாகத்தான் இஸ்லாமிய அறிஞர்கள் விளக்கம் தருகிறார்கள்.

இறுதித்தூதர் முஹம்மது (ஸல்) அவர்களுக்கும் ஹஸ்ரத் உமர்[44] (ரலி) அவர்களுக்கும் இடையில் நடந்த ஒரு உரையாடல், தவஜ்ஜுஹின் தொடர்பில் நிஸ்பத் எனப்படும் ஞானாசிரியர் சீடருக்கு இடையேயான உறவுக்கும், அன்புக்கும், இசைவுக்கும், இணைப்புக்கும் உதாரணமாக விளங்குகிறது. 'ஒரு முஸ்லிம் தன்னை விடவும், தன் சொத்து சுகங்கள், குழந்தைகள், உறவுகள் எல்லாவற்றையும்விட மேலாக அல்லாஹ் மீதும் அவனது தூதர் மீதும் அன்பு வைக்காவிட்டால், அவர் பரிபூரணமான முஸ்லிமல்ல' என்று இறுதித்தூதர் முஹம்மது (ஸல்) கூறினார்கள். 'என்னுடைய நேசம் அப்படிப்பட்டதல்லவே' என்று ஹஸ்ரத் உமர் (ரலி) கூறினார்கள். அப்படி அவர் பதில் சொன்னதும், இருவருக்குமிடையே கொஞ்ச நேரம் அமைதி நிலவியது. அதன் பிறகு, 'என்னைவிட அதிகமாக நான் அல்லாஹ்வையும் அவனது தூதரையும் நேசிக்கவில்லை' என்று ஹஸ்ரத் உமர் (ரலி) கூறினார்கள். அதன் பிறகு இன்னும் கொஞ்ச நேரம் மௌனம் நீடித்தது. பின் உமர் (ரலி) கூறினார்கள்:

'இப்போது நான் அல்லாஹ்வையும் அவனது தூதரையும் எல்லாவற்றையும்விட அதிகமாக நேசிக்கிறேன்'.

அகவயமான இணைப்பின் மூலம் படிப்படியாக உண்மையை உணர்ந்துகொண்டு மாற்றமும் முன்னேற்றமும் ஏற்பட்டதற்கான வரலாற்று நிகழ்ச்சிகள் இவை. அதேபோல, ஞானாசிரியருக்கும் சீடருக்கும் இடையிலான நிஸ்பத் எனும் தனித்தன்மை வாய்ந்த உறவானது தவஜ்ஜுஹ் மூலமாக பயிற்சி பெற உதவுகிறது.

யார் மூலமாக தவஜ்ஜுஹ் எனும் ஏற்றுக்கொள்ளல் மற்றும் மாற்றம் நடைபெறுகிறதோ அவர் அம்மாற்றத்துக்குக் காரணமல்ல என்பதை நாம் மறந்துவிடக்கூடாது. எல்லாவற்றுக்கும் மூலமாக இருப்பவன் இறைவன் மட்டுமே. அவனது அருளாசிகள் இல்லாமல் எந்த மாற்றமும் ஏற்படப்போவதில்லை. ஒரு தனி மனிதர் மூலமாகவோ, ஒரு அமைப்பின் மூலமாகவோ நடப்பதில்லை. எல்லாம் வல்ல இறைவனின் வல்லமையே எல்லாவற்றையும் சாதிக்கிறது. எனினும், பேச்சு, செயல், தவஜ்ஜுஹ் ஆகிவற்றின் மூலமாக எந்தப் பாதை சரியானது என்பதை காலம் காலமாக, தலைமுறை தலைமுறையாக இறைவனின் தூதர்களும் அவர்களது பிரதிநிதிகளும் நமக்குக் காட்டிச் சென்றுள்ளார்கள்.

எல்லா ஆன்மிகப் பாதைகளின் போதனா முறைகளும் ஒரே மாதிரியாக இருக்காது. அவைகள் வேறுபடுகின்றன. சில பாதைகளில் உபதேசம், சொற்பொழிவு ஆகியவை பயன்படுத்தப் படுகின்றன. வேறுசில தரீக்காக்கள் சேவையை முன்னிறுத்து கின்றன. இன்னும் சில திக்ர் எனப்படும் இறைவனை நினைவு கூர்தலையும், துஆ எனப்படும் மன்றாடலையும் பயன்படுத்து கின்றன. வேறு சில பாதைகள் சூஃபி குருமார்களின் ஆண்டு விழாக்களுக்கு[45] முக்கியத்துவம் கொடுக்கின்றன. இன்னும் சில கவிதைகளையும் கவ்வாலி எனப்படும் தெய்வீக இசைப்பாடல் களையும் ரசிக்கின்றன. நிஸ்பத் மற்றும் தவஜ்ஜுஹ் ஆகியவற்றை அடிப்படையாகக் கொண்ட வழிமுறைகளை நக்ஷபந்தி முஜத்திதி பாதை பயன்படுத்துகிறது. அதோடு பெருமானாரின் வழிமுறை யான சுன்னத்தைப் பேணுவதையும் அது வலியுறுத்துகிறது.

சூஃபி வழிமுறைகளெல்லாம் மார்க்கத்தில் இல்லாத புதுமைகள் (பித்'அத்) என்று விமர்சகர்கள் கூறுகின்றனர். அப்படிப்பட்ட வழிமுறைகள் பெருமானாரின் காலத்திலோ, அவர்களது

தோழர்களின் காலத்திலோ, அவர்களுக்கு அடுத்த தலைமுறை யினரான தாபியீன்கள் காலத்திலோ நடைமுறையில் இல்லை என்பதும் அவர்களது வாதம். இந்த எல்லா வழிமுறைகளும் பெருமானாரின் காலத்தில் பயன்படுத்தப்படவில்லை என்பது உண்மையானாலும், சூஃபித்துவத்தின் சாரம் எப்போதுமே இருந்துதான் வந்துள்ளது. பெருமானார் (ஸல்) அவர்களது இருப்பும் நேரடியான வழிகாட்டுதலும் ஆழமான பாதிப்பை தோழர்கள் மத்தியில் ஏற்படுத்தியது. எல்லா விஷயங்களையும் பற்றிய அறிவையும் ஞானத்தையும் அவர்களால் தோழர்களுக்கு வழங்க முடிந்தது. அவர்கள் லேசாகப் பார்த்தால் போதும். ஒரு நம்பிக்கையாளர் தன்னை அறிதலின் எல்லா நிலைகளையும் கடந்து செல்ல அந்தப் பார்வை போதுமானதாக இருந்தது. அந்த பேராற்றலும், ஆன்மிகத்தின் வீரியமும் பெருமானாரின் தோழர் களுக்குக் கிடைக்கக் கொடுத்துவைத்திருந்தது. அந்த பாக்கியம் அவர்களுக்கு அடுத்த தலைமுறையினருக்குக் கிடைக்கவில்லை. பெருமானார் பேசியதைக் கேட்டவர்கள் அவர்கள் விளக்கிய விஷயங்களை உடனடியாகப் புரிந்துகொண்டனர். சந்தேகங்கள், கேள்விகள் எழுமானால், பெருமானாரை நேரடியாகவே கேட்டு அங்கேயே அதற்கு முடிவையும் தீர்வையும் அவர்கள் கண்டனர்.

ஷரியத் எனும் சட்டங்களின் எல்லா அம்சங்களையும் கோட்பாடு களையும் பெருமானாருக்கு இறைவன் விளக்கிக்கொடுத்திருந் தான். அதை அவர்கள் தம் சமுதாயத்தினருக்கு எடுத்துரைத்தார்கள். ஆனால் பல நுட்பமான விஷயங்கள் பற்றிய திட்டவட்டமான விளக்கங்கள் பெருமானாரின் மறைவுக்குப் பிறகுதான் முறைப் படுத்தப்பட்டன. அவர்கள் வாழ்ந்த காலத்தில் இஸ்லாமிய சட்டவியல் பற்றிய நூல்கள் எழுதப்படவில்லை. பெருமானாரின் அறிவிப்புகளுக்கும் செயல்களுக்குமான விளக்கங்களுக்காக சிக்கலான விதிகள் எதுவும் உருவாகவில்லை. மார்க்கம், நம்பிக்கை தொடர்பான விவாதங்கள் புத்தகங்களில் கணக்கிடப் படவில்லை. காலம் செல்லச் செல்ல, மாறுபட்ட சூழ்நிலை களுக்குத் தக்கவாறு இஸ்லாமிய சட்டதிட்டங்கள் வரையறை செய்யப்பட்டு தொகுக்கப்பட்டன. பெருமானாரின் சொல், செயல்களை சில விதிமுறைகளுக்கு உட்பட்டு வகுக்க வேண்டியதும் தொகுக்க வேண்டியதும் அவசியம் என்று பின்னால் வந்த தலைமுறையினர் நினைத்தனர். அறிஞர்களும் இறையியலாளரும் இஸ்லாத்தின் பலதரப்பட்ட அம்சங்களை விளக்கி பாகம் பாகமாக நூல்களாக வெளியிட்டனர். அப்படிச்

செய்ததன் மூலம் தாங்கள் சார்ந்திருந்த துறைகள் சார்ந்த தகவல்களை பட்டை தீட்டி வைத்துக்கொண்டனர்.

சில முஸ்லிம் அறிஞர்கள் இஸ்லாமிய பொருளாதாரம், குற்றவியல் சட்டம், தொழுகை தொடர்பான நுட்பங்கள், விளக்கங்கள் ஆகியவற்றில் கவனம் செலுத்தினர். ஆன்மிகப் பாதையில் சென்றவர்களோ இறைவனை நினைவு கூர்வதிலேயே முழு கவனத்தையும் செலுத்தினர். அவ்வப்போது இறைவனை நினைவு கூர்தலை மட்டுமின்றி, எப்போதுமே இறைநினைப்பில் வாழ்தல் எப்படி என்பதில் கவனம் செலுத்தினர். அந்த நோக்கத்துக் காக, இதயத்தை விழிப்புணர்வடைய வைப்பது எப்படி என்ற தொழில்நுட்பத்தின் மீது கவனம் செலுத்தினர். அப்போதிருந்த சூழ்நிலைகளுக்குப் பொருந்துமாறும் அதைச் செய்தனர். இன்றைக்கு பலதரப்பட்ட ஆன்மிகப் பாதைகளின் மூலமாக நமக்குக் கிடைத்திருக்கும் போதனைகளும், பயிற்சிகளும் அந்த மகா ஆன்மாக்கள் மனிதன் இறைநெருக்கத்தையும் நட்பையும் அடைவதற் காகச் செய்த மகத்தான சேவைகளுக்குச் சான்றாக உள்ளன.

அவர்களுடைய அந்த முயற்சிகள் யாவும் பெருமானார் (ஸல்) அவர்களின் சொல்லுக்கும் செயலுக்கும் பொருந்தி, அவற்றை விளக்குவதாக அமைந்தன. அவர்கள் பட்ட கஷ்டங்களுக் கெல்லாம் பரிசாக அந்த ஸூஃபி ஞானாசிரியர்களை இறைவன் ஏற்றுக்கொண்டான்.

காதிரிய்யா தரீக்காவின் ஸ்தாபகரான பாக்தாதில் வாழ்ந்த ஷெய்கு அப்துல் காதிர் ஜீலானி, இந்தியாவில் சிஷ்தி பாதையின் போதனை களைப் பரப்பிய க்வாஜா முயீனுத்தீன் சிஷ்தி, வட ஆப்பிரிக்க ஷெய்கும், ஷாதிலி தரீக்காவின் ஸ்தாபகருமான ஹஸ்ரத் அபுல் ஹஸன் ஷாதிலி, நக்ஷபந்தி பாதையின் தொடக்கமாக இருக்கும் புகாராவைச் சேர்ந்த க்வாஜா பஹாவுத்தீன் நக்ஷபந்த், நக்ஷபந்தி முஜத்திதி பாதையை உருவாக்கி அறிமுகப்படுத்திய இந்திய முஸ்லிம் சீர்திருத்தவாதியான ஷெய்கு அஹ்மத் ஃபாரூக்கி சர் ஹிந்தி போன்ற அவ்லியா எனப்படும் இறைநேசர்களையோ அவர்களுக்கு முன்னாலும் பின்னாலும் வந்த ஞானிகளையோ குறைகூறவோ விமர்சிக்கவோ யாராலும் முடியாது. ஏனெனில் அவர்கள் அனைவருமே பக்தி, ஆழமான புரிந்துகொள்ளல், விடாமுயற்சி, இறைவனிடம் தன்னை ஒப்படைத்தல், நேர்மையான குணாம்சம் ஆகியவற்றில் சிறந்து விளங்கியவர்களா வார்கள்.

கேள்வி 34

முராகபா (தியானம்)

உங்கள் நக்ஷபந்தி முஜத்திதி பாதையைச் சேர்ந்த மாணவர்கள் முராகபா எனும் பயிற்சியை தீவிரமாகச் செய்து அதற்காக நிறைய நேரம் செலவிடுகிறார்கள் என்று புரிகிறது. அந்தப் பயிற்சி பற்றி விளக்க முடியுமா?

முராகபா எனும் தியானமானது பரிபூரணத்தை எட்ட உதவும் எல்லா நிலைகளையும் அடைய உதவுகிறது என்று பல நூற்றாண்டுகளின் அனுபவத்தின் மூலம் புரிந்துகொள்ள முடிகிறது. இதன் காரணமாகவே, எங்கள் பாதையின் குருமார்கள் திக்ர் (இறைவனை நினைவுகூர்தல்), தரூத் (நபிகள் நாயகம் மீதும் அவர்களது குடும்பத்தார் மற்றும் தோழர்கள் மீதும் இறைவன் திருவருள் பாலிக்கட்டும் என்று ஸலவாத் கூறுவது), உச்சாடனங்கள் செய்வது போன்றவற்றை வழக்கமாகச் செய்துவந்தாலும், முராகபாவானது அவர்களது அகப்பணியில் முதன்மையானதாகவும் அதிக முக்கியத்துவம் கொண்டதாகவும் உள்ளது.

'நீங்கள் அல்லாஹ்வைப் பார்ப்பதுபோல் தொழுங்கள். அல்லது அவன் உங்களைப் பார்த்துக்கொண்டிருக்கிறான் என்பதை நினைவில் இருத்தி அவனை வணங்குங்கள்' என்ற நபிமொழி தான் முராகபாவின் மூலமாக உள்ளது. (22, 27 கேள்விகளுக்கான பதில்களிலும் இஹ்சான் என்பதன் தொடர்பில் இவ்விஷயம் பேசப்பட்டுள்ளது). முராகபா என்ற சொல்லுக்கு 'காத்திருத்தல்',

‘உத்தரவாதம் கொடுத்தல்’, ‘காப்பாற்றுதல்’ ஆகிய பொருள்களுண்டு. ஆனால் ஒரு ஸூஃபிப் பாதையின் சொல்லாக அது பயன்படுத்தப்படும்போது, பல பாதைகளில் அதற்கு வேறுபட்ட அர்த்தங்கள் கொடுக்கப்படுகின்றன. நக்ஷபந்தி முஜத்திதி பாதையில் கண்களை மூடி அமர்ந்து, எல்லாவற்றுக்கும் ஆதாரமாக இருக்கின்ற புனித மூலத்தின் அருளாசிகளுக்காகக் காத்திருத்தல் என்ற பொருளில் முராகபா பயன்படுத்தப்படுகிறது. ஷெய்கிடமிருந்து சீடரின் இதயத்துக்கு அனுப்பப்படும் தவஜ்ஜுஹ் எனப்படும் உள்ளுணர்வுச் செய்திகள் மூலமாகவும், நிய்யத் எனப்படும் நோக்கம் மூலமாகவும் இவ்வுலகின் புறவயமான உணர்வுத் தூண்டுதல்களிலிருந்து விடுபட்டு, இறைவனை நோக்கி கவனத்தை உள்முகமாகக் குவிக்கும் கலையே முராகபாவாகும்.

வரலாற்றைப் பார்ப்போமேயானால், பலவித ஆன்மிகப் பாதையின் மாணவர்கள், வாழ்நாள் பூராவும் இல்லாவிட்டாலும், பல மாமாங்கங்களாக இவ்வுலகை விட்டு ஒதுங்கிய துறவு நிலையிலேயே இருந்துள்ளார்கள். அப்படிப்பட்ட நீண்ட காலத் துறவு அவசியமில்லை என்பதை ஷெய்கு அஹ்மத் ஃபாரூக்கி சர்ஹிந்தி அவர்களின் செயல்முறைத்திட்டம் காட்டியது. 19-ம் நூற்றாண்டில், இன்னொரு இந்திய ஞானகுருவான சையித் அப்துல் பாரி ஷாஹ் ஆன்மிகப் பயணிகளுக்கு (சாலிக்) ஏற்றவகையிலும் இந்த நவீன உலகத்துக்குப் பொருந்தும் வகையில் இந்த செயல்முறையை மேலும் எளிமைப்படுத்தி மாற்றி அமைத்தார். அதன் விளைவாக, இன்றைய வாழ்க்கை முறைக்கு ஏற்றவகையில் பயிற்சி எளிமையாக மாறியது. அதேசமயம், அது வெகு நுண்மையானதாகவும் எளிதில் உடைந்து விடக்கூடிய கண்ணாடியைப் போன்றதாகும். எனவேதான் முராகபா பயிற்சியை நாம் அமர்ந்த நிலையில் செய்கிறோம். கடுமைகள் ஏதுமின்றி, நீண்டகால தனிமை தேவைப்படாமலே, லத்தாயிஃப் எனப்படும் விழிப்புணர்வு மையங்களைத் தூண்ட, அவற்றுக்கு ஒளியூட்ட, இறைவனின் அருளாசிகளைப் பெற்றுக் கொள்ள நாம் முராகபா செய்யுமாறு வலியுறுத்துகிறோம்.

முராகபாவில் அமர்ந்திருப்பதே ஒருவிதமான துறவு நிலைதான். ஆனால் இது தினமும் நாற்பது நிமிடங்கள் பலமுறை செய்யக் கூடிய துறவு. இருபது முப்பது ஆண்டுகளுக்குத் தொடர்ந்து செய்யவேண்டியதல்ல. அந்த நாற்பது நிமிடங்களுக்கு மட்டும்

உலகை மறந்துவிட்டு, வேறு ஒரு விஷயத்தில் கவனத்தைக் குவிக்குமாறு மாணவருக்கு சொல்லப்படுகிறது. அந்த நாற்பது நிமிடங்களுக்கு அன்றாட அலுவல்களையும் அக்கறைகளையும் ஒரு சாதகர் மறந்துவிட்டு எல்லா விஷயங்களையும் இறைவனிடம் ஒப்படைக்கிறார். இறைவன் எல்லாவற்றையும் பார்த்துக்கொள்கிறான்.

'ஒரு பூனைதான் எனக்கு தியானத்தை (முராகபா) கற்றுக் கொடுத்தது. ஒரு நாள் ஒரு எலிவளை முன்னால் அது அந்த எலியைப் பிடிப்பதற்காக அது உட்கார்ந்திருந்தது. அது எவ்வளவு கவனமாக உட்கார்ந்திருந்தது என்றால், அதன் உடம்பில் உள்ள ஒரு துளைகூட அசையவில்லை. நான் அதை மிகுந்த ஆச்சரியத் தோடு பார்த்துக்கொண்டிருந்தபோது எனக்கு ஒரு அசரீரி கேட்டது. 'ஓ சோம்பேறியே, அந்தப் பூனைக்கு எலி எவ்வளவு முக்கியமோ அதைவிட நான் உனக்கு முக்கியமில்லையா? அந்தப் பூனை எலியைப் பிடிக்க எவ்வளவு கடினமாக முயற்சி செய்கிறதோ அதேபோலத்தான் என்னை அடைய நீயும் முயற்சி செய்ய வேண்டும்' என்று அந்த அசரீரி சொன்னது' என்று ஸூஃபி ஞானி ஷெய்கு ஜுனைதுல் பக்தாதி சொன்னதைக் கேட்டார் மத்திய ஆசிய ஞானாசிரியராக ச'அதுத்தீன் காஷ்கரி.

உள்ளே இருக்கும் கதவைத்தட்டுவதற்குத் தேவை மௌனம் மட்டுமே. விருந்தாளிகள் வருவார்கள் என்று எதிர்பார்த் திருப்பவர்கள் மின் துளைக்கருவியையோ, தூசி உறிஞ்சி யந்திரத்தையோ 'ஆன்' செய்து வைக்க மாட்டார்கள். ஏனெனில் அதன் சப்தத்தில் வாசல் மணி அழுத்தப்பட்டால் அந்தச் சப்தம் கேட்காது என்று அவர்களுக்குத் தெரியும். அதேபோல, மௌனம், கவனம் ஆகியவைகளைக் கொண்டே ஸூஃபித்துவ மாணவர் முரகபாவை அணுகுகிறார்.

முராகபாவானது 'நமது விழிப்புணர்வு இறைவனை நோக்கிச் செல்வது' என்று வர்ணிக்கப்பட்டுள்ளது. அது விழிப்புணர்வோடு செய்யப்படும் ஈடுபாடாகும். விழிப்புணர்வற்ற தளர்ச்சி நிலையல்ல. அந்தக் கணத்தில் நிகழும் அகவயமான மாற்றங் களை உணர்வதாகும். முராகபாவுக்கான இன்னொரு வரையறை கண்காணித்தல் என்பதாகும். கண்காணிப்பதென்பது கவனமாக இருப்பது. குறிப்பிட்ட நேரம்வரை உன்னிப்பாக கவனித்துக் கொண்டே இருப்பதை அது குறிக்கிறது.

முராகபா செய்யும்போது தன் நோக்கத்தின் மூலமாக தான் கவனமாக இருக்கப் போகிறேன் என்ற விருப்பத்தை சாதகர் வெளிப்படுத்துகிறார். அன்றாட வாழ்வில், லட்சியத்தோடு இணைந்த செயலுக்கும் எண்ணத்துக்கும் முன்னால் நோக்கமிருக்கும். ஏற்கெனவே திட்டமிடப்பட்ட முடிவுகள் அச்செயலை அல்லது எண்ணத்தை நகர்த்திச் செல்லும். சூஃபி தியானத்தைப் பொறுத்தவரை, தன் மனதையும் இதயத்தையும் இறைவன் என்ற தன்னுடைய ஆசையின் இலக்கை நோக்கித் திருப்ப மனதுக்குள் உச்சரிக்கும் ஒரு வாக்கியமாக நிய்யத் எனப்படும் நோக்கம் அமைகிறது. குறிப்பிட்ட வளர்ச்சி நிலையின் அடிப்படையில் தன் மாணவருக்கான நிய்யத்தை ஷெய்கு கொடுக்கிறார். ஒவ்வொரு நிய்யத்தும் ஒரு குறிப்பிட்ட விழிப்புணர்வு மையத்தை (லத்தீஃபா) மேம்படுத்துகிறது. அதன் விளைவாக, வேறு பரிமாணங்களிலிருந்து வரும் செய்திகளை உள்வாங்கிக்கொள்ள மாணவர் தயாராகிறார்.

மனதை அமைதிப்படுத்துவதுதான் இறுதிகட்ட ஆன்மிக நிலையென்று சில ஆன்மிகப்பள்ளிகள் கருதுகின்றன. மனதிலிருந்து எண்ணங்களை அப்புறப்படுத்திவிட்டால், கவலைகள் கீழே போய்விடும். அமைதியை அவர் உணர்கிறார். ஆனால் இத்தகைய நிலை ஆன்மிக அமைதி நிலைக்கு ஒப்பானது என்ற அடிப்படையில் எண்ணங்களைக் கட்டுப்பாட்டுக்குள் கொண்டு வருவதன்மீது பல தொழில்நுட்பங்கள் கவனம் செலுத்துகின்றன.

ஆனால் சூஃபிப் பாதையில் பயணிக்கும் சாதகரின் கவனமோ வேறொரு முக்கியமான விஷயத்தின்மீது உள்ளது. அவர் மனதைப் பற்றி அலட்டிக்கொள்வதில்லை. அதை அதன் போக்கில் விட்டுவிட்டு, லத்தாயிஃப் எனப்படும் விழிப்புணர்வு மையங்களை ஒளியூட்டும் காரியத்தில் அவர் இறங்கிவிடுகிறார். முராகபா செய்யும்போது, எண்ணங்கள் மனதில் அவ்வப்போது வந்துபோய்க்கொண்டுதான் இருக்கும். அவற்றைப் பின் தொடர்ந்து செல்ல சூஃபி மாணவர் முயல்வதில்லை. ஒரு உணவு விடுதியிலோ அல்லது பேருந்து நிறுத்தத்திலோ நீங்கள் இருக்கும் போது உங்கள் கண்ணெதிரே தெரிவதை, வந்து போவதை யெல்லாம் வெறுமனே பார்த்துக்கொண்டிருப்பதில்லையா? முராகபாவில் இருக்கும் விடுபட்ட உணர்வு நிலையும் அதைப் போன்றதுதான். முராகபாவில் கொஞ்ச நேரம் இருந்த பிறகு,

எண்ணங்கள் தாமே அமைதியாகிவிடும். அதன் பின்னர் சாதகர் தன் இருப்பு நிலையையே மறந்து போவார். தியானத்தில் ஆழ்ந்து தன்னை மறந்துவிடுவார். அந்த நிலையில் அவர் ஒரு பரிமாணத்திலிருந்து இன்னொன்றுக்கு மிதந்து போவதைப் போலச் சென்றுவிடுவார். நீரின் வேகத்தில் ஒரு படகு தன் கட்டுப்பாட்டை இழந்து ஓரிடத்திலிருந்து இன்னொன்றுக்கு மிதந்துகொண்டே சென்று போய்ச்சேரவேண்டிய இடத்தை அடைவதைப்போல. இறைவனைப் பற்றியும், பிரபஞ்சத்தைப் பற்றியும், சக மனிதர்களைப் பற்றியும் அவருக்கு மிக ஆழமான புரிந்துகொள்ளல்களும், புதிய அகப்பார்வையும் ஏற்படும். விழிப்புணர்வு மையங்களான லத்தாயிஃப்-களில் ஏதோ நடப்பதையும் தன் நெஞ்சுப் பகுதியில் அவர் உணர்ந்து கொள்வார். ஓர் ஆர்வம் அல்லது கவர்ச்சி அப்போது எழும். முராகபாவில் மென்மேலும் அதிக நேரம் இருக்கவேண்டும் என்ற உணர்வையும், அவரது ஆன்மிகப் பாதையில் வளர்ச்சியையும் அது ஏற்படுத்தும்.

கொஞ்சம் கொஞ்சமாக, முராகபா பயிற்சியானது அவரை ஒட்டு மொத்தமாக வேறுநிலைக்குக் கொண்டுசெல்லும். அதன் தொடர்ச்சியாக சாலிக் எனப்படும் ஆன்மிகப் பயணி ஃபனா (தன்னை அழித்தல்), பகா (நிலைபேறடைதல்) ஆகிய இறுதி நிலைகளுக்குச் செல்கிறார். அப்போது அவரது லத்தாயிஃப் எனப்படும் விழிப்புணர்வு மையங்கள் மட்டுமின்றி அவரது முழு உடலுமே ஒளிமயமாகி ஞானமடைகிறது. 'யா அல்லாஹ், எனக்கு முன்னால் ஒளி இருக்கட்டும். எனக்குப் பின்னால் ஒளி இருக்கட்டும். எனக்கு மேலேயும் எனக்குக் கீழேயும், எனக்கு வலதிலும், எனக்கு இடதிலும் ஒளி இருக்கட்டும். எனது அங்கமாக ஒளி இருக்கட்டும்' என்று இறுதித்தூதர் முஹம்மது (ஸல்) அவர்கள் பிரார்த்தனை செய்வது வழக்கம்.

முராகபா என்று சொல்லும்போது ஒருவர் தானாகவே முன் வந்து ஒரு பரிபூரண மாற்றத்தை விழைகிறார் என்பது உட்குறிப்பு. 'இதன் மூலமாக என்ன கிடைக்கிறது பார்க்கலாம்' என்பது போன்ற மனநிலையில் பலர் தியானத்தை அணுகுவதைப் பார்க்கலாம். அல்லது உளவியல் ரீதியான, அமானுஷ்யமான ஆற்றல்களைப் பெறலாம் என்பதற்காக அதை நாடுபவர்களும் உண்டு. ஆனால் சூஃபிப் பாதையில் முராகபாவில் ஈடுபடுபவர்கள் தாங்கள் எதுவாக இருக்கிறார்களோ அதற்குமேல் எதுவாகவும் ஆக

முயற்சிப்பதில்லை. அற்புத ஆற்றல்களுக்கு அவர்கள் ஆசைப்படுவதில்லை. ஆனால் எல்லாவற்றையும் பார்க்கவும் கேட்கவுமான திறந்த மனத்துடன் அவர்கள் வருகிறார்கள் (ஆனால் அற்புத அனுபவங்கள் கிடைக்கவும் செய்யலாம் என்பது வேறு விஷயம்). ஒரு மனிதனின் அகவயமான பரிபூரண மாற்றத்தைத் தவிர பெரிய அற்புதம் வேறெதுவுமில்லை. இறைவனுக்கு நெருக்கமான ஞானியாக ஆகிவிடுவதென்பதுதான் ஆகப்பெரிய அற்புதமாகும். கருணை, அன்பு, அமைதி ஆகியவற்றின் ஆற்றல்தான் ஆகப்பெரிய ஆற்றலாகும்.

முராகபாவில் கிடைக்கும் அமைதியில், எல்லாவிதமான கவனத் திசைதிருப்பல்கள், தொந்தரவுகள், உள் பேச்சு, சந்தேகங்கள், அச்சங்கள், மனதின் முரண்பாடுகள் யாவும் அசைவற்று நின்றுவிடும். அந்த தியான அமைதியில், ஒரு தெளிந்த அசைவற்ற குளத்தைப்போல, மிக லேசான தென்றல்கூட ஓர் அதிர்வலையை உண்டாக்கிவிடும். அந்தக் குளத்தைத் தொந்தரவு செய்யாமல் இருக்கப் பழகிவிட்டால், அதைத் தொந்தரவு செய்வதை நிறுத்திவிட்டால், உண்மையான அறிவு மற்றும் நிஜத்தின் மென்மையான தென்றலை அவைகள் உள்ளிருக்கும் சுயத்தின்மீது ஏற்படுத்தும் தாக்கத்தின் மூலம் புரிந்துகொள்ளமுடியும். அதன்பிறகு, அபரிமிதமான அருளாசிகளை, கருணையைப் பெற்றுக்கொள்ளும் தகுதியும், இந்த உலகம் தாண்டிய உலகங்களின் முக்கியத்துவத்தைப் புரிந்துக்கொள்ளும் பக்குவமும் ஒருவருக்கு வந்துவிடுகிறது.

கேள்வி 35

இதயத்தை விழிப்புணர்வு பெறச்செய்தல்

இதயம் 'ஒளி பெறுகிறது' அல்லது 'விழித்துக்கொள்கிறது' என்றால் என்ன அர்த்தம்?

மனிதர்களுக்கு லத்தாயிஃப் எனப்படும் அகவயமான விழிப்புணர்வு மையங்கள் உள்ளன என்று ஏற்கெனவே சொன்னோம். நக்ஷபந்தி முஜத்திதி பாதையால் அடையாளம் காணப்பட்ட பத்து லத்தாயிஃப்களில் லத்தீஃபா கல்ப் எனப்படும் இதயம் என்ற விழிப்புணர்வு மையம் மிகுந்த முக்கியத்துவம் பெறுகிறது. 'உடலில் ஒரு சதைத்துண்டு உள்ளது. அது சீர்படுமானால், உடல் முழுவதும் ஆரோக்கியமானதாக மாறிவிடும். அது கெட்டுப்போகுமானால் உடல் முழுவதும் கெட்டுப்போகும். அந்த சதைத்துண்டு இதயமாகும்' என்று பெருமானார் (ஸல்) அவர்கள் சொன்னதாக நபித்தோழர் நுஃமான் இப்னு பஷீர் அறிவித்தார்.

பயிற்சிகள், ஒரு இதயத்திலிருந்து இன்னொரு இதயத்துக்கு அனுப்பப்பட்ட தெய்வீகமான செய்திகள், ஞானாசிரியரின் கவனிப்பு ஆகியவற்றின் பலனாக, ஆரம்ப கட்டத்திலேயேகூட ஆன்மிகப் பாதையில் பயணிக்கும் மாணவர் (சாலிக்) தன் இதயத்தில் மாற்றங்கள் நிகழ்வதை உணரத் தொடங்குவார். சிலருக்கு சுவர்க்கடிகாரத்தின் டிக்டிக் என்ற சப்தம் போன்ற அனுபவம் ஏற்படுவதுண்டு. இன்னும் சிலருக்கு சிட்டுக் குருவிகள் பாடுவதுபோலவோ ஒரு தேநீர்க் கோப்பையில்

தண்ணீர்க் குமிழிகள் சப்தமிடுவதுபோன்ற உணர்வுகள் வருவதுண்டு. பின்வரும் கவிதையில் புகழ்பெற்ற பாரசீக சூஃபிக் கவிஞர் ஹாஃபிஸ் இதயத்தின் இயக்கம் பற்றி இப்படிப் பாடுகிறார்:

காதலியின் ஊர் எது யாருக்கும் தெரியாது
காதலியின் வசிப்பிடம் எது யாருக்கும் தெரியாது
தெரிந்ததெல்லாம் இதுதான்: மணியடிக்கும் ஓசை நெருங்கி
வருகிறது

'துடிக்கும் இதயம் சொல்கிறது: காதலி பிரிந்துவிட்டாள்' என்று இன்னொரு கவிஞர் எழுதினார்.

ஒரு சாலிக் முராகபா செய்யும் நேரத்தை அதிகரிக்க அதிகரிக்க, அவரது இதயம் மென்மேலும் தூய்மைப்படுத்தப்பட்டுக் கொண்டே போகிறது. இறுதியில் அது எதிரில் தெரியும் நிகழ்வுகளையும் சூழ்நிலைகளையும் துல்லியமாகப் பிரதிபலிக்கும் கண்ணாடி மாதிரி ஆகிவிடுகிறது. இறைவனைப் பற்றிய சிந்தனை இதயத்தில் மேலிடும்போது இதயம் 'திறந்து' கொள்கிறது. இதயம் முழுவதும் ஒளி பரவுகிறது. முன்னர் அறியப்படாத நிஜங்களெல்லாம் இப்போது வெளிப்படுகின்றன. வாழ்க்கையைப் பற்றிய, அதன் எல்லா அம்சங்களையும் பற்றிய முற்றிலும் புதிய, முழுமையான புரிந்துகொள்ளல் சாத்தியப்படுகிறது. சுருங்கச் சொன்னால், சாதகர் ஞானமடைந்துவிடுகிறார்.

'இறந்து போன ஒருவருக்கு மீண்டும் உயிர் கொடுப்பது ஒன்றும் பெரிய அற்புதச் செயலல்ல' என்று இந்திய ஞானாசிரியரான சய்யித் அப்துல் பாரி ஷாஹ் ஒருமுறை கூறினார். 'அப்படியானால், எதுதான் அற்புதம்?' என்று அவரது மாணவராக இருந்த ஹஸ்ரத் ஹாமித் ஹஸன் ஆலவி ஆச்சரியப்பட்டுக் கேட்டார். 'உயிரற்ற ஒரு இதயத்தை எழுப்புவதுதான் அதைவிடப் பெரிய காரியம்' என்று பாரி ஷாஹ் பதில் சொன்னார். 'உயிரற்ற ஒருவரின் இதயத்துக்கு விழிப்புணர்வு கொடுப்பது மனிதர்களின் கையில் இல்லை. இறைவனின் கருணை இருந்தால் மட்டுமே அது சாத்தியம்'.

ஏற்கெனவே சொன்னதுபோல, மற்றவர்களின் முடிவே எங்களது தொடக்கம் (இந்திராஜ் அந்நியாஹா வல் பிதாயா) என்ற கோட்பாட்டின்படி, எங்கள் பாதையின் மாணாக்கர்கள் முதலில்

இதயத்தை விழிப்புணர்வடையச் செய்யும் பயிற்சியில் தொடங்குகின்றனர். முதன் முறையாக அவருக்கு தவஜ்ஜுஹ் எனும் அனுபவம் கிடைத்துவிட்டால், அவருடைய இதயம் (கல்ப்) மெல்ல மெல்ல விழிப்படைய, ஒளிர ஆரம்பித்துவிட்டது என்று புரிந்துகொள்ளலாம்.

திக்ர் செய்வதனால் நாக்கு தளர்ந்து போகலாம். ஆனால் விழிப் படைந்த இதயமானது எந்நேரமும், ஒவ்வொரு கணமும் இறைவனுடைய நினைப்பில் திளைக்கிறது. இறைவனை எப்போதும் நினைவுகூரும் இச்செயலுக்கு திக்ர்-அல்-கல்ப் (இதயத்தால் நினைவுகூர்தல்) என்று பெயர். மெல்ல மெல்ல இருளின் திரைகள் விலகி ஒளி படர ஆரம்பிக்கிறது. ஆழமான புரிதலும், அகப்பார்வையும் கிடைக்கிறது. ஐம்புலன்களுக்கும் புலப்படாத உலகங்களும், உண்மைகளும், பரிமாணங்களும் ஒரு ஆன்மிக சாதகருக்குப் புலப்பட ஆரம்பிக்கின்றன. 'நம்பிக்கை யாளரின் ஆழமான புரிதலை அஞ்சிக்கொள்ளுங்கள். ஏனெனில் நம்பிக்கையாளர் அல்லாஹ்வின் ஒளியைக் கொண்டு பார்க்கிறார்' என்று பெருமானார் (ஸல்) கூறினார்கள்.

கேள்வி 36

இறைவனை நினைவுகூர்தல் (திக்ர்)

திக்ர் என்ற சொல்லையும் அதன் பொருளையும் கொஞ்சம் விளக்கிச் சொல்லமுடியுமா? திக்ர் எப்படி செய்யப்படுகிறது? ஒரு ஆன்மிக சாதகருக்கு அது எந்த வகையில் முக்கியமானது?

திக்ர் செய்வதற்கு சூஃபி ஞானாசிரியர்கள் மிகுந்த முக்கியத்துவம் கொடுக்கின்றனர். ஏனெனில், இறைவன்மீது கவனத்தைத் திருப்புவதன் மூலம் சாதகரின் நம்பிக்கையையும் அறிவையும் அது உறுதிப்படுத்துகிறது.

எந்நேரமும் இறைவனின் இருப்பு பற்றிய விழிப்புணர்வு உறுதிப்படும்வரை அடிக்கடி இறைவனை திக்ர் செய்ய வேண்டும் என்பது இறைவனின் அடிப்படைக் கட்டளைகளில் ஒன்று. இறைவன் மூஸா நபிக்குச் சொன்னான்: 'நிச்சயமாக நாம்தான் அல்லாஹ்! என்னைத் தவிர வேறு நாயகன் இல்லை; ஆகவே, என்னையே நீர் வணங்கும், என்னை தியானிக்கும் பொருட்டு தொழுகையை நிலைநிறுத்துவீராக' *(20:14)*. காலத்துக்கும் இடத்துக்கும் தக்கவாறு திக்ர் செய்யப்படும் முறைகளில் வேண்டுமானால் வித்தியாசங்கள் ஏற்பட்டிருக்கலாம். ஆனால் திக்ர் செய்யுங்கள் என்ற இந்த இறை உத்தரவு எல்லா தலைமுறைகளுக்கும் விரவிப்பரவியுள்ளது.

சடங்குரீதியாக பெருமானார் (ஸல்) அவர்களின் தோழர்கள் யாரும் திக்ர் செய்யவில்லை. அவர்களின் விழிப்புநிலையை மேம்படுத்த இறுதித்தூதர் (ஸல்) அவர்களின் ஒரு பார்வையே

போதுமானதாக இருந்தது. ஆனால் பெருமானாரின் மறைவுக்குப் பிறகு, இஸ்லாமிய போதனைகள் தொகுக்கப்பட்டபோது, நபித்தோழர்களின் திக்ர் எனும் நினைவுகூர்தலை ஒத்த ஒரு நிலையை விரும்பிய மனிதர்களுக்கு திக்ர் ஒரு சிறந்த வழியாக அமைந்தது. எனவே சூஃபித்துவத்தின் முக்கிய பயிற்சிகளில் ஒன்றாக திக்ர் ஆக்கப்பட்டு, அதை வெகு சிறப்பாகச் செய்யும் வழிமுறைகளும் வகுக்கப்பட்டன.

ஆரம்பகால சூஃபி குருமார்களிடமும் பிரபலமாக இருந்த, இப்போதும் பரவலாக பயன்படுத்தப்படுகிற ஒரு திக்ர் 'லா இலாஹ இல்லல்லாஹ்' (இறைவன் இல்லை அல்லாஹ்வைத் தவிர) என்பதாகும். 'இல்லை' என்ற எதிர்மறைச் சொல்லைத் தொடர்ந்து 'தவிர' என்ற நேர்மறைச் சொல் வரும். 'தவிர' வுக்கு அதிக அழுத்தம் கொடுக்கப்படும். ஞானாசிரியரின் அனுமதியின் பேரில் செய்யப்படும் இன்னொரு திக்ர் 'அல்லாஹ்' என்பதாகும். தெய்வீக நினைவுகூர்தலை எளிதாக்கும் பொருட்டு இந்தச் சொற்கள் குறிப்பிட்ட முறைகளில் சொல்லப்படும். சில தரீக்காக்களில் நின்றுகொண்டே திக்ர் செய்வார்கள். இன்னும் சில தரீக்காக்களில் குறிப்பிட்ட முறையில் அமர்ந்துகொண்டு திக்ர் செய்வார்கள். இன்னும் சில பாதைகளில் நகர்ந்துகொண்டிருக்கும் போது திக்ர் செய்வார்கள். திக்ரின் தீவிரத்தன்மையைக் கூட்டுவதற்காக ஷெய்குமார்கள் இவ்வகையான வித்தியாசமான முறைகளைஏற்படுத்தினார்கள்.

திக்ரை இரண்டு வகையாகச் செய்யலாம். உரத்துச் சொல்லலாம் (ஜலீ) அல்லது மனதுக்குள் அமைதியாகச் சொல்லலாம் (ஹஃபீ). சில தரீக்காக்கள் உரத்துச் சொல்வதையும், சில தரீக்காக்கள் மனதுக்குள் சொல்வதையும் ஊக்குவிக்கின்றன. ஆனால் எப்படிச் செய்தாலும் திக்ர் ஒரேவிதமான பலன்களையே கொடுக்கிறது. இந்த இரண்டு வகையான திக்ர்களுக்குமே பெருமானார் (ஸல்) அவர்கள் மூலமாக வழிகாட்டுதல் இருந்துள்ளது. 'மக்கள் உங்களுக்குப் பைத்தியம் பிடித்துள்ளது என்று சொல்லும் அளவுக்கு இறைவனை நினைவுகூருங்கள்' என்ற ஹதீஸை உரத்துச் சொல்லும் ஜலீ வகை திக்ருக்கு ஆதாரமாகக் கூறுகிறார்கள். மௌனமாக மனதுக்குள் செய்யும் ஹஃபீ வகை திக்ருக்கு, 'நீங்கள்அழைப்பவன்செவிடனோஇங்கு இல்லாதவனோ அல்ல. உங்களால் அழைக்கப்படுபவன் நீங்கள் சொல்வதைக் கேட்கிறான், அங்கே இருக்கின்றான், உங்களையெல்லாம்

பார்த்துக்கொண்டுள்ளான்' என்ற ஹதீஸை ஆதாரமாகக் கூறுகிறார்கள்' என்று எடுத்துக்காட்டுகிறார் முஹம்மது மஹ்மூத் அலி குத்பி[46].

பெருமானார் (ஸல்) அவர்கள் கூறியதாக அவர்களது அருமை மனைவியார் ஆயிஷா (ரலி) கூறினார்கள்:

வானவர்கள் காதில் விழாத திக்ர் ஹஃபீக்கு எழுபது மடங்கு நன்மைகள் தரப்படுகின்றன. மறு உயிர்ப்பு நாளின்போது, கணக்கெடுப்புக்காக எல்லா உயிர்களையும் அல்லாஹ் அழைக்கும்போது, மனிதரின் செய்கைகளைப் பதிவு செய்த வானவர்கள் அப்பதிவுகளை அல்லாஹ்விடம் கொண்டுவருவார்கள். குறிப்பிட்ட மனிதரின் கணக்கில் வராத நற்செயல்கள் ஏதும் உண்டா என்று இறைவன் சரிபார்க்கச் சொல்வான். நாங்கள் எதையும் விட்டுவிடவில்லை என்று அவர்கள் கூறுவார்கள். 'இல்லை, இவர் பேரில் இன்னும் பதிவாகாத ஒரு நற்செயல் உள்ளது. அது வானவர்களாகிய உங்களால் அறியப்படாதது. அதுதான் மௌனமாகச் செய்த திக்ர் ஆகும்' என்று அல்லாஹ் அவர்களிடம் கூறுவான்[47].

இரண்டு விதமான இந்த திக்ர்களுமே பெருமானார் (ஸல்) அவர்களால் பாராட்டப்பட்டதால், 'இரண்டு விதமான இந்த திக்ர்களுமே வேறுபட்ட சூழ்நிலைகளில் முக்கியத்துவம் பெறுகின்றன. குறிப்பிட்ட காலகட்டத்தில் எந்தவிதமான திக்ர் ஒரு சீடருக்குப் பொருத்தமானது என்பதை அவருடைய ஞானாசிரியர்தான் முடிவு செய்யவேண்டும்' என்று முடிவாகக் கூறுகிறார் ஷெய்ஹுல் ஹதீத் மௌலானா முஹம்மத் ஜக்கரியா[48].

மத்திய ஆசிய ஞானாசிரியரான க்வாஜா அமீர் குலால் சுகாரி அவர்களின் காலம்வரையிலும் நக்ஷபந்தி முஜத்திதி பாதையின் குருமார்கள் மேலே சொன்ன ஜலீ, ஹஃபீ ஆகிய இரண்டுவிதமான திக்ர்களையும் பயன்படுத்தி வந்தனர். க்வாஜா அமீர் குலால் சுகாரியின் மாணவரான பஹாவுத்தீன் நக்ஷபந்திடம் அவருடைய முந்தைய ஷெய்கான அப்துல் காலிக் குஜ்துவானி[49] அவர்கள், 'திக்ர் ஜலீயைத் தவிர்க்கவும், எப்போதுமே திக்ர் ஹஃபீ மட்டும் செய்யவும்' என்று உத்தரவிட்டிருந்தார். அதிலிருந்து மௌனமான திக்ர் ஹஃபீ நக்ஷபந்தி பாதையின் முக்கிய தியான அம்சமாக உள்ளது.

எனினும், நக்ஷபந்தி முஜத்திதி பாதையின் குருமார்கள் உரக்கச் சொல்லும் திக்ரையும் செய்யச் சொல்லலாம். மற்ற எந்தப் பயிற்சியிலுமே அக்கறை காட்ட முடியாத, அவற்றின் பலன்களைப் புரிந்துகொள்ளமுடியாத ஒரு சீடருக்கு உரக்க நினைவுகூறும் திக்ர் ஜலீயைச் செய்யும்படி ஒரு குரு சொல்லலாம். திக்ர் ஜலீயைச் செய்யும் மாணவர்கள் தங்கள் உடலில் ஒரு இன்பகரமான, இதமான வெப்பத்தை அடிக்கடி உணரக்கூடும். இந்த உரத்த ஓதுதல்களின் பலன்களை அனுபவிக்கும் அவர்கள், தொடர்ந்து பயிற்சிகளைச் செய்யத் தூண்டப்படுவார்கள். மனதை ஒரு புள்ளியில் குவிக்க முடியாத மாணவர்களுக்கும் திக்ர் ஜலீயைச் செய்யும்படி குருமார்கள் கூறலாம். ஏனெனில் உரத்துச் சொல்லும்போது அது எண்ணங்களின் தொந்தரவுகளிலிருந்து விடுபட்டு மனம் அமைதியடைய உதவும்.

திக்ர்ஜலீ செய்தாலும் சரி, திக்ர் ஹஃபீ செய்தாலும் சரி, ஒவ்வொரு நிலையிலும் இறைவனை நினைவுகூர்வதையே சூஃபித்துவ மாணவர்கள் விரும்புகிறார்கள். அவர்கள் 'நின்ற நிலையிலும், இருந்த இருப்பிலும் தங்கள் விலாப் புறங்களில் (சாய்ந்து) இருக்கும்போதும் அல்லாஹ்வை (நினைவு கூர்ந்து) துதிக்கிறார்கள்' என்று குர்'ஆன் கூறுகிறது (3:191). ஒருமுறை என் ஞானாசிரியர் திக்ர் கதீர் (அதிகமாக இறைவனை நினைவுகூர்தல்) என்பதை விளக்கும்படி தன் குருவிடம் கேட்டார். அது பற்றி திருமறையிலும் 'அன்றியும், நீங்கள் வெற்றியடையும் பொருட்டு, அல்லாஹ்வை அதிகமதிகம் தியானம் செய்யுங்கள்' *(62:10)* என்று உத்தரவிடப்பட்டுள்ளது. குறிப்பிட்ட எண்ணிக்கையளவு திக்ர் செய்யவேண்டும் என்று தன் ஷெய்கு சொல்வார் என்று என் ஷெய்கு எதிர்பார்த்தார். ஆனால் அவரோ, 'இறைவனை அதிகமாக நினைவுகூர்வதென்பது எண்ணிக்கை சம்பந்தப்பட்டதல்ல. அது இறைவனைத் தவிர மற்றெல்லா வற்றையும் மறப்பதாகும்' என்று கூறினார்.

ஒருமுறை இந்திய ஞானாசிரியரான சய்யித் அப்துல் பாரி ஷாஹ் சிஷ்தி தரீக்கா முறைப்படி திக்ர் செய்துகொண்டிருந்தார். திடீரென்று ஹஸ்ரத் க்வாஜா முயீனுத்தீன் சிஷ்தி அவர்கள் அவர் கனவில் தோன்றினார்கள். அவரை ஒரு மலையின் பக்கம் அழைத்துச் சென்ற சிஷ்தி அவர்கள், அங்கே ஒரு பக்தர் திக்ர் அந்நஃபீ வல் இத்பாத் (மறுப்பதும் ஏற்றுக்கொள்வதும்) என்னும்

ஒருவித திக்ரை உரத்து செய்துகொண்டிருப்பதைக் காட்டினார்கள். அம்மனிதர் லா இலாஹ என்று சொன்னபோது அந்த மலை தூள்தூளாக சிதறுவதாகத் தோன்றியது. அவர் இல்லல்லாஹ் என்று சொன்னபோது மீண்டும் அந்த துண்டுகள் ஒன்று சேர்ந்து மலையாகிக்கொண்டன. அங்கேயே கொஞ்ச நேரமிருந்து அந்த பக்தர் செய்துகொண்டிருந்த திக்ரைப் பார்த்துக்கொண்டும் கேட்டுக்கொண்டும் இருந்தனர் இருவரும். இறுதியில் முயீனுத்தீன் சிஷ்தி சொன்னார்கள்: 'திக்ர் செய்யும் முறை இதுதான்'.

மாணவர்களின் இதயங்களையும் ஆன்மாக்களையும் தூய்மைப் படுத்த சூஃபி குருமார்கள் திக்ர் செய்யச் சொல்கிறார்கள். மூலமுதலான நினைவுகூர்தலைக் கொண்டுவர சீடர்களுக்கு குருமார்கள் வழிகாட்டுகிறார்கள். இடைவிடாமலும், இயல்பாகவும், உடல் ரீதியான, உளரீதியான மற்றும் உணர்ச்சி ரீதியான வாழ்வின் எல்லா அம்சங்களிலும், புறத்திலும் அகத்திலும் இறைவனின் இருப்பை உணர்ந்துகொள்ள குருமார்கள் சீடர்களைத் தயார் செய்கிறார்கள்.

எந்த முறையில் திக்ர் செய்ய வேண்டும் என்று ஷெய்கு சொல்லி யிருக்கும் அறிவுறுத்துதல்களை சீடர் பின்பற்ற வேண்டும். இதை விளக்க ஒரு கதை உண்டு. ஒரு சீடர், தன் குடும்பத்தோடு, ஒரு பண்ணையில், தன் குருநாதர் இருக்கும் இடத்திலிருந்து வெகு தூரமாக வாழ்ந்து வந்தார். அவ்வப்போது அவர் தன் குருவை நீண்ட தூரப் பயணத்துக்குப் பின் சந்தித்து என்னென்ன செய்ய வெண்டும் என்ற உத்தரவுகளைப் பெற்றுக்கொண்டு திரும்புவார். லா இலாஹ இல்லல்லாஹ் என்ற வாக்கியத்தை ஒரு நாளைக்கு ஐநூறு முறை சொல்லவேண்டும் என்று குரு சொன்னார்.

வீடு திரும்பிய சீடர் குரு சொன்னதுபோலவே ஒவ்வொரு நாளும் லா இலாஹ இல்லல்லாஹ் என்ற திக்ரை ஐநூறு தடவைகள் சொல்லிவந்தார். சில மாதங்கள் சென்ற பிறகு இன்னும் கொஞ்சம் அதிகமாகச் சொல்லலாம் என்று சீடருக்குத் தோன்றியது. எனவே ஒரு நாளைக்கு இரண்டாயிரம் தடவைகள் அவர் திக்ர் சொல்ல ஆரம்பித்தார். இன்னும் கொஞ்ச நாள் கழித்து அதை ஐயாயிரமாக, பின் ஏழாயிரமாக உயர்த்தினார். இப்படியாக இறுதியில் ஒரு நாளைக்கு பத்தாயிரம் தடவைகள் அவர் லா இலாஹ இல்லல்லாஹ் என்று சொன்னார்.

கொஞ்சம் கொஞ்சமாக அவரது பண்ணையில் இருந்த மிருகங்கள் செத்துப்போகத் தொடங்கின. எல்லா மிருகங்களும் இறந்து போனபின்பு, சீடரது மனைவியும் குழந்தைகளும் அவரை விட்டுச் சென்றனர். இறுதியில் அவர் எல்லாவற்றையும் இழந்தார்.

மனமுடைந்துபோன அவர், கடைசியில் தன் குருவைச் சந்தித்து நடந்ததையெல்லாம் சொன்னார். 'ஒரு நாளைக்கு நீ எத்தனை முறை திக்ர் சொல்கிறாய்?' என்று குரு கேட்டார். 'பத்தாயிரம் தடவைகள்' என்று சீடர் பதில் சொன்னார். குருவுக்கு ஆச்சரிய மாகவும் வருத்தமாகவும் இருந்தது. லா இலாஹ இல்லல்லாஹ் என்றால் இறைவனைத் தவிர வேறு எதுவுமே இல்லை என்று பொருள். இறைவனைத் தவிர எல்லாவற்றையும் இல்லை இல்லை என்று அவர் திக்ர் மூலம் மறுத்துக்கொண்டே போனதால், இறைவனல்லாத மற்ற எல்லாம் அவரை விட்டு ஒவ்வொன்றாகப் போக ஆரம்பித்துவிட்டது.

பெருமானார் (ஸல்) அவர்கள்மீது இறைவனின் அருளாசிகள் பொழிய வேண்டும் என்று அர்த்தப்படும் சில தரூத்களை ஓது என்று குரு அவருக்கு சொன்னார். வீடு திரும்பிய சீடர் தன் குரு சொன்னதுபோலவே தரூத் ஓதத் தொடங்கினார். விரைவிலேயே அவரது மனைவியும் குழந்தைகளும் திரும்பி வந்தனர். அவரது பண்ணையும் வளமையுறத் தொடங்கியது. பின்னர் வாழ்க்கை பழைய நல்ல நிலைக்குத் திரும்பியது.

வழக்கமாக, இவ்வித திக்ர்களை ஒரு நாளைக்கு ஆயிரம், இரண்டாயிரம் என்று போய் ஐயாயிரம் முறைகள் வரை செல்லும். அந்த எண்ணிக்கையை குருவின் அனுமதியில்லாமல் ஒரு சீடர் அதிகரிக்கக் கூடாது. அப்படி ஒருவர் எண்ணிக்கையை கூட்டுவதானால் அவர் தன் இறுதி மூச்சுவரை அப்படிச் செய்துகொண்டிருக்க வேண்டும். எது ஓதப்பட்டாலும் அது அன்றாடம் செய்யப்படவேண்டும். ஹஸ்ரத் அப்துல் பாரி ஷாஹ் (ரஹ்) அவர்கள் தன் பயிற்சிகளைச் செய்வதற்காக பள்ளிவாசலில் போய் அமர்வார். புதிதாக எதையாவது ஓதத்தொடங்கினால், தொடர்ந்து அதையும் சேர்த்து ஒவ்வொரு நாளும் ஓதத் தவறுவதே இல்லை. பொதுவாக சில ஓதல்கள்தான் கொடுக்கப்படும். எனவே அவற்றைத் தொடர்ந்து வழக்கமாக தினமும் ஓதிவர வேண்டும்.

அன்றாட வாழ்வின் ஒவ்வொரு கட்டத்திலும், எல்லா நேரத்திலும் இறைவனை நினைவு கூர்தலென்பது அவ்வப்போது நினைவுகூர்வதைவிட மிகமிக மேலானது. திக்ர் என்பது ஒரு சடங்கு அல்ல. வாழ்வின் நோக்கமே அதுதான். இறைவனை நினைவு கூர்பவர் சந்தோஷம் அடைகிறார். இறைவனை மறப்பவர் துக்கமடைகிறார். மறதியானது ஒரு மரத்தைக்கூட வெறும் கல்லாக மாற்றிவிடக்கூடிய ஆற்றலாகும். மாறாக, திக்ர் செய்வதால் இறைவனின் கருணையும், வானவர்களின் கருணையும், மனத்தூய்மையும், ஆன்மாவுக்கு அழகும் கிடைக்கும். முன்னேற்றம் எளிதாகும். சீடரானவர் இறைவனுக்கு மிக நெருக்கமாகப் போகிறார். ஏனெனில், 'நீங்கள் என்னை நினைவு கூறுங்கள்; நானும் உங்களை நினைவு கூறுவேன்' என்று இறைவன் கூறியுள்ளான் *(2:152)*.

கேள்வி 37

சுய மேம்பாட்டுக்கு நேரம் ஒதுக்குதல்

ஆன்மிகப் பயிற்சிகளுக்காக நேரம் ஒதுக்குவது பலருக்கு கடினமானதாக உள்ளது. ஸூஃபித்துவ மாணவர்களால் தியானம் செய்வதற்கான நேரம் ஒதுக்க முடியாத பட்சம், வேறு வழிகளின் மூலம் தம் அன்றாட வாழ்வில் அவர்களால் தங்களைத் தூய்மைப்படுத்திகொள்ள முடியுமா?

ஸூஃபிப் பயிற்சிகள் உள்ளுணர்வை மேம்படுத்துகின்றன. மிக உயர்ந்த தன்மைகளை உருவாக்க உள்ளுணர்வு முக்கியம். ஒரு சீடரின் குணாம்சம் மேம்பட அவர் என்ன செய்யவேண்டும் என்று எங்கள் பாதையைச் சேர்ந்த குருமார்கள் வார்த்தைகளால், பேச்சால் சொல்வதில்லை. அப்படிச் செய்வது அரிது. பயிற்சிகளின் உதவியால், தங்களுடைய பலவீனங்கள், குறைபாடுகள் என்னென்ன என்று மாணவர்கள் உள்ளுணர்வால் அறிந்துகொண்டு அவற்றை நீக்க முயற்சி செய்ய வேண்டும். பரிபூரணமடைய இதுதான் மிகச்சிறந்த வழியாகும். ஆனால் வார்த்தைகளால் உத்தரவு கிடைத்தால் நல்லது என்று நீங்கள் கருதுவதால், பின்வருபவற்றை நான் உங்களுக்குச் சொல்ல விரும்புகிறேன்.

இன்றைய ஸூஃபிப் பாதைகளின் மாணவர்கள் யாரும் இந்த உலகைத் துறப்பதில்லை. மாறாக, குடும்பத்தையும் தொழிலையும் கவனித்துக்கொண்டே ஆன்மிக இலக்கை நோக்கிச் செலுத்தும் பயிற்சிகளையும் மேற்கொள்கிறார்கள் என்பது உங்களுக்கே தெரியும். தொழில் மேன்மை, சமுதாய சேவை,

வணிக முயற்சிகள், சமூக பொறுப்பு, படிப்பறிவு, பெற்றோரா யிருத்தல் இப்படி எந்தப் பொறுப்பாக இருந்தாலும், இந்த உலகியல் சார்ந்த காரியங்கள் எதுவாக இருப்பினும் அதில் ஒரு உச்சத்தை அடைய வேண்டும் என்பதே அவர்களின் பிரதான நோக்கமாக இருக்கவேண்டும்.

ஆனால் புறவயமான வாழ்க்கையின் பொறுப்புகள் எவ்விதமாக இருந்தபோதிலும், அவை ஆன்மிக வளர்ச்சிக்காக காலந்தவறாமல் பயிற்சிகளை மேற்கொள்வதற்கு இடையூறாக இருக்கக்கூடாது என்று நான் எச்சரிக்கிறேன். வாழ்க்கை மிகவும் குறுகியது. கவனமாக இல்லையெனில், காலம் நமக்குத் தெரியாமலே விரைவில் நழுவி விடும். பகல் நேரத்தில் வேலை பார்க்கும் பலர் இரவுப் பள்ளிகளுக்குச் செல்கிறார்கள். ஒவ்வொரு நாளும் படிப்பதற்கென்று குறிப்பிட்ட நேரத்தை ஒதுக்குகிறார்கள். அப்படி ஒதுக்காவிட்டால் அவர்களால் பட்டங்களைப் பெறமுடியாது. ஆன்மிகப் பயிற்சிக்கும் நேரம் தேவைப்படுகிறது.

நம் அனைவருக்கும் பலவிதமான பொறுப்புகள் உள்ளன. சில சமயங்களில் மிகவும் அழுத்தம் கொடுக்கும் கடமைகளிலிருந்து நம்மை நமது பயிற்சிகள் திசைதிருப்புவதாகத் தோன்றலாம். ஆனால் தவஜ்ஜுஹின் பலன்கள் உணரப்படும்போது நமது தகுதிகளும் திறமைகளும் தொடர்ந்து வளர்கின்றன. புற உலகம் சார்ந்த வேலைகளை முன்னைவிட எளிதாக முடிக்க முடிகிறது என்பதை முராகபா, திக்ர் ஆகியவற்றுக்காக நேரம் ஒதுக்கும் மாணவர்கள் உணருவார்கள். ஆன்மிகப் பயிற்சிகள் செய்யும் போது பரக்கத் எனும் இறையருள் கிடைக்கும். அது இவ்வுலகம் தொடர்பான செயல்பாடுகளிலும் உணரப்படும். உதாரணமாக, ஒரு விஷயம் பற்றி எழுதவேண்டும் என்று ஒரு மணி நேரமாக ஒருவர் மிகவும் பிரயாசைப்படுகிறார் என்று வைத்துக்கொள்வோம். ஆனால் அவருக்கு ஒன்றுமே எழுதத் தோன்றவில்லை. அதை ஒதுக்கி வைத்துவிட்டு அவர் கொஞ்ச நேரம் தியானம் செய்கிறார். அதன் பிறகு எழுத அமரும் அவர் பத்தே நிமிடங்களில் அதை எழுதி முடித்துவிடுகிறார். அதுதான் பரக்கத்.

அன்றாட வாழ்க்கை நமக்கு ஒன்றுக்கு மேற்பட்ட தேர்வுகளைக் கொடுத்துக்கொண்டே இருக்கிறது. நாம் அவற்றில் ஒன்றுக்கு முன்னுரிமை கொடுத்தாகவேண்டியுள்ளது. ஆன்மிக மாணவர் ஆன்மிகப் பயிற்சிகளுக்கே முன்னுரிமை கொடுக்க வேண்டும். ஒரு முறை நான் பள்ளிவாசலில் அமர்ந்து திக்ர் செய்து

கொண்டிருந்தேன். சூஃபிப்பள்ளி தொடர்பாக சில முக்கிய நபர்களைச் சந்தித்துப் பேசவேண்டிய நேரம் வந்துவிட்டது. இப்போது என்ன செய்வது? போய் அவர்களை சந்திப்பதா? அல்லது தொடர்ந்து திக்ர் செய்வதா? நான் என் பயிற்சிகளை முடித்துவிட்டுப் போகலாம் என்று முடிவு செய்து தியானத்தில் மூழ்கிவிட்டேன். இருபத்தைந்து நிமிடங்கள் போனதே தெரியவில்லை. மீண்டும் இவ்வுலகம் பற்றிய விழிப்புணர்வுக்கு நான் வந்தபோது, அடடா இப்படி ஆகிவிட்டதே என்று நினைத்தேன். நான் பள்ளிவாசலை விட்டு வெளியில் வந்தபோது நான் சந்திக்க இருந்தவர்களில் ஒருவர் என்னை நோக்கி நடந்து வருவதைப் பார்த்தேன். ஆனால் அவர் அந்த வழியாக வருவதற்கு திட்டமிடவில்லை. ஆனால் கடைசி நிமிடத்தில் தன் முடிவை மாற்றிக்கொண்டு அந்தப் பக்கம் வந்திருக்கிறார். எனவே என்னால் அவரிடம் பேச முடிந்தது. நான் என் வீட்டருகில் வந்தபோது நான் சந்திக்க நினைத்த இன்னொருவரையும் பார்த்தேன். என் பயிற்சி களுக்கு முன்னுரிமையும் முக்கியத்துவமும் கொடுத்ததன் விளைவாக என் உலக வாழ்க்கைக் கடமைகளில் எனக்கு உதவி கிடைத்தது.

நீங்கள் கார் போன்ற வாகனம் ஓட்டும்போது சாலை எப்படி உள்ளது என்பதையும், வானிலை எவ்வாறு உள்ளது என்று தேவையான அளவுக்கு மட்டும் கவனம் வைப்பதுபோல தேவைக்குத் தகுந்தவாறு, தகுந்த அளவுக்கு மட்டும் உலக விஷயங்களில் ஈடுபடுங்கள். உங்களுக்கு பிரச்னைகள் ஏற்படு மானால், அதன் காரணங்களில் ஒன்று நீங்கள் தேவைப்படும் அளவுக்கு பயிற்சிகளில் கவனம் செலுத்தாததாக இருக்கலாம். மற்ற விஷயங்களுக்கு மேலாக நீங்கள் உங்கள் ஆன்மிகப் பயிற்சிகளுக்கு முக்கியத்துவம் கொடுப்பீர்களேயானால், உங்கள் தேவைகளுக்கு இறைவன் பொறுப்பேற்றுக்கொள்வான். ‘இப்போது என்னால் தொழவோ முராகபாவில் அமரவோ முடியாது. அந்த அளவுக்குக் கவலை இருக்கிறது. இந்தப் பிரச்னையை முடித்துவிட்டு பயிற்சியை சிறப்பாகச் செய்யலாம்’ என்று எண்ணாதீர்கள். உங்கள் பயிற்சிகளுக்கு முன்னுரிமை கொடுங்கள். அதன் மூலமாக இறையருள் கிட்டும். அதைக்கொண்டு உங்கள் பிரச்னைகளையும் தொந்தரவுகளையும் உங்களுக்குப் பலன் தரத்தக்க வகையிலும் விரைவிலும் தீர்க்க உங்களால் முடியும். பயிற்சிகளுக்கு முக்கியத்துவமும்

முன்னுரிமையும் கொடுக்கும் பழக்கத்தை ஏற்படுத்திக்கொண்டு விட்டால், உங்கள் பிரச்னைகளையொட்டி நீங்கள் அதிகம் கவலைப்பட மாட்டீர்கள். அதோடு, ஆன்மிகப் பாதையில் மிக விரைவான முன்னேற்றமும் ஏற்படும்.

இறைவனின் இருப்பு பற்றிய உண்மையைத் தீவிரமாக உணர்வதற்கு இதய இடைநிறுத்தம் (வுகூஃபுல் கல்ப்) என்ற பயிற்சி ஒன்று உண்டு. அதைச் செய்ய நீங்கள் விரும்பலாம். இந்த உலகம் தொடர்பான காரியங்களில் நீங்கள் மூழ்கி இருக்கத் தொடங்கும்போது, ஒரு கணம் வேலையை நிறுத்திவிட்டு, உங்கள் இதயத்தை நோக்கி உங்கள் கவனத்தைத் திருப்புங்கள். இறைவனை நினையுங்கள். உங்கள் செயல்பாடுகள் இயல்பாகவே சற்று நிற்குமானால், உங்கள் இதயத்தின் மீது கவனத்தைக் குவித்து, மனதுக்குள் அல்லாஹ் என்று கூறுங்கள். மெல்ல மெல்ல இறைவனை நினைவு கூர்வதற்கும் உங்கள் செயல் பாட்டுக்கும் இடையில் உள்ள கால அவகாசத்தைக் குறையுங்கள்.

இதை ஒரு பயிற்சியாக செய்யச்செய்ய, அவ்வப்போது இறைவனை நினைவு கூர்தலானது இயல்பாகவும் தானாகவும் நடக்க ஆரம்பிக்கும். இப்படியே போனால், ஒரு கட்டத்தில் நீங்கள் இறைவனை எந்நேரமும் நினைத்துக்கொண்டே இருப்பவராகிவிடுவீர்கள். கும்பலில் தனிமை (கல்வத் தர் அஞ்சுமன்) என்ற நிலைக்கு நீங்கள் சென்றுவிடுவீர்கள்.

‘என் ஆசைகளும் லட்சியங்களும் நிறைவேறாமல் போனதன் மூலமாக நான் இறைவனை அறிந்துகொண்டேன்’ என்று இறுதித் தூதர் முஹம்மது (ஸல்) அவர்களின் மருமகனார் அலீ (ரலி) கூறினார்கள். தான் ஒன்று நினைக்க, தெய்வம் ஒன்று நினைக்கும் என்ற முதுமொழி உங்களுக்குத் தெரிந்திருக்கலாம். நாம் எவ்வளவு முயன்றாலும் வெற்றிபெற முடியாத சூழ்நிலைகள் பல நம் வாழ்வில் வரும். தனி மனித விருப்பத்துக்கு மாற்றமாக பிரபஞ்சத்தின் விருப்பம் உள்ளது என்று அப்போதுதான் புரியும். அது இறைவனின் விருப்பமாகும். நமது ஒவ்வொரு விருப்பமும் இறைவனின் விருப்பத்தோடு எல்லா நேரத்திலும் போராடிக் கொண்டே இருக்கிறது. நாம் நினைப்பதுதான் நடக்க வேண்டும் என்று பிடிவாதம் பயன் தராது என்று கசப்பான அனுபவங்கள் மூலமாகவே நமக்குத் தெரிய வருகிறது. இறைவனின் விருப்பத்துக்கு மாறான எதையும் விட்டுவிடுவதே அறிவுடைமை

என்பதும் புரியும். 'அகிலங்களுக்கெல்லாம் இறைவனாகிய அல்லாஹ் நாடினாலன்றி நீங்கள் (நல்லுபதேசம் பெற) நாடமாட்டீர்கள்' என்று திருமறை தெளிவாகக் கூறுகிறது (81:29).

நாம் முயற்சி எதுவும் செய்யக்கூடாதென்று உத்தரவிடப்பட வில்லை. நம்மால் ஆன அனைத்தையும் நாம் செய்யத்தான் வேண்டும். ஆனால் முயற்சியின் பலன்கள் இறைவனின் கையில் உள்ளன என்பதைத் தெரிந்துகொள்ள வேண்டும். நாம் செய்த முயற்சிகளையெல்லாம் தாண்டி, விளைவு நாம் நினைத்தபடி வரவில்லையெனில், அதை நாம் மகிழ்வோடு ஏற்றுக்கொள்ள வேண்டும், ஏனெனில் அது இறைவனின் விருப்பமாக உள்ளது. நம் வாழ்வில் நமக்கு என்ன நிலை ஏற்பட்டாலும் அதன் மீது திருப்திகொண்டவர்களாக நாம் இருக்கவேண்டும்.

இறைவன் உங்களோடு எப்போதும் இருக்கிறான், உங்களைப் பார்த்துக்கொண்டிருக்கிறான், உங்கள் இதயத்தில் இருப்பவற்றை யெல்லாம் அறிந்தவனாக இருக்கிறான் என்று எப்போதும் எண்ணுங்கள். சில தரீக்காக்களில் கொடுக்கப்படும் தினசரி திக்ர்களில் அல்லாஹு ஹாளிரி, நாளிரி, ஷாஹிதி, மா'இ (அல்லாஹ் இருக்கிறான், என்னைப் பார்த்துக் கொண்டிருக் கிறான், எனக்கு சாட்சியாக இருக்கிறான், என்னோடு இருக்கிறான்) என்று ஓதுவார்கள். 'அல்லாஹ்வை நீங்கள் பார்த்துக்கொண்டிருப்பதைப்போல வணங்குங்கள். அவனை நீங்கள் பார்க்காவிட்டாலும், அவன் உங்களைப் பார்த்துக் கொண்டிருக்கிறான்' என்று பெருமானார் (ஸல்) அவர்களின் ஹதீஸை மீண்டும் நினைவுபடுத்துகிறேன். இந்தப் பழக்கத்தை நீங்கள் வளர்த்துக்கொண்டால், பயிற்சிகளின்மீது கூடுதல் கவனம் வைப்பீர்கள். தவறு செய்யமாட்டீர்கள். உங்கள் அச்சங்களும் கவலைகளும் கணிசமாகக் குறைந்துவிடும். ஏனெனில், ஒரு கணம்கூட இறைவனைக் காணாது இருக்க மாட்டீர்கள். இறைச்சிந்தனை நிறைந்தவராக நீங்கள் ஆகிவிட்டால், உங்களுக்குத் தேவையான அனைத்தையும் இறைவன் கொடுப்பான். ஏனெனில் இறைவன் எப்போதுமே நம்மைக் கவனித்துக்கொண்டு, நம்மோடு இருக்கிறான்.

இறைவனுக்கு என்னென்ன குணங்கள், எந்தவிதமான செயல்பாடுகள் பிடிக்கும் என்று கண்டு பிடியுங்கள். அதில்

மிகமிக முக்கியமான ஒன்று அவனது படைப்பினங்களுக்குச் செய்யப்படும் சேவை. இறைக்காதலுக்கான பாதைக்கு சேவையின் பள்ளத்தாக்கின் வழியாகத்தான் செல்ல முடியும். சேவை என்பது மனிதர்களுக்கு மட்டுமல்ல, எல்லா உயிரினங்களுக்கும்தான். உங்களால் இறைவனுக்கு நேரடியாகச் சேவை செய்ய முடியாது. எனினும், படைத்தவனாகிய அவன் படைக்கப் பட்டவற்றின் அருகிலேயே எப்போதும் இருக்கிறான். எனவே, அவனது படைப்பினங்களின்மீது அன்பையும் இரக்கத்தையும் நீங்கள் காட்டினால், உங்கள்மீது அன்பையும் கருணையையும் அவன் காட்டுவான்.

தன்னைப் பரிபூரணப்படுத்திக்கொள்வதற்காக ஒரு தர்வேஷ் பதினைந்து ஆண்டுகளாக அங்குமிங்கும் அலைந்து கொண்டிருந்தார். அவரால் முடிந்த அனைத்தையும் செய்தாலும் அவரால் அவர் ஆசைப்பட்ட பரிபூரண நிலையை அடைய முடியவில்லை. ஒருநாள் பாலைவனப் பகுதியில் அவர் போய்க் கொண்டிருந்தபோது, ஒரு நாய் மண்ணில் படுத்துக் கிடந்தது. தாகத்தால் அது செத்துக்கொண்டிருந்தது. அதைப் பார்த்து பரிதாபப்பட்ட அந்த தர்வேஷ் அந்த நாயின் தாகத்தைக் தீர்க்க தண்ணீரைத்தேடி அலைந்தார். கடைசியில் ஒரு கிணற்றைப் பார்த்தார். ஆனால் தண்ணீரை அள்ளிக்கொண்டு போவதற்கு அங்கே எதுவும் இல்லை. என்ன செய்வதென்று அவருக்குப் புரியவில்லை. கடைசியில் தனது தலைப்பாகையைக் கழட்டி, அதன் நுனிகளில் ஒன்றை தண்ணீரில் நனைத்தார். பிறகு ஓடிச்சென்று அந்த நாயின் வாயில் அதைப் பிழிந்து சில துளிகளை அதன் வாயில் இட்டார். அந்த நேரத்தில் அந்த பாலைவனம் முழுவதும் ஒளியால் நிரம்பியது. பதினைந்து ஆண்டுகளாக அவருக்குக் கிடைக்காத ஒன்று அப்போது கிடைத்தது.

‘இந்த உலகில் உள்ளவர்கள்மீது கருணையோடு நடந்து கொள்ளுங்கள். அப்போதுதான் மேலே உள்ள இறைவன் உங்கள்மீது கருணையோடு இருப்பான்’ என்று பெருமானார் (ஸல்) கூறினார்கள். அடுத்தவருக்கு தாராளமாகக் கொடுத்துதவுங்கள். அப்போதுதான் மகிமை மிகு இருக்கையின் மீதிருக்கும் இறைவன் தன் நேசர்களில் ஒருவராக உங்களை அங்கீகரிப்பான்.

கேள்வி 38

சய்யித் அப்துல் பாரி ஷாஹ்

உங்கள் தரீக்காவில் சய்யித் அப்துல் பாரி ஷாஹ்வுக்கும் முக்கியப் பங்களிப்பு உள்ளது என்று உங்கள் குறிப்புகளிலிருந்து தெரிந்துகொள்ள முடிகிறது. ஆனால் இதுவரை நான் அவரைப் பற்றிக் கேள்விப்பட்டதில்லை. யார் அவர்? அவருடைய புகழுக்குக் காரணம் என்ன?

சய்யித் அப்துல் பாரி ஷாஹ் (ரஹ்) சூஃபி சிந்தனைக்கும் செயல் பாட்டுக்கும் பெரிய பங்களிப்பு செய்துள்ளார் என்றாலும் அவரைப்பற்றி எழுதப்பட்டிருப்பது மிகக்குறைவே. ஆன்மிக நாட்டம்கொண்ட தற்கால மக்களுக்கு அவர் மிகவும் முக்கியமாகிறார். ஏனெனில் அவர் வாழ்ந்து போதித்ததெல்லாம் நமது நவீன காலத்தில்தான்.

சய்யித் அப்துல் பாரி ஷாஹ் ஹிஜ்ரி 1276 வாக்கில் (கிபி 1860) இந்தியாவின் வங்காள மாநிலத்தில் இருந்த பல்கதி என்ற கிராமத்தில் பிறந்தார். இறையியலிலும் ஆன்மிகத்திலும் அவரது தந்தையார் வல்லுனராக இருந்தார். இந்தக்காலத்தில் வேதியியல் என்று சொல்லப்படுகின்ற ரசவாதக் கலையிலும் அவர் விற்பன்னராக இருந்தார். அப்துல் பாரி ஷாஹ்வுக்கு ஆறு வயது இருந்தபோது அவரது தந்தையார் மறைந்தார். அவரது தாயார்தான் அவரை வளர்க்கும் பொறுப்பை எடுத்துக்கொண்டார்.

மகனின் இவ்வுலகம் சார்ந்த தேவைகளை நிறைவேற்றியதோடு, தன் பொறுமை, நன்றியுணர்ச்சி ஆகிய நற்குணங்களின் மூலமாக

சய்யித் அப்துல் பாரி ஷாஹ்வை சிறந்ததொரு மனிதராக உருவாக்கினார். விதவையான பிறகு, விரைவிலேயே அவர் மறைந்த தன் கணவரது விருப்பப்படி, பல்கதி கிராமத்தைவிட்டு கல்கத்தாவுக்கு அருகிலிருந்த ஹூக்லியில் குடியேறினார். அங்கே நூல் நெய்யும் வேலை செய்து தன் வாழ்க்கையை ஓட்டினார். பிறர் நலம் பேணும் நற்குணம் கொண்ட பிள்ளையாக இருந்த காரணத்தால் சய்யித் அப்துல் பாரி ஷாஹ் தன் பங்குக்கு எடுபிடி வேலைகள் செய்து தன் தாயாருக்கு உதவினார்.

கொஞ்ச காலத்துக்குப் பிறகு, ஒரு சொந்தக்காரரின் ஆலோசனையின் படி, ஹூக்லியிலிருந்து குடும்பம் நால்டங்கா என்ற ஊருக்குக் குடிபெயர்ந்தது. அங்கேயே தன் இறுதி மூச்சுவரை தாயார் வாழ்ந்தார். அங்கேதான் சய்யித் அப்துல் பாரி ஷாஹ்வின் சமாதியும் உள்ளது.

சிறு பையனாக சய்யித் அப்துல் பாரி ஷாஹ் இருந்தபோது, கூட இருந்த பையன்கள் தேங்காய்த் திருடலாம் என்று கூறினர். ஆரம்பத்தில் பாரி ஷாஹ் மறுத்துவிட்டார். ஆனால் நண்பர்கள் வற்புறுத்தவே அவர்களோடு அவரும் சென்றார். தென்னை மரங்கள் இருந்த இடத்துக்கு வந்து சிறுவர்கள் தேங்காய்களை எடுக்க ஆரம்பித்தனர். கீழே காவலுக்கு நிற்கும்படியும், யாராவது வந்தால் தகவல் தரும்படியும் பாரி ஷாஹ்விடம் கூறினர். அந்த தென்னந்தோப்புக்கு அருகில் ஒரு இடுகாடு இருந்தது. திடீரென்று ஒரு கல்லறையிலிருந்து ஆவிபோல ஏதோ கிளம்பி பாரி ஷாஹ்வை நோக்கி வந்தது. 'நல்ல பையன் நீ, இதற்காக நீ பிறக்கவில்லை' என்று சொன்னது. உடனே நண்பர்களை விட்டு விட்டு சய்யித் அப்துல் பாரி ஷாஹ் வீட்டுக்குத் திரும்பினார்.

இளம் பாரி ஷாஹ்வுக்கு முறையான கல்வி எதுவும் கிடைக்க வில்லை. ஒரு பள்ளியில் சேர்க்கப்பட்டார். ஆனால் படிப்பில் அவருக்கு கவனம் போகவில்லை. பள்ளியை விட்டுவிட்டு சின்னச் சின்ன வேலைகளைச் செய்ய ஆரம்பித்தார். கடைசியாக ரயில்வே துறையில் நல்ல சம்பளத்தில் ஒரு வேலை கிடைத்தது. இப்போது அவருக்கு ஒரு நல்ல வாழ்க்கை அமைந்தது. நண்பர் களோடும் சந்தோஷமாக இருக்க முடிகிற சூழல் உருவானது.

ஒரு நாள் இரவு சய்யித் அப்துல் பாரி ஷாஹ் தன் தந்தையை கனவில் கண்டார். அந்த ரயில்வே வேலை செய்வது தனக்குப் பிடிக்கவில்லை என்றும், அங்கே நிறைய ஊழல் உள்ளது என்றும் தந்தையார் சொன்னார். மனதளவில் அந்த வேலை சய்யித் அப்துல்

பாரி ஷாஹ்வுக்கும் பிடித்தமில்லாமல்தான் இருந்தது. கனவு கண்டு விழித்த பிறகு வேலையை ராஜினாமா செய்துவிட வேண்டும் என்ற முடிவுக்கு வந்தார். ஆனால் அப்படிச் செய்ய வேண்டாம் என்று அவரது அரபி ஆசிரியரும் வேறு சில நண்பர்களும் கூறினார்கள். அதுபோன்ற வேலை வேறு கிடைப்பது கடினம் என்றும் அவர்கள் எச்சரித்தார்கள். ஆனால் அவர்களது ஆலோசனையை உதாசீனப்படுத்திவிட்டு வேலையை ராஜினாமா செய்தார் சய்யித் அப்துல் பாரி ஷாஹ்.

வேலையை ராஜினாமா செய்த கொஞ்ச நாளிலேயே பாரி ஷாஹ்வுக்கு ஒருவித வயிற்றுப் போக்கு ஏற்பட்டது. அவர் இறந்துவிடுவார் என்று நண்பர்கள் நினைத்தார்கள். அப்போது மீண்டும் தன் தந்தையாரை கனவில் கண்டார் பாரி ஷாஹ். தந்தையார் அவருக்கு வயிறு நிறைய சாப்பிட எதையோ கொடுத்தார். கனவிலிருந்து விழித்த பிறகு உடல்நிலை கொஞ்சம் சீரடைந்திருந்தது. சில நாட்களிலேயே முழுமையாக குணமடைந்தார்.

இந்த அனுபவங்கள் சய்யித் அப்துல் பாரி ஷாஹ்வை முழுமை யான மாற்றத்துக்கு உள்ளாக்கின. ஆன்மிக தேடல்களுக்காக தன் நேரத்தில் பெரும்பகுதியை செலவழித்தார். அதேசமயம், தனக்காக குருவையும் தேட ஆரம்பித்தார்.

நில அளவைத்துறையில் அதிகாரியாக இருந்த ஹஸ்ரத் கரீம் பக்ஷ் என்ற சிஷ்தி தரீக்காவைச் சேர்ந்த ஒரு குரு கல்கத்தாவுக்கு அலுவலக வேலையாகச் சென்றபோது பால்கதி கிராமத்தைக் கடந்து சென்றார். அவரிடம் முதன் முதலாக ஆரம்பகட்ட தீட்சை பெற்றார் பாரி ஷாஹ். பால்கதியில் குறுகிய காலம் தங்கியிருந்தபோது பாஸ்-அந்-ஃபாஸ் என்ற மூச்சுப் பயிற்சியை பாரி ஷாஹ்வுக்கு கரீம் பக்ஷ் கற்றுக்கொடுத்தார். அவர் அப்பயிற்சியை செய்ய ஆரம்பித்தவுடன் அவரது இதயம் திறந்துகொண்டது. அந்த அனுபவம் அவருக்கு மிகவும் பிடித்திருந்தது. எனவே அவர் அவ்விதமான பயிற்சிகளுக்கு அதிக நேரம் ஒதுக்கி தீவிரமாக செய்ய ஆரம்பித்தார். தன் குருவை மீண்டும் பார்க்க முடியவில்லையே என்ற வருத்தம் மட்டும் இருந்தது. ஏனெனில் கரீம் பக்ஷ் மீண்டும் பால்கதி கிராமத்துக்கு வரவே இல்லை.

ஒருநாள் சய்யித் அப்துல் பாரி ஷாஹ் திக்ர் செய்துகொண்டிருந்த போது, அஜ்மீரில் வாழும் ஷெய்கு க்வாஜா முயினுத்தீன் சிஷ்தி

அங்கே தோன்றினார்கள். சிஷ்தி தரீக்காவை இந்தியாவில் நிறுவியவர்கள் அவர்கள்தான். ‘கரீம் பக்ஷ் கொடுத்த பயிற்சி சரியானதுதான், ஆனாலும் இனி நானே உங்களுக்கு பயிற்சிகள் கொடுப்பேன்’ என்று க்வாஜா கூறினார்கள்[50].

அன்றிலிருந்து க்வாஜா முயினுத்தீன் சிஷ்தி அவர்கள் அவ்வப்போது வந்து தவஜ்ஜுஹ் மூலம் ஆன்மிக உண்மைகளை பாரி ஷாஹ்வின் நெஞ்சுக்குக் கடத்தினார்கள். ‘அது வெறும் கனவு என்று நினைத்துவிடவேண்டாம். நீங்கள் இப்போது எனக்கு முன்னால் உட்கார்ந்திருப்பதுபோல அவர்கள் எனக்கு முன்னால் உட்கார்ந்திருந்தார்கள்’ என்று பாரி ஷாஹ் தன் சீடரான ஹஸ்ரத் ஹாமித் ஹஸன் ஆலவியிடம் ஒரு முறை கூறினார். ஆன்மிகப் பாதையின் எல்லா நிலைகளிலும் ஷெய்கு முயீனுத்தீன் சிஷ்தி (ரஹ்) சய்யித் அப்துல் பாரி ஷாஹ்வுக்கு உதவினார்கள்.

‘என்னால் கடந்து செல்ல முடியாத தடைகள் வந்தபோதெல்லாம், முயீனுத்தீன் சிஷ்தி அவர்கள் என்னை அவர்களது சிறப்பு இருப்பைக் கொண்டு என்னை தூக்கிவிடுவார்கள்’.

‘ஹஸ்ரத், நான் இப்போது என் பயணத்தின் நோக்கத்தை அடைந்து விட்டேனா?’ என்று கேட்பேன்.

‘இன்னும் இல்லை’ என்றுதான் அவர்கள் எப்போதுமே பதிலிறுத்தார்கள். இறுதியாக ஒருநாள், ‘இப்போது நீங்கள் போய்ச்சேர வேண்டிய இடத்துக்கு வந்துவிட்டீர்கள்’ என்று க்வாஜா முயீனுத்தீன் சிஷ்தி கூறினார்கள்’ என்றார் பாரி ஷாஹ்.

சிஷ்தியா பாதையின் பாடங்களையெல்லாம் பாரி ஷாஹ் முடித்த பிறகு, ஹஸ்ரத் முயீனுத்தீன் சிஷ்தி (ரஹ்) அவர்கள் சிஷ்தி தரீக்காவின் கலீஃபாவாக பாரி ஷாஹ்வை நியமித்து அத்தரீக்காவின் போதனைகளை மற்றவர்களுக்கு எடுத்துச் சொல்ல இஜாஸத் எனும் அனுமதியும் வழங்கினார்கள்.

கடுமையான பயிற்சிகளையோ, வாழ்க்கை முறையையோ சமீப காலத்து நக்ஷபந்தி முஜத்திதி பாதையின் குருமார்கள் விதிக்கவில்லை என்று ஏற்கெனவே சொல்லியுள்ளேன். ஆனாலும் வாழ்க்கையின் சில சூழல்கள் சில கடுமைகளை பாரி ஷாஹ்மீது அடிக்கடி சுமத்தின. இறைவனின் கருணை அவருக்கு எப்போதும் கிடைத்துக்கொண்டிருந்தாலும், ஷெய்கு முயீனுத்தீன் சிஷ்தி அவர்கள் அவ்வப்போது ஆன்மிக ஆதரவு

களை கொடுத்துக் கொண்டிருந்தாலும், இவ்வுலக வாழ்க்கையைப் பொறுத்தவரை அவரது சூழ்நிலை மிகவும் பரிதாபத்துக்குரியதாகவே இருந்தது. தொடர்ந்து பணப் பற்றாக்குறை அவரை வாட்டிக்கொண்டே இருந்தது.

மழைக்காலத்தில் வந்த ரமலான் மாதத்தில் ஒருநாள் பாரி ஷாஹ் மற்றும் அவரது மனைவியிடம் ஒரு காசு மட்டுமே இருந்தது. அதைக்கொண்டு அவர்கள் கொஞ்சம் தானியம் வாங்கி இரண்டு நாட்களை ஓட்டினார்கள். இறுதியாக வீட்டில் பணமே இல்லாத சூழ்நிலை உருவானது. 'எனக்கு சோதனைகள் வருவதைப் பற்றி நான் கவலை கொள்ளவில்லை. ஆனால் என் மனைவியைப் பற்றி நான் கவலை கொண்டேன். அந்த வேதனையை பொறுத்துக் கொள்ள முடியாமல் பொறுமை இழந்துவிடுவாரோ என்று நான் அஞ்சினேன்' என்று சய்யித் பாரி ஷாஹ் ஒருமுறை அந்த நிகழ்ச்சி பற்றிக் கூறினார்கள். ஆனால் மகா ஆத்மாக்களோடு இணையும் போது சாதாரண ஆத்மாக்களும் மகத்துவத்தைக் காட்டுகின்றன. தாங்கள் பட்டினியாக இருப்பதை அக்கம் பக்கத்தினர் அறிந்து கொள்ளா வண்ணம் வெறும் தண்ணீரை பாத்திரத்தில் ஊற்றி பாரி ஷாஹ் அவர்களின் மனைவியார் சூடுபடுத்திக்கொண்டிருந்தார்!

இரண்டு நாட்களாக அந்நிலையே தம்பதியினருக்குத் தொடர்ந்தது. சில மிடக்கு தண்ணீரைக் குடித்துத்தான் அவர்கள் நோன்பு திறக்க வேண்டியிருந்தது. அப்படிப்பட்ட சூழ்நிலை களில் மிகச்சிறந்த மனிதர்கள்கூட ஆன்மிகப்பாதையின்மீதுள்ள நம்பிக்கையை இழப்பது சாத்தியம்தான். ஆனால் ஹஸ்ரத் சய்யித் அப்துல் பாரி ஷாஹ் தன் ஆன்மிகப் பயிற்சிகளைத் தொடர்ந்து தீவிரமாகச் செய்துகொண்டிருந்தார்கள். இயற்கையின் அழைப்புக்குப் போவதற்காகக்கூட பயிற்சியை அவர்கள் நிறுத்தவில்லை. இறப்பு விரைவிலேயே வரலாம் என்று அறிந்து கொண்டதால், தனது ஆன்மிகத் தேடல்களுக்கான பயிற்சிகளை எவ்வளவு அதிகமாகச் செய்யமுடியுமோ அவ்வளவு செய்ய அவர்கள் முயன்றார்கள். மழை பெய்ய ஆரம்பித்தது. கூரையில் ஓட்டைகள் வழியாக மழைத்துளிகள் அவர்கள் மீது விழத்தொடங்கின. அப்போதும் தனது திக்ரை அவர்கள் தொடர்ந்துகொண்டிருந்தார்கள். தன் தலையின்மீது ஒரு பானையை வைத்துக்கொண்டார்கள். மழை கொஞ்சம் நிற்கும் போது பானையைக் காலி செய்துவிட்டு மீண்டும் தலைமீது வைத்துக்கொண்டு தியானத்தைத் தொடருவார்கள்.

இப்படிப்பட்ட மோசமான சூழ்நிலையில் கணவரும் மனைவியும் இருந்தபோது ஒருநாள் அவர்களுக்கு ஒரு காட்சி கிடைத்தது. ஹஸ்ரத் அலீ (ரலி) அவர்களும், ஷெய்கு அப்துல் காதிர் ஜீலானி (ரஹ்) அவர்களும் உறையிலிருந்து வெளியே எடுக்கப்பட்ட வாட்களுடன், மின்னும் ஆடைகள் அணிந்த வண்ணம் காட்சி கொடுத்தார்கள்[51]. அவர்கள் அதற்கு முன்னர் பல முறைகள் பாரி ஷாஹ் அவர்களுக்குக் காட்சி கொடுத்துள்ளார்கள். ஆனால் அன்று வந்தது சிறப்பானதாகும். ஒருவர் பாரி ஷாஹ்வின் வலது கையையும், இன்னொருவர் இடது கையையும் பிடித்து மிக உயரத்துக்குத் தூக்கினார்கள். 'ஓ அப்துல் பாரி, இன்றிலிருந்து நீர் ஒரு வலீயாக (இறைவனின் நண்பராக) ஆகிவிட்டீர்' என்று ஆசீர்வதித்தார்கள்.

அந்த நிலையிலிருந்து விடுபட்டு வெளிவந்தாலும் பாரி ஷாஹ் தியானத்தில்தான் இருந்தார்கள். அப்போது ஒரு மனிதர் அவர்களது அறைக்குள் வந்து, 'ஓ ஹஸ்ரத் சய்யித், இந்த குடிசையின் கூரை மிகவும் மோசமான நிலையில் உள்ளது. நான் அதை சரிசெய்ய நீங்கள் என்னை அனுமதிக்க வேண்டும்' என்று கூறினார். அவர் அருகில் இருந்த இன்னொரு மனிதர் மரியாதையின் பொருட்டு பாரி ஷாஹ் அவர்களுக்கு இரண்டு ரூபாய் அன்பளிப்பு கொடுக்க காத்திருந்தார். சுருக்கமாகச் சொன்னால், மோசமான சூழ்நிலைகள் முடிவுக்கு வந்தன. ஹஸ்ரத் பாரி ஷாஹ் அவர்களும் அவர்களது மனைவியும் அன்றிலிருந்து என்றுமே பட்டினியாக இருக்கும் சூழ்நிலை ஏற்படவே இல்லை. ஆனாலும் சில நேரங்களில் மாதத்தில் மூன்று அல்லது நான்கு நாட்கள் அவர்கள் பசியோடு இருந்தார்கள்.

ஒவ்வொரு தரீக்காவும் அதைச் சேர்ந்த அவ்லியா எனும் இறைநேசர்கள், அவர்களது சாதனைகள், அவர்கள் செய்த அற்புதங்கள், அவர்களுக்குக் கிடைத்த மரியாதைகள், கௌரவங்கள் போன்றவற்றைப் பதிவு செய்துள்ளது. அவைகளை அப்படியே உண்மைகளென நாம் எடுத்துக் கொண்டாலும் சரி, அல்லது வேறு பரிமாணத்தில் இயங்கும் உண்மைகளைச் சொல்லவரும் குறீயீடுகளாக எடுத்துக் கொண்டாலும் சரி, அவைகள் நமது ஆன்மிகப் பயணத்தின் சவால்களைச் சந்திக்க நமக்கான அகத்தூண்டுதலையும் உத்வேகத்தையும் அளிக்க வல்லவை. இப்பாதையில் செல்லும் நேர்மையான மனிதர்களுக்குக் கிடைக்கும் அந்தஸ்தையும் உயரங்களையும் விளக்க இவை உதவுகின்றன.

பாரி ஷாஹ் அவர்களுக்கும் அவரின் காலத்தவரான கிழக்கு வங்காளத்தைச் சேர்ந்த முஜத்திதி ஷெய்கு மௌலானா குலாம் சல்மானிக்கும் இடையில் நடந்த ஒரு நிகழ்ச்சி அடிக்கடி குறிப்பிடப்படுகிறது. ஷெய்கு சல்மானி அவர்களின் தவஜ்ஜுஹ் மூலமாக தன் பத்து விழிப்புணர்வு மையங்களையும் (அல் லத்தாயிஃப் அல் அஷரா) பாரி ஷாஹ் ஒளியூட்டினார்கள். அதன் பிறகு தன்னை சீடராக ஏற்றுக்கொள்ளும்படி ஷெய்கு சல்மானியை பாரி ஷாஹ் கேட்டுக்கொண்டார்கள். ஆனால் தனக்கு சீடர்களை வைத்துக்கொள்வதில் ஷெய்கு சல்மானிக்கு எப்போதுமே விருப்பம் இருந்ததில்லை.

'இல்லை, உங்களுக்குத் தேவையான அறிவுறுத்தல்களைக் கொடுத்து விட்டேன். இனி போய் முழுமனதோடு போதனைகளைச் செயலாற்றுங்கள். அல்லாஹ் உங்களை ஆசீர்வதித்து உதவட்டும்' என்று சொல்லி மறுத்துவிட்டார்கள். பாரி ஷாஹ்வுக்கு ஏமாற்றமாகிவிட்டது.

மனவருத்தத்துடன் தியானத்தில் ஈடுபட்டிருந்த பாரி ஷாஹ்வுக்கு முஜத்திதி பாதையின் ஸ்தாபகரான ஷெய்கு அஹ்மத் சர் ஹிந்தி காட்சி கொடுத்து 'என்ன பிரச்னை, ஏன் கவலை?' என்று கேட்டார்கள். பாரி ஷாஹ் சொன்ன பதிலைக் கேட்டுவிட்டு, 'இப்போது மீண்டும் ஸல்மானியிடம் செல்லுங்கள். இந்தமுறை அவர் உங்களை ஏற்றுக்கொள்வார்' என்று கூறினார்கள். அவர்கள் சொன்னதுபோலவே பாரி ஷாஹ் ஷெய்கு சல்மானி அவர்களைச் சந்தித்துச் சொன்னதும், அவரைத் தன் சீடராக ஷெய்கு சல்மானி ஏற்றுக்கொண்டார்கள்.

புறப்பார்வைக்கு ஷெய்கு சல்மானியின் சீடராக பாரி ஷாஹ் இருந்தாலும், உண்மையில் ஷெய்கு சர் ஹிந்தியிடமிருந்தே அவர்கள் உத்தரவுகளைப் பெற்றுக்கொண்டிருந்தார்கள். ஏற்கெனவே விளக்கப்பட்ட 'உவைசி தொடர்பு' என்று சொல்லப்படும் ஆத்மார்த்த குரு - சீடர் உறவுமுறை மூலமாக நான்கு தரீக்காக்களை நிறுவியவர்களான பாக்தாதின் ஷெய்கு அப்துல் காதிரி ஜீலானி, அலெக்சாண்டிரியாவின் ஷெய்கு அபூ அல் ஹஸன் ஷாதிலி, புகாராவின் ஷெய்கு க்வாஜா பஹாவுத்தீன் நக்ஷபந்த், எமனிய இறைநேசரான ஹஸ்ரத் உவைஸ் கர்னி ஆகிய நால்வரிடமிருந்தும் போதனைகளையும் உத்தரவுகளை ஹஸ்ரத் பாரி ஷாஹ் பெற்றுக்கொண்டிருந்தார்கள்.

சுருக்கமாகச் சொல்வதானால், சிஷ்தி, முஜத்திதி, ஷாதிலி, காதிரி, நக்ஷபந்தி, கரானி ஆகிய ஆறு தரீக்காக்களின் கலீஃபா (பிரதிநிதி) ஆகவும், தீட்சை கொடுக்கும் ஞானாசிரியராகவும், இருந்தார்கள்.

அவர்களைப் பற்றிச் சொல்லப்படும் பல கதைகளும் ஆன்மிக குருமரபில் அவர்களுடைய பங்களிப்பைச் சொல்வதாகவே அமைகின்றன. அக்கதைகளில் ஒன்றின்படி, கல்கத்தாவில் வாழ்ந்த நாற்பது[52] அப்தால்-களில் ஒருவராக இருந்த ஒரு வயதான பெண்மணியை பாரி ஷாஹ் சந்தித்ததுண்டு. அப்பெண்மணி இறந்தபோது, அவருடைய பணிகளை தொடரச்சொல்லி பாரி ஷாஹ்வுக்கு கஷ்ஃபு எனப்படும் உள்ளுணர்வு மூலமாக செய்தி வந்ததாகச் சொல்லப்படுகிறது.

இன்னும் சில கதைகள் பாரி ஷாஹ் குத்புல் மதார் ஆக (பிரபஞ்சத்தின் கம்பமாக) இருந்தார் என்பதைச் சொல்வதாக உள்ளன. (குத்பு என்பது அப்தால் என்ற அந்தஸ்தைவிட மிக உயர்ந்தது என்று இஸ்லாமிய ஆன்மிக குரு பாரம்பரியம் கூறுகிறது. குத்பு என்றால் அச்சு என்று பொருள்). பாரி ஷாஹ்வுடைய காலத்தில் குத்புல் மதார் ஆக இருந்தவர் தவஜ்ஜுஹ் மூலம் அருள்செய்திகளை அனுப்புவதில் வல்லவராக இருந்த மக்காவைச் சேர்ந்த ஷெய்கு அபுல் ஹஸன்[53] என்று பலர் நம்பினர். பாரி ஷாஹ் அபுல் ஹஸனோடு ஒரு ஆன்மிகத் தொடர்பை ஏற்படுத்திக்கொண்டார். அதன் மூலம் அபுல் ஹஸனிடமிருந்து அன்றாடம் செய்திகளையும் உத்தரவுகளையும் தன் இதயத்தில் பெற்றுக்கொண்டார். சில நேரங்களில் தான் ஷெய்கு அபுல் ஹஸனை மக்காவில் சந்தித்ததாகவும், இன்னும் சில நேரங்களில் அவர் தன்னை இந்தியாவில் வந்து சந்தித்ததாகவும் பாரி ஷாஹ் கூறினார். பாரி ஷாஹ்வின் பிரதம சீடரான ஹஸ்ரத் ஹாமித் ஹஸன் இதுபற்றிக் கேள்விப்பட்டபோது அவர் ஆச்சரியப்பட்டார். ஏனெனில், இருவரும் ஆயிரக்கணக்கான மைல்கள் தூரத்தில் வசித்தனர். ஆனால் ஆன்மிகப் பயணமானது தூரம், இடம் எல்லாவற்றையும் கடந்தது என்று ஷெய்கு பாரி ஷாஹ் கூறினார்.

மக்காவில் ஷெய்கு அபூ அல் ஹஸன் மறைந்தபோது, க'அபாவின் அருகில் ஒரு கூட்டம் கூடியது. அக்கூட்டத்தில் குத்புல் மதார் (பிரபஞ்சக் கம்பம்) என்ற அந்தஸ்துக்குப் பொருத்தமான பலரும் இருந்தனர். பாரி ஷாஹ் அவர்களும் அங்கே இருந்தார். ஆனால்

தன்னை எந்தக் காலத்திலும் உயர்வாக நினைக்காத, ஆன்மிக நிலையில் மிகவும் கீழாக இருப்பதாக நினைத்த பாரி ஷாஹ், அனைவருக்கும் பின்னால் இருந்தார். அப்போது வானவர் தலைவர் ஜிப்ரீல் (அலை) அங்கு தோன்றினார். அவர் கையில் ஆபரணங்களாலும் முத்துக்களாலும் இழைந்த கிரீடம் ஒன்றிருந்தது. அப்துல் பாரி ஷாஹ்வின் பெயரைச் சொல்லி அழைத்தார். உடனே பாரி ஷாஹ் ஜிப்ரீல் (அலை) முன்னால் சென்றார்கள். பாரி ஷாஹ்வின் தலையில் அந்தக் கிரீடத்தை வைத்த ஜிப்ரீல் (அலை) க'அபாவை நோக்கி, 'இன்றிலிருந்து இந்த வீட்டின் பொறுப்பாளர் நீங்கள்தான்' என்றார்.

ஹஸ்ரத் சய்யித் அப்துல் பாரி ஷாஹ்வைத் அறிந்தவர்கள், அவரே அந்தக் காலத்தின் ஆன்மிக வழிகாட்டுதலின் அச்சு (குத்புல் இர்ஷாத்) என்றும் நினைத்தார்கள். இப்படி இரண்டு விதத்திலும் 'அச்சாக', 'கம்பமாக' இருந்தவர்கள் வெகு சிலரே என்று வரலாற்றில் காண முடிகிறது. அல் குத்புல் மதார் இல்லாமல் இவ்வுலகம் ஒருநாளும் இருந்ததில்லை. அப்படிப்பட்ட ஒருவர் இவ்வுடலை விட்டுச் செல்லும்போது உடனே அந்த அந்தஸ்துக்கு இன்னொருவர் நியமிக்கப்படுகிறார். ஆனால் குத்புல் இர்ஷாத் ஆக இருப்பவர் உடலோடு இருக்கவேண்டிய அவசியமில்லை. உடலை விட்டுச் சென்ற பிறகும் ஆன்மிக தளத்திலேயே அவர் தன் பணிகளைத் தொடர முடியும். சய்யித் அப்து பாரி ஷாஹ் அவர்கள் உடலை விட்டு மறைந்து சென்று ஒரு நூற்றாண்டுக்கு மேலாகி விட்டாலும், அவரது வழிகாட்டுதல்களை அப்பாதையின் மாணவர்களால் எப்போதுமே பெற்றுக்கொண்டு, அந்த அனுபவத்தில் தங்கள் பயணத்தைத் தொடர முடியும்.

கண்ணால் பார்க்க முடியாத ஆன்மிக வழிகாட்டுதல் பாரம்பரிய மானது இன்று பெரும்பாலானோருக்கு வித்தியாசமானதாகவும் அந்நியமானதாகவும் இருக்கலாம். அதைப்பற்றி நான் மேலும் விளக்கமாகக் கூற விரும்பவில்லை. ஆனால் சூஃபி சிந்தனையின் படி, உடலை விட்டுச் சென்ற பல தனி மனிதர்கள் ஆன்மிகச் சாதகர் களுக்கு தொடர்ந்து வழிகாட்டிக்கொண்டும், உதவிக்கொண்டும் இருக்கிறார்கள் என்பதை நவீனகால மக்கள் புரிந்துகொள்ள வேண்டியது முக்கியமானது.

பாரி ஷாஹ் அவர்கள் ஷெய்கு அப்துல் காதிர் ஜீலானியோடு மிக நெருக்கமான உறவுகொண்டிருந்தார். தன் இரண்டு விரல்களை

உயர்த்தி, 'நானும் அவர்களும் இப்படி இருக்கிறோம். அவர்கள் எங்கெல்லாம் இருக்கிறார்களோ அங்கெல்லாம் என்னையும் சேர்ந்துகொள்ளச் சொல்வார்கள்' என்று பாரி ஷாஹ் கூறுவார். அப்துல் காதிர் ஜீலானி அவர்களைப் போலவே தான் விரும்புபவர்களுக்கு ஒரு பார்வையாலேயே வலி (இறைநேசர்) என்ற அந்தஸ்தை வழங்கும் தகுதி பெற்றிருந்தார் பாரி ஷாஹ்[54].

ஒருமுறை, இறந்தவரின் மீதான மரியாதை காரணமாக, ஒரு மண்ணறையின் பக்கம் நின்று வெகுநேரம் பாரி ஷாஹ் சிந்தனையில் ஆழ்ந்தார்கள். பாரி ஷாஹ் அம்மண்ணறை அருகில் வெகு நேரம் நின்றுகொண்டிருந்ததைப் பார்த்ததும், உள்ளே அடக்கம் செய்யப்பட்டிருப்பவர் ஒரு இறைநேசராக இருக்குமோ என்று பாரி ஷாஹ்வின் நண்பர்கள் கருதினார்கள். 'அவர் இதற்கு முன்னர் ஒரு வலியாக இல்லை. ஆனால் இப்போது ஆகிவிட்டார்' என்று பாரி ஷாஹ் பதில் சொன்னார்கள்.

பாரி ஷாஹ்வுக்கு ஷரியத், தரீக்கத் ஆகிய இரண்டையும் பாதுகாப்பவர் என்ற அர்த்தத்தில் முஹாஃபிஸ் அல் உலூம் (அறிவுகளின் காப்பாளர்) என்ற புகழ்ப்பெயரும் உண்டு. இந்தப் பட்டத்தை அடுத்தவர்கள் அவருக்கு வழங்கினார்கள் என்பது மட்டுமல்ல, அதற்கு உண்மையாக, இஸ்லாத்தையும் சூஃபித்துவத்தையும் பிரிக்க முடியாது என்பதற்கு சாட்சியாக பாரி ஷாஹ் வாழ்ந்து காட்டினார்கள்.

பொதுவாக சூஃபித்துவத்துக்கும், குறிப்பாக தான் சார்ந்திருந்த ஆன்மிகப்பாதைக்கும் முக்கியமான பங்களிப்புகளை பாரி ஷாஹ் செய்தார்கள். ஏற்கெனவே நக்ஷபந்தி பாதையில் இந்திராஜ் அந்நிஹாயா வல் பிதாயா (மற்றவர்களின் முடிவே நம் தொடக்கம்) என்ற முக்கியமான மேம்பாட்டை இந்திய ஞானாசிரியரான ஹஸ்ரத் அஹ்மத் ஃபரூகி சர் ஹிந்தி செய்திருந்தார் என்பதை ஏற்கெனவே பார்த்தோம். தான் கலீஃபாவாக இருந்த மற்ற தரீக்காக்களுக்கும், அவற்றின் ஸ்தாபகர்களின் அனுமதியோடு, அதை பாரி ஷாஹ் அறிமுகப்படுத்தினார் என்பது குறிப்பிடத்தக்கது.

சீடர்களை உருவாக்கும் பீரெ முரீதி என்ற அமைப்பையும் அவர் மேம்படுத்தினார். சூஃபிப் பயிற்சிகளைத் தொடங்குவதற்கு முன்பே ஒருவர் சீடராகிவிடும் அமைப்பு அவருக்குத் திருப்தியளிக்கவில்லை. எனவே பையத் எனும் தீட்சை

வழங்கப்படாமலே ஆன்மிகப் பயணத்தில் ஈடுபட விருப்பம் உள்ளவர்களுக்கு அவர் அனுமதி வழங்கினார். ஆனால் பத்து லத்தாயிஃப்களில் கவனம் செலுத்தி அவற்றை ஒளியூட்டிய பின்னர் தீட்சை பெறாமல் மேற்கொண்டு பயணிப்பதில் அவர்களுக்கு பிரச்னை இருந்ததை உணர்ந்துகொண்டார்.

இன்றும்கூட நக்ஷபந்தி முஜத்திதி பாதையில் தீட்சை பெறாமலே ஒருவர் தன் ஆரம்ப கட்ட பயிற்சிகளைச் செய்யமுடியும். அல் லத்தாயிஃப் அல் அஷ்ஷரா எனும் பத்து விழிப்புணர்வு மையங் களையும் தூண்டி ஒளிபெறச் செய்தபின்னர் அவர்கள் தீட்சை பெற்றுத் தொடரலாம்.

பாரி ஷாஹ் தன் மாணவர்களுடன் மிகவும் வெளிப்படையாகப் பேசுவார்.

'நீங்கள் வேறெங்கும் சென்று படிக்க வேண்டியதில்லை. எனது அகந்தையின் வெளிப்பாடாக நான் இதைச் சொல்லவில்லை. உங்கள் நன்மைக்காகவே நான் இதைச் சொல்கிறேன். வழிவிலகலில் இருந்து உங்களைத் தடுக்க முடியும் என்ற நம்பிக்கையில் சொல்கிறேன்' என்று கூறுவார்.

தனக்கென தனி மரியாதை தேவையில்லை என்று அவர் நினைத்தார். அவர் அதை விரும்பவும் இல்லை. தனது கலீஃபாவின் வீட்டில் தங்கியபோதெல்லாம், தன்னைப் பற்றி யாராவது கேட்டால் விருந்தாளி என்றே சொல்லவும் என்று சொல்லியிருந்தார். கடுமையான சொற்களை அவர் பயன்படுத்தி யதில்லை. மாணவர்களைத் திட்டியதும் இல்லை. அப்படி நடந்தால் அது மிகவும் அரிதாகவே இருக்கும். தேவைப்பட்டால் லேசாக அவர்களைக் கண்டிப்பார். 'உங்களிடம் அதபு (நன்னடத்தை) இல்லை' என்று கூறுவார். ஆனால் உடனே, 'உங்கள் மரியாதைக்குறைவான நடத்தைக்கு நான்தான் காரணம்' என்று கூறுவார்.

பெரும்பாலான நேரங்களை தியானத்துக்கு செலவிடுவார். ஒவ்வொரு அமர்வும் கிட்டத்தட்ட மூன்று மணி நேரம் தொடரும். அடிக்கடி இரவு முழுவதிலும் தியானத்தில் இருப்பார். ஆனாலும் காலையில் தூங்கி வழியாமல் புதுமை குன்றாமல் இருப்பார். தனது மகன், மகள்களைப் போல தன் மாணவர்களின் மீது அன்பு செலுத்தினார். மாணவர்களும் அவரை மிகவும்

நேசித்தனர். அவரை விட்டுவிட்டு வேறு குருமார்களிடம் போக அவர்கள் விரும்பியதே இல்லை. அவர்கள் எவ்வளவு பெரிய ஆளாக இருந்தாலும் சரி. ஒருமுறை பாரி ஷாஹ்வுக்கு தண்ணீர் கொண்டு வருபவர் நீரள்ளிவர ஆற்றுக்குச் சென்றபோது ஹிள்ர் (அலை) போன்ற ஒருவர் தோன்றி அவரை அழைத்தார். ஆனால் அந்த சீடர், 'நான் ஏன் உங்களிடம் வரவேண்டும்? நான் என் குருநாதரிடம்தான் போகவேண்டும். அவரது நெருக்கத்தின் காரணமாகத்தானே நீங்கள் என்னை அழைக்கிறீர்கள்?' என்று பதில் சொன்னார்.

பாரி ஷாஹ் சம்பிரதாயமான கல்வி எதுவும் கற்கவில்லை. ஆனால் இல்மெ லதுன்னி[55] எனப்படும் மேலான அறிவின் உதவியின் மூலம் எந்தக் கேள்வி கேட்டாலும் பதில் சொல்வார்கள். புத்தகங்களையும், அவற்றின் பக்க எண்களையும், எந்த வரியில் குறிப்பிட்ட விஷயம் எழுதப்பட்டுள்ளது என்பதையும் சொல்வார். எல்லாத் துறைகளின் அறிவு மற்றும் விஞ்ஞானமும் அவர்கள் முன் வந்து நின்றது.

ஹஸ்ரத் சய்யித் பாரி ஷாஹ் அவர்கள் தன் உடலை விட்டுப் பிரிந்து சுவனத்தில் இடம் பிடித்துக்கொண்டபோது அவர்களுக்கு வயது நாற்பதுதான். பாரி ஷாஹ் தம்பதியினருக்கு குழந்தைகள் கிடையாது.

இறப்பதற்குக் கொஞ்ச நேரத்துக்கு முன்பு, தன் வீட்டு மூலையொன்றில் பாரி ஷாஹ் அவர்கள் உளூ செய்து கொண்டிருந்தார். அப்படிச் செய்துகொண்டிருந்தபோது, இந்த எண்ணம் அவர் மனதில் ஓடியது: 'நான் தனிமையில் வசிக்கும் ஒரு ஏழை. இந்த தரீக்கா என்னோடு முடிந்து போகலாம்'. அந்த எண்ணம் அவரை வருத்தியது. ஆனால் இறைவனிடமிருந்து அப்போது கிடைத்த ஒரு குறிப்பு அவரை சந்தோஷப்படுத்தியது. இந்தப் பாதையானது உலகெங்கிலும், கிழக்கிலிருந்து மேற்கு வரை, தரையிலிருந்து கடல் வரை பரவிப் பெருகும் என்பதை எல்லாம் வல்ல இறைவன் தன் அருட்கொடைகளின் மூலம் பாரி ஷாஹ்வுக்குப் புரியவைத்தான். அந்த வாக்குறுதி நிறைவேறிக் கொண்டுள்ளது என்பதை இறையருளால் நாம் அறிந்து கொண்டுள்ளோம்.

கேள்வி 39

ஆன்மிகப் பாதையில் தன்னை அறிதல்

தரீக்காவின் மாணவர்கள் சிலருக்குக் கிடைத்த தன்னை அறிதல் என்ற அனுபவம் பற்றிப் பகிர்ந்துகொள்ள முடியுமா?

ஸூஃபிப் பாதையில் பயணிப்பவர்களின் ஆராய்ச்சிகளெல்லாம் தனிப்பட்ட அனுபவம் சார்ந்தவை. வெறும் கோட்பாடு சார்ந்தவை அல்ல. உண்மையை அல்லது தன்னை அறிதல் ஒருவருக்கு நிகழ்ந்துவிடும்போது அந்த அனுபவத்தை வார்த்தைகளால் விவரிப்பதோ அடுத்தவருக்குப் புரியவைப்பதோ மிகவும் கடினமாகும். உங்கள் கேள்விக்கு நான் சுருக்கமாக பதில் சொல்கிறேன். ஆனால் நான் சொல்வதெல்லாம் சில வரையறைகளுக்கு உட்பட்டவை என்பதை நினைவில் கொள்ளுங்கள்.

மாணவர்கள் தங்கள் இதயத்தையும் லத்தாயிஃப்களையும் விழித்தெழச்செய்து ஒளியூட்டிய பிறகு, சுயத்தைப் பற்றிய அவர்களது புரிதல் ஆழமாகிறது. அறிவார்ந்த தளத்தில் இயங்கும் மனமானது விரிவடைகிறது. வாழ்வின், இருப்பு நிலையின் எல்லா அம்சங்களையும் பார்க்க முடிகிற சாத்தியக்கூறு உண்டாகத் தேவையான ஒளியூட்டுதலை, ஞானத்தை அவர்கள் பெற்றுக் கொள்கிறார்கள்.

கடுமையான முயற்சிகள் செய்து விடாமல் தொடர்ந்து பயிற்சிகளை மேற்கொள்ளும் மாணவர்கள் கீழே குறிக்கப்

பட்டுள்ளவற்றை தம் தனிப்பட்ட அனுபவத்தில் அறிந்து கொள்வார்கள்:

1. வெளியில் தோன்றும் புற உலகமும் தனிமனித விழிப்புணர்வும் முழுமையான நிஜமல்ல, அதன் ஒரு பகுதிதான்.

2. மனிதனுக்கு பட்டறிவு சார்ந்த சுயம் மட்டுமின்றி நித்தியமான இன்னொரு சுயம் உள்ளது.

3. அறிவாற்றலால் புரிந்துகொள்ள முடியாத, அதற்கும் மேலான அகத்தில் இறைவனின் இருப்பை நேரடி அனுபத்தில் உணர முடியும்.

4. அதிகாரப்பூர்வமான ஒரு குருவின் உதவியுடன் ஒரு தரீக்காவைப் பின்பற்றிச் செயலாற்றும்போது வரையறைகளுக்குட்பட்ட தன்னுடைய சுயமல்லாமல், எல்லைகளற்ற உண்மையான சுயத்தைக் கண்டுகொள்வர்.

தன்னை அறிதல், ஞானமடைதல் பற்றிக் கேட்டீர்கள். குறிப்பிட்ட புள்ளியைத் தாண்டியவுடன், ஒருவர் எப்படி வாழ்கிறார் என்பதிலிருந்து அது பிரித்துப் பார்க்க முடியாததாக இருக்கும். மனிதர்கள் உள்ளுணர்வுகளுக்கு அடிமையல்ல, அதற்கும் மேலே உள்ள மதிப்பீடுகளை வெளிப்படுத்த அவர்கள் தூண்டப்படுகிறார்கள் என்பதும், தங்களின் செயல்பாடுகளைக் கட்டுப்படுத்தும் மன ஆற்றல் அவர்களிடம்தான் உள்ளது என்பதும் சூஃபி மாணவர்களுக்கு தெளிவாகப் புரிந்துவிடும். எல்லாவற்றிலும் தெய்வத்தின் இருப்பை அவர்கள் கண்டுணரத் தொடங்கியதும் மனித வாழ்வின் அர்த்தத்தை, அது தனிப்பட்ட வாழ்க்கையானாலும், மனிதகுலத்தின் ஒட்டுமொத்த வாழ்க்கையானாலும், மேலும் தெளிவாகப் புரிந்துகொள்வார்கள். குறுகிய சுயநலம் சார்ந்த அணுகுமுறை மாறி, பரந்த, விரிவான, தன்னலமற்ற அணுகுமுறை வந்துவிடும். அவர்களது எண்ணம், சொல், செயல் எல்லாமே ஒரு வணக்கமாக (இபாதத்) சேவையாகவும் (ஹித்மத்) மாறிவிடும். எல்லா சூழ்நிலைகளிலும், எந்த புற அழுத்தத்துக்கும் ஆளாகாமல், நன்மையையே நாடுவார்கள்.

எல்லாமே இறைவனின் விருப்பத்தின் பேரிலேயே நடக்கிறது என்பதை சந்தேகமின்றிப் புரிந்துகொள்கின்ற அவர்கள், சாதகர்கள் எல்லாவற்றுக்கும் இறைவனையே சார்ந்திருப்பாரக்ள்.

பொறுமையாகவும் எதையும் ஏற்றுக்கொள்ளும் மனநிலையிலும் இருப்பார்கள். இறப்புக்குப் பிறகு ஒரு வாழ்க்கை உள்ளது என்பதையும் பயிற்சிகளின் மூலம் அவர்கள் உணர்ந்து கொள்வார்கள். இம்மையானது மறுமைக்காகத் தயாராகும் களம் என்று புரிந்துகொண்டபிறகு, மென்மேலும் பக்தி மிகுந்த, நற்குணத்தை வெளிப்படுத்துகின்ற வாழ்முறையை மேற்கொள் வார்கள்.

சூஃபித்துவம் என்பது அகத்திலிருந்து புறத்திற்குச் செல்லும் பயணமாகும். தன்னை அறிதல் மூலம் சாதகர் இறைவனை அறிந்துகொள்கிறார். இறைவனை அறிந்துகொள்வதன் மூலம் சுயநலமற்றவராக அவர் மாறுகிறார். மெல்ல மெல்ல அவரது பழைய சுயம் மாறி, இறுதியில் இறைவனின் அருளால் அவர் ஃபனா என்ற நிலையையும் பகா என்ற நிலையையும் அடைகிறார். அது எங்கும் நிறைந்திருக்கும் ஒருமையின் அனுபவமாகும். தன்னில் தான் அழிந்து, தெய்வத்தில் ஒன்றி, அந்த எல்லாம் வல்லமையில் இணைவதாகும்.

ஒருமையை உணர்ந்துகொள்ளும் அனுபவம் சூஃபிப் பயணத்தின் முடிவான விஷயமல்ல. அந்த நிலைக்குச் சென்றவர்கள் திரும்பி வந்து மற்றவர்களும் அந்த நிலையை அடைய உதவுகிறார்கள்[56]. அவர்கள் ஒரே நேரத்தில் இந்த உலகத்திலும் இறைவனோடும் இருப்பார்கள். அவர்களின் இறைநெருக்கத்தை படைப்பினங்களுக்கான சேவையாக மாற்றிக்கொண்டு. அன்றாட வாழ்வில் இறைவன் அவர்களுக்குக் கொடுக்கும் பொறுப்புகளை அவர்கள் செவ்வனே செய்வார்கள். இந்த உலகமானது இறைவனால் நடத்தப்படும் ஒரு பட்டறை போன்றது. தன்னை அறிந்த சூஃபியானவர் அதில் தனக்குக் கொடுக்கப்பட்ட பணியை சிறப்பாகச் செய்யக் காத்திருக்கும் ஒரு வேலையாள். அவர் எப்போதுமே இறைவனின் கருணையையும் அருட்கொடைகளையுமே நம்பியிருக்கிறார்.

கேள்வி 40

ஸூஃபித்துவமும் எதிர்காலமும்

மனித குலத்தின் எதிர்காலத்துக்கு ஸூஃபித்துவம் என்ன பங்காற்றும் என்று கூறுங்களேன்.

எந்த திசையை நோக்கி மனித குலம் போகவேண்டும் என்று சொல்வதற்கு முன், நாம் இப்போது இங்கு எப்படி வந்தோம் என்று தெரிந்துகொள்ளவேண்டியுள்ளது. வரலாற்று ரீதியாக, எல்லாவற்றுக்கும் மேலான ஒரு ஆற்றல் அல்லது ஆற்றல்கள் உள்ளன என்ற கருத்து எல்லாக் காலத்திலும் ஒவ்வொரு இனத்துக்கும் இருந்துள்ளது. வேதனைகளும் சோதனைகளும் அவர்களை வாட்டியபோதெல்லாம் உதவி வேண்டி அவர்கள் அந்தப் பேராற்றலை நோக்கித்தான் திரும்பியுள்ளார்கள். அவர்கள் அப்படி இறைவனை நோக்கித் திரும்பிய வழிமுறைகள் மதங்களாகவும் சடங்குகளாகவும் பரிணமித்தன. பின்னர் மதரீதியான அமைப்பே சமுதாயத்தின் அடையாளமாக ஆனது.

விஞ்ஞானப் புரட்சிகள் மதங்களின்மீதான அணுகுமுறையை மாற்றியது. புதிய சிந்தனைப் போக்கு நமக்கு மேலான ஆற்றல் ஒன்றுமில்லை என்று நினைத்தது, ஏனெனில் அதன் இருப்பை விஞ்ஞானப்பூர்வமாக நிரூபிக்க முடியவில்லை. ஆனால் ஆரம்பத்தில் ஒரு சமுதாயத்தினர் இறைவனோடு தன் சமுதாயம் சார்ந்த உறவை வைத்திருந்தனர். மெல்ல மெல்ல இறைநம்பிக்கையானது தனிமனிதனுக்குச் சொந்தமான, அவனது தேர்வுக்கு உரிய விஷயமாக மாறியது. நம்பிக்கையுள்ளவர்கள்,

இல்லாதவர்கள் என சமுதாயம் பிளவுபட்டது. கடவுளற்ற கலாச்சாரம் உருவானது. மதரீதியான தனிமனிதர்கள் அக்கலாச் சாரத்தில் இல்லை என்று சொல்லமுடியாது என்றாலும் அவர்களது பிரதான நோக்கம் உலகியல் சார்ந்து இருந்ததே அன்றி ஆன்மிக நலம் பற்றியதாக இல்லை.

விஞ்ஞான ரீதியான கண்டுபிடிப்புகள் இப்பிரபஞ்சத்தைப் பற்றிய மனித அறிவை மேம்படுத்தியது. ஆனால் அப்புதிய கண்டுபிடிப்பு களுக்காகவும், புதிய திறமைகளுக்காகவும், அவை கொடுத்த விரிவான அறிவுக்காகவும் நன்றிகாட்டுவதை விட்டுவிட்டு, சுயநலத்துக்காக அவற்றை மனிதர்கள் பயன்படுத்தத் தொடங்கினர். அதன் விளைவாக, அவர்களது வாழ்க்கையில் அமைதியும் நிம்மதியும் காணாமல் போனது. மனிதனுக்கு ஏற்கெனவே இருந்த பிரச்னைகளை பொருள்முதல் வாதம் அதிகரித்து, அரசியல் மற்றும் சுற்றுப்புறச் சூழல் ரீதியான பிணிகளைக் கொடுத்தது. பேராசையும் குறைகூறுதலும் செழித்து வளர்ந்தன. சமுதாயங்களுக்கு மத்தியில் போராட்டங்கள் அதிகரித்து பூமியில் வசிப்பவர்களை சுய அழிவை நோக்கி நகர்த்தியது.

எல்லாவற்றையும் துருவித் துருவிக் கேள்வி கேட்கின்ற, அமைதியற்ற குழந்தையைப்போல மனிதகுலம் இருந்தது. ஒரு பெரிய தொழிற்சாலையில் கேள்வி கேட்க யாருமில்லாததால், அக்குழந்தை யந்திரங்களை ஓடவிட்டது. ஆனால் அந்த ராட்சச யந்திரங்கள் ஓட ஆரம்பித்ததும் என்ன செய்வதென்று தெரியாமல் அது ஸ்தம்பித்து அச்சத்தில் நின்றது. யந்திரங்களின் ஆற்றலைப் பார்த்து உண்டான பரவசம், பயங்கரம் ஆகியவற்றுக்கு நடுவே மாட்டிக்கொண்ட குழந்தையைப்போல மனிதர்கள் அதிநவீன தொழில்நுட்பங்களால் அதிகமான வசதிகள் அடைந்தவர் களாகவும் அதிகம் பாதுகாப்பற்றவர்களாகவும் ஆயினர்.

இக்கால கட்டத்தின் அடிப்படைத் தவறு என்னவெனில் அதன் முழு கவனமும் புற நிஜங்களின்மீதே இருப்பதுதான். மனித இதயத்துக்கு உள்ளே அடங்கியுள்ள உள் உலகங்களை அலட்சியப் படுத்தியதுதான். ஐம்புலன் அனுபவங்களையும் அறிவாற்றலை யும் கொண்டே எல்லாவற்றையும் அறிந்துவிட முடியும், அதுவே ஏற்கத்தக்க அளவுகோலாகும் என்று நினைத்ததனால், அதற்கு மேல் போக அவர்களால் முடியவில்லை. எனவே வேறு

பரிமாணங்கள் மனிதர்களால் அறியப்படாமலே போனது. இப்படியான ஒற்றைப் பரிமாண அறிவை வைத்துக்கொண்டு, மனிதர்கள் தங்களின் பிரச்னைகளுக்கு வழிகாண முடியவில்லை.

விஞ்ஞானமும் தொழில்நுட்பமும் மட்டும் மனிதனின் எல்லாப் பிரச்னைகளையும் தீர்த்துவிட முடியாது என்பதை இருபதாம் நூற்றாண்டின் பிற்பகுதியில் வந்த பலர் உணர ஆரம்பித்தனர். மெல்ல மெல்ல இறைவனோடான தங்கள் உறவை மீண்டும் நிறுவுவதற்கான விழிப்புணர்வு ஏற்பட்டது.

மனிதர்களுக்கு முடிவெடுக்க முடியாத ஒரு தடுமாற்றத்தை ஏற்படுத்தவே விஞ்ஞானம் பயன்பட்டது. அதே விஞ்ஞானத்தால் அதிலிருந்து விடுபடும் வழியைக் காணவும் உதவ முடியும். ஒரு பரந்த நோக்குடன் பார்க்க முடிகிற விஞ்ஞான ரீதியான அணுகு முறையையும், பரிசோதனை முறைகளையும் நம்மால் உருவாக்க முடியுமானால் மனிதர்களை வேதனையிலிருந்து மீட்டெடுத்து சமநிலையையும் அமைதியையும் உருவாக்குவது சாத்தியமே.

உலகளாவிய வேதனைகளுக்கான தீர்வு மனிதனுக்குள்ளேயே, அவனது இயற்கையிலேயே, இயல்பிலேயே உள்ளது. புறவயமான அறிவால் மட்டுமே மனிதகுலத்தின் மிகமேலான ஆற்றல்களை வெளிக்கொண்டுவர முடியாது. அதைப்போலவே மனிதனின் அகவயமான உலகமும் முக்கியமானது. இரண்டு உலகங்களையும் இணைப்பதன் மூலமே மனித குலத்தின் பயண இலக்கை அடைய முடியும்.

இந்த அடிப்படை உண்மையை மதங்களின் கோட்பாடுகளும் ஆன்மிகப் பாரம்பரியமும் சுட்டிக்காட்டியே வந்திருக்கின்றன. ஒவ்வொரு காலகட்டத்திலும் இறைவன் கொடுத்த ஆற்றல்களை எவ்வாறு சிறப்பாக வெளிப்படுத்துவது என்று அவை வழிகாட்டத்தான் செய்திருக்கின்றன. அந்த போதனை களெல்லாம் நமக்கான ஞானத்தின் மூலக்கூறாகும். ஆனால் அவற்றுக்கான விளக்கங்களை நாம் முடிந்த முடிவாகக் கொள்ளக் கூடாது. ஏனெனில் காலமும் சூழலும் மாறிக்கொண்டே இருக்கிறது. ஒரு காலகட்டத்தின் தேவைகளுக்கேற்ப அதன் போதனைகள் பயன்பட்டன. நமது குழந்தைகளின் காலகட்டத்தில் அவை வேலை செய்ய வேண்டுமானால், நமது குழந்தைகளின் தேவைகளை அவை புரிந்துகொள்ளவேண்டும்.

புறவயமான ஆராய்ச்சிகளையும் அகவயமான ஆராய்ச்சி களையும், தனிமனித அக்கறைகளையும், உலக அக்கறை களையும், கடந்தகால ஞானத்தையும் எதிர்கால அக்கறைகளையும் நமது தரீக்கா இணைக்கிறது. எப்படி ஒரு அணுவுக்குள் எல்லையற்ற ஆற்றல் மறைந்திருக்கிறதோ அதேபோல, பருப்பொருளின் உச்சகட்ட பரிணாமமான மனித உடலும் எண்ணற்ற ஆற்றல்களின் கொள்கலனாக இருக்கிறது. சூஃபிப் பாதையில் பயணிக்கும் மாணவர் மேம்படுத்தப்பட்ட விஞ்ஞான அணுகுமுறையையும் பரிசோதனை முறையையும் பயன்படுத்தும் அந்தப் பொக்கிஷத்தைத்தான் தேடுகிறார். மனிதன், பிரபஞ்சம் மனிதனுக்கும் பிரபஞ்சத்துக்குமான தொடர்பு ஆகியவற்றின் பின்னால் உள்ள அடிப்படை குணாம்சமென்ன என்றும், அதைப் புரிந்துகொள்ள இன்றும் நாளையும் பொருந்தி வரக்கூடிய வழிமுறைகள் என்ன என்றும் அவர் ஆராய்கிறார்.

தனி மனிதப் பிரச்னைகளுக்கும், பிரபஞ்ச ரீதியிலான பிரச்னை களுக்கும் உள்ள தொடர்பும் தீர்வும் என்னவென்று புரிந்துகொள்ள அந்த கண்டுபிடிப்புகள் உதவும். உலகியல் சார்ந்த கண்டுபிடிப்பு கள் மனித சேவைக்காக தொடர்ந்து பயன்படுத்தப்படவேண்டும். அதே சமயம், மனிதனுக்கு உள்ளேயே இருக்கும் தகுதிகளையும் திறமைகளையும் வெளிக்கொண்டு வருவதன் மூலம் படைப்பினங்கள் அனைத்தும் பயன்பெற சூஃபித்துவம் முயற்சி செய்கிறது.

சூஃபி ஞானாசிரியர்கள் நேசத்தை ஒரு உத்தியாகப் பயன்படுத்து கிறார்களா என்று முன்னர் கேட்டிருந்தீர்கள். சில ஷெய்குகள் அதை அதிகமாகவும் வேறு சிலர் குறைவாகவும் பயன்படுத்துவதாக பதில் சொல்லியிருந்தேன்.

இப்போது மிக முக்கிய கேள்வியை நீங்கள் கேட்டிருப்பதால், நான் சொல்கிறேன்: சூஃபிகள் பயன்படுத்த விரும்பும் மனித சுயத்தின் மறைந்திருக்கும் ஆற்றலானது எதிர்பார்ப்புகளற்ற அன்புதான். குறுகிய மனப்பான்மை, பொருள்முதல் வாதம், சுயநலம் ஆகியவற்றிலிருந்து மனிதனை விடுவிப்பது அன்புதான். பொறுமை, இரக்கம், கருணை, பரோபகாரம், சுய தியாகம் இவற்றில் வெளிப்படுவதும் அன்புதான். அன்பு தூண்டுகிறது, சவால்விடுகிறது, திருப்தியளிக்கிறது.

எதிர்காலம் எப்படி இருக்கும் என்று இறைவன் ஒருவனுக்கு மட்டுமே தெரியும். ஆனால் தலைமுறை தலைமுறையாக மனிதகுலம் வளர்ச்சியடையும்போது, நம் இனத்தின், நம் பூமியின், நம் ஒட்டு மொத்தப் பிரபஞ்சத்தின் தேவைகளோடு நம்முடைய அணுகுமுறையையும் நடத்தையையும் எப்படி இணைப்பது என்று புரிந்துகொள்வதற்கான ஆகச்சிறந்த நம்பிக்கை தன்னையும் இறைவனையும் புரிந்துகொள்ளும் போதுதான் கிடைக்கும்.

இந்த அறிவு இருந்தால்தான் மனிதனின் இருப்பு, படைக்கப்பட்ட பிரபஞ்சம், படைத்தவன் ஆகியவற்றின் ஊடாக இருக்கும் ஒன்றோடொன்று இணைந்த தொடர்பை முழுமையாகப் புரிந்துகொள்ள முடியும். இந்த அறிவின் மூலம், இறைவன் நாடினால், பிரபஞ்ச சகோதரத்துவம் என்ற கோட்பாட்டை நமக்குப் பின்னால் வரும் தலைமுறை உருவாக்கலாம். இறைவனின் எல்லையற்ற அன்பின் பரிசுகள் மூலம் மனித குலம் தழைப்பதை நமது குழந்தைகளின் குழந்தைகள் கண்டு களிக்கலாம்.

ஷஜரத்-எ-தய்யிபா எனும் ஆன்மிகப் பாரம்பரிய மரம்

இறுதித்தூதர்

கலீ:.பா அபூ பக்கர் சித்தீக் (ரலி)

நக்ஷபந்தி பாரம்பரியம்

ஹள்ரத் சல்மான் ஃபார்ஸி (ரலி)
ஹள்ரத் காசிம் இப்னு முஹம்மத் இப்னு அபூ பக்கர் (ரஹ்)
ஹள்ரத் இமாம் ஜாஃபர் சாதிக் (ரஹ்)
ஹள்ரத் ஷெய்கு அபூ யஸீத் தய்ஃபூர் பிஸ்தாமி (ரஹ்)
ஹள்ரத் அபுல் ஹஸன் அலீ இப்னு அஹ்மத் கர்கானி (ரஹ்)
ஹள்ரத் அபூ அலீ ஃபர்மாதி தூஸி (ரஹ்)
ஹள்ரத் அபூ யாகூப் யூசுஃப் ஹமதானி (ரஹ்)
ஹள்ரத் க்வாஜா அப்துல் ஹாலிக் குஜ்துவானி (ரஹ்)
ஹள்ரத் மௌலானா ஆரிஃப் ரிவ்காரி (ரஹ்)
ஹள்ரத் க்வாஜா மஹ்மூத் அபுல் ஹைர் அஞ்சீர் ஃபக்னவி(ரஹ்)
ஹள்ரத் அஜீஜான் அலீ ராமிதனி (ரஹ்)
ஹள்ரத் மௌலானா முஹம்மத் பாபா சம்மாஸி (ரஹ்)
ஹள்ரத் சய்யித் அமீர் குலால் (ரஹ்)
ஹள்ரத் க்வாஜா பஹாவுத்தீன் ஷாஹ் நக்ஷபந்த் (ரஹ்)

ஹள்ரத் க்வாஜா அலாவுத்தீன் அத்தார் (ரஹ்)
ஹள்ரத் மௌலானா யாகூப் அல் சர்கி (ரஹ்)
ஹள்ரத் க்வாஜா உபைதுல்லாஹ் அஹ்ரார் (ரஹ்)
ஹள்ரத் மௌலானா முஹம்மத் அல் ஜாஹித் வஹ்ஷி (ரஹ்)
ஹள்ரத் மௌலானா தர்வேஷ் முஹம்மது (ரஹ்)
ஹள்ரத் மௌலானா முஹம்மத் க்வாஜா அம்கனாகி (ரஹ்)
ஹள்ரத் க்வாஜா முஹம்மத் பாகிபில்லாஹ் (ரஹ்)
ஹள்ரத் இமாம் ரப்பானி ஷெய்கு அஹ்மத் ஃபரூகி சர் ஹிந்தி (ரஹ்)

முஜத்திதி பாரம்பரியம்

ஹள்ரத் ஆதம் பனூரி (ரஹ்)
ஹள்ர்த் சய்யித் அப்துல்லாஹ் அக்பராபாதி (ரஹ்)
ஹள்ரத் ஷாஹ் அப்துர் ரஹீம் (ரஹ்)
ஹள்ரத் ஷாஹ் வலியுல்லாஹ் (ரஹ்)
ஹள்ரத் ஷாஹ் அப்துல் அஜீஸ் (ரஹ்)
ஹள்ரத் சய்யித் அஹ்மத் ஷாஹித் (ரஹ்)
ஹள்ரத் சூஃபி நூர் முஹம்மது (ரஹ்)
ஹள்ரத் மௌலான குலாம் சல்மானி (ரஹ்)

ஷாதிலி பாரம்பரியம்

ஹஸ்ரத் இமாம் ஹுஸைன் (ரலி)
ஹஸ்ரத் ஷெய்கு முஹம்மத் ஜார்பாதி (ரஹ்)
ஹஸ்ரத் ஷெய்கு சயீத் கீர்வானி (ரஹ்)
ஹஸ்ரத் ஷெய்கு ஃபதே மசூதி (ரஹ்)
ஹஸ்ரத் ஷெய்கு அபுல் காசிம் மீர்வானி (ரஹ்)
ஹஸ்ரத் ஷெய்கு அபூ இஸ்ஹாக் இப்ராஹீம் பஸரீ (ரஹ்)
ஹஸ்ரத் ஷெய்கு குத்புத்தீன் மஹ்மூத் கஸ்வானி (ரஹ்)
ஹஸ்ரத் ஷெய்கு ஷம்ஸுத்தீன் (ரஹ்)
ஹஸ்ரத் ஷெய்கு தாஜுத்தீன் (ரஹ்)
ஹஸ்ரத் ஷெய்கு அபுல் ஹஸன் அலீ (ரஹ்)
ஹஸ்ரத் ஷெய்கு தகிய்யுத்தீன் சூஃபி (ரஹ்)
ஹஸ்ரத் ஷெய்கு ஷர்ஃபுத்தீன் மதனி (ரஹ்)
ஹஸ்ரத் ஷெய்கு அப்துஸ்ஸலாம் இப்னு மஷீஷ் (ரஹ்)
ஹஸ்ரத் ஷெய்கு நூருத்தீன் அபுல் ஹஸன் ஷாதிலி (ரஹ்)

முஜத்திதி, நக்ஷபந்தி, காதிரி, சிஷ்தி, ஷாதிலி பாதைகளுக்கானது.

முஹம்மது (ஸல்)

கலீ.:பா ஹள்ரத் அலீ இப்னு அபூ தாலிப் (ரலி)

சிஷ்தி பாரம்பரியம்

ஹள்ரத் ஹஸன் பஸரீ (ரஹ்)
ஹள்ரத் அபுல்ஃபத்ல் அப்துல் வாஹித் இப்னு ஜைத் (ரஹ்)
ஹள்ரத் அபுல் ஃபைத் ஃபுதைல் இப்னு இயாத்(ரஹ்)
ஹள்ரத் இபுராஹீம் இன்பு அத்ஹம் பல்கி(ரஹ்)
ஹள்ரத் க்வாஜா சதீயுத்தீன் ஹுதைஃபா மராஷி(ரஹ்)
ஹள்ரத் இமாம் மூசா ரிளா (ரஹ்)
ஹள்ரத் க்வாஜா அமீனுத்தீன் அபூஹுபைரா பஸரீ (ரஹ்)
ஹள்ரத் சாரி சகதி (ரஹ்)
ஹள்ரத் க்வாஜா மம்ஷாத் உல்வ் தினாவாரி (ரஹ்)
ஹள்ரத் க்வஜா அபூ இஸ்ஹாக் ஷாமி சிஷ்தி (ரஹ்)
ஹள்ரத் க்வாஜா அபூ அஹ்மத் இப்னு ஃபரஸ்னஃபா (ரஹ்)
ஹள்ரத் க்வாஜா அபூ முஹம்மத் இப்னு அஹ்மத் (ரஹ்)
ஹள்ரத் க்வாஜா அபூ யூசுஃப் சிஷ்தி(ரஹ்)
ஹள்ரத் முஹம்மது மௌதூத் சிஷ்தி (ரஹ்)
ஹள்ரத் ஹஜ்ஜி ஷரீஃப் ஜிந்தானி (ரஹ்)
ஹள்ரத் க்வாஜா உத்மான் ஹர்வானி (ரஹ்)
ஹள்ரத் க்வாஜா முயீனுத்தீன் சிஷ்தி (ரஹ்)
ஹள்ரத் குத்புத்தீன் பக்தியார் காகி (ரஹ்)
ஹள்ரத் ஃபரீதுத்தீன் மசூத் கஞ்ச ஷகர் (ரஹ்)
ஹள்ரத் க்வாஜா நிஜாமுத்தீன் அவ்லியா (ரஹ்)
ஹள்ரத் நசீருத்தீன் சிராக்ள டெல்லி (ரஹ்)
ஹள்ரத் கமாலுத்தீன் அல்லாமா (ரஹ்)
ஹள்ரத் சிராஜுத்தீன் (ரஹ்)
ஹள்ரத் இல்முத்தீன் (ரஹ்)
ஹள்ரத் மஹ்மூத் (ரஹ்)
ஹள்ரத் ஜமாலுத்தீன் (ரஹ்)
ஹள்ரத் ஹஸன் (ரஹ்)
ஹள்ரத் முஹம்மத் (ரஹ்)
ஹள்ரத் முஹம்மத் யஹ்யா மதனீ (ரஹ்)
ஹள்ரத் மௌலானா கலீமுல்லாஹ் ஜஹனாபாதி (ரஹ்)
ஹள்ரத் மௌலானா நிஜாமுத்தீன் (ரஹ்)
ஹள்ரத் மௌலானா ஃபஹ்ருத்தீன் (ரஹ்)
ஹள்ரத் மௌலானா ஷாஹ் நியாஸ் அஹ்மத் (ரஹ்)
ஹள்ரத் மௌலானா ஷெய்கு மிஸ்கீன் (ரஹ்)
ஹள்ரத் மௌலானா நிஜாபத் அலி ஷாஹ் (ரஹ்)
ஹள்ரத் அபூ ஹாமித் கரீம் பக்ஷ் (ரஹ்)

காதிரி பாரம்பரியம்

ஹள்ரத் இமாம் ஹுஸைன் (ரலி)
ஹள்ரத் இமாம் அலீ ஜைனுல் ஆபிதீன் (ரஹ்)
ஹள்ரத் இமாம் முஹம்மது பாகிர் (ரஹ்)
ஹள்ரத் இமாம் ஜாஃபர் சாதிக் (ரஹ்)
ஹள்ரத் இமாம் மூசா அல்காசிம் (ரஹ்)
ஹள்ரத் ம'அரூஃப் அல் கர்கி (ரஹ்)
ஹள்ரத் ஜுனைத் பக்தாதி (ரஹ்)
ஹள்ரத் ஷெய்கு அபூபக்ர் ஷிப்லி (ரஹ்)
ஹள்ரத் ஷெய்கு அப்துல் அஜீஸ் தமீமி(ரஹ்)
ஹள்ரத் அபுல்ஃபதல் அபுல்வாஹித் தமீமி(ரஹ்)
ஹள்ரத் அபுல் ஃபராஹ் தர்தூஸி (ரஹ்)
ஹள்ரத் அபுல் ஹஸன் ஃபராஷி (ரஹ்)
ஹள்ரத் அபூ சயீத் முபாரக் முகர்ரிமி (ரஹ்)
ஹள்ரத் ஷெய்கு அப்துல் காதிர் ஜீலானி(ரஹ்)

ஹள்ரத் சய்யித் அப்துல் பாரி ஷாஹ் (ரஹ்)
ஹள்ரத் ஹாஃபிஸ் ஹாமித் ஹஸன் ஆலவி (ரஹ்)
ஹள்ரத் முஹம்மது சயீத் கான் (ரஹ்)
ஹள்ரத் ஆஸாத் ரஸூல் (ரஹ்)
ஹள்ரத் ஹாமித் ஹஸன்

ஆன்மிகப் பாரம்பரிய மரம்

சூஃபிப் பாதைகளும் குருமார்கள் வாழ்ந்த / மறைந்த இடமும் தேதிகளும்
(ஹிமு= ஹிஜ்ரிக்கு முன் , ஹிபி - ஹிஜ்ரிக்குப் பின்)

நக்ஷபந்தி முஜத்திதி தரீக்கா

எண்	ஞானாசிரியர்	காலம்	பிறந்த/ வாழ்ந்த ஊர்	மறைந்த ஊர்
1	முஹம்மது நபி (ஸல்)	570-632 51 ஹிமு 10 ஹிபி	மக்கா, மதினா	மதினா
2	கலீஃபா அபூபக்கர் சித்தீக் (ரலி)	571-634	மக்கா, மதினா	மதினா
3	ஹஸ்ரத் சல்மான் ஃபார்ஸி(ரலி)	இ.655	இஸ்ஃபஹான் (பாரசீகம்), சிரியா, மதினா, டெசிஃபோன் (பாரசீகம்)	ஜெருசலம்
4	ஹஸ்ரத் காசிம் இப்னு முஹம்மத் இப்னு அபூபக்கர்(ரஹ்)	655-726 (37-108)	மதினா	குதைத் (மதினா அருகில்)
5	ஹஸ்ரத் இமாம் ஜாஃபர் சாதிக் (ரஹ்)	702-765 (83-148)	மதினா	மதினா
6	ஹஸ்ரத் ஷைகு அபூ யஸீத் தய்ஃபூர் பிஸ்தாமி (ரஹ்)	இ.875 (261)	சிரியா (பாரசீகம்)	டமாஸ்கோ / பிஸ்தாம் (பாரசீகம்)
7	ஹஸ்ரத் அபூ ஹஸன் அலீ இப்னு அஹ்மத் ஹர்கானீ (ரஹ்)	953 (அ) 962/964 - 1033 (341 (அ) 350/352 - 425	ஹரகான் (பாரசீக பிஸ்தாமுக்கு அருகில்)	ஹரகான்
8	ஹஸ்ரத் அபூ அலீ ஃபர்மாதி தூஸீ (ரஹ்)	இ.1084(477)	குராஸான் (பாரசீகம்)	ஃபர்மாத் (பாரசீக தூஸுக்கு அருகில்)

9	ஹஸ்ரத் அபூ யாகூப் யூசுஃப் ஹமதானி (ரஹ்)	1048-1140 (440-535)	புஸஞ்சிர்த் (ஹமதானுக்கு அருகில்) பாக்தாத், இஸ்பஹா, புகாரா	மெர்வ் (பாரசீகம்)
10	ஹஸ்ரத் க்வாஜா அப்துல் ஹாலிக் குஜ்துவானி	இ.1179(575) அ 1220(617)	குஜ்துவான் (புகாராவுக்கு அருகில்)	குஜ்துவான்
11	ஹஸ்ரத் மௌலானா ஆரிஃப் ரீவ்கரீ (ரஹ்)	இ.1219 (616) அ 1239 (636)	புகாரா	ரிவாகர் (புகாராவுக்கு அருகில்)
12	ஹஸ்ரத் க்வாஜா மஹ்மூத் அபுல்கைர் அஞ்சீர் ஃபக்னவீ (ரஹ்)	இ.11245 (653) அ 1272 (670) அ 1317 (717)	புகாரா	கிலித் (புகாராவுக்கு அருகில்)
13	ஹஸ்ரத் அஜீஜான் அலீ ராமிதனீ (ரஹ்)	இ.1239(636) அ 1315 (715) அ 1321(721)	புகாரா	ரமீதான் (புகாராவுக்கு அருகில்)
14	ஹஸ்ரத் மௌலானா முஹம்மது பாபா ஷம்மாஸி (ரஹ்)	இ.1340(740) அ 1354 (755)	புகாரா	சமஸ் (புகாராவுக்கு அருகில்)
15	ஹஸ்ரத் சய்யித் அமீர் குலால் (ரஹ்)	இ.1370(772)	புகாரா	சுகர்
16	ஹஸ்ரத் க்வாஜா முஹம்மது பஹாவுத்தீன் ஷாஹ் நக்ஷபந்த் (ரஹ்)	1317-1389 (717-791)	புகாரா	புகாரா
17	ஹஸ்ரத் க்வாஜா அலாவுத்தீன் அல் அத்தார்(ரஹ்)	இ.1400(803)	க்வாரஸ்ம் (மத்திய ஆசியா)	ஜகன்யன் (புகாராவுக்கு அருகில்)
18	ஹஸ்ரத் மௌலானா யாகூப் அல் சர்ஹீ(ரஹ்)	இ.1447 (851)	சர்ஹ் (ஆப்கனிஸ் தான்)	ஹிஸார் (துஷான்பி, தஜிகிஸ்தான்)
19	ஹஸ்ரத் க்வாஜா உபைதுல்லாஹ் அஹ்ரார்(ரஹ்)	1404-1490 (804-896)	தாஷ்கண்ட் (மத்திய ஆசியா)	கமன் கஷான் (சாமர்கண்ட் அருகில்)

20	ஹஸ்ரத் மௌலானா முஹம்மது அஜ்ஜாஹித் வஹ்ஷீ (ரஹ்)	இ.1529(936)	மத்திய ஆசியா	சாமர்கண்ட்
21	ஹஸ்ரத் மௌலானா தர்வேஷ் முஹம்மத்(ரஹ்)	இ.1562(970)	மத்திய ஆசியா	சாமர்கண்ட்
22	ஹஸ்ரத் மௌலானா முஹம்மத் க்வாஜா அம்கனாகீ(ரஹ்)	இ.1600 (1008)	புகாரா	ஷாஷ் (ஆப்கனிஸ் தான்)
23	ஹஸ்ரத் க்வாஜா முஹம்மது பாகி பில்லாஹ் (ரஹ்)	1564-1603 (972-1012)	காபூல், டெல்லி	டெல்லி
24	ஹஸ்ரத் இமாம் ரப்பானி ஷெய்கு அஹ்மத் ஃபரூகி சர் ஹிந்தி (ரஹ்)	1564-1603 (972-1012)	சர்ஹிந்த் (இந்தியா)	சர்ஹிந்த்
25	ஹஸ்ரத் ஆதம் பனூரீ(ரஹ்)	இ.1643 (1053)	பனூர் (பஞ்சாப்)	மதினா
26	ஹஸ்ரத் சய்யித் அப்துல்லாஹ் அக்பராபாதி (ரஹ்)	---	---	ஆக்ரா, இந்தியா
27	ஹஸ்ரத் ஷா அப்துர் ரஹீம் (ரஹ்)	இ.1719 (1131/1132)	டெல்லி	டெல்லி
28	ஹஸ்ரத் ஷாஹ் வலியுல்லாஹ் (ரஹ்)	1702-1762 (1114-1176)	டெல்லி, மதினா	டெல்லி
29	ஹஸ்ரத் ஷாஹ் அப்துல் அஜீஸ் (ரஹ்)	1746-1824 (1159-1239)	டெல்லி	டெல்லி
30	ஹஸ்ரத் சய்யித் அஹ்மத் ஷாஹித் (ரஹ்)	1786-1831 (1201-1246)	பரெய்லி, டெல்லி	பாலகோட் (இந்தியா)
31	ஹஸ்ரத் சூஃபி நூர் முஹம்மத் (ரஹ்)		நிஸாமூர் (வங்காளம்)	நிஸாமூர் (வங்காளம்)
32	ஹஸ்ரத் சூஃபி ஃபதே அலீ உவைஸி (ரஹ்)	இ.1886 (1304)	சத்கம் (வங்காளம்)	கொல்கத்தா

33	ஹஸ்ரத் மௌலானா குலாம் சல்மானி (ரஹ்)	இ.1912 (1330)	ஹுக்ளி (வங்காளம்)	புபூரா(மேற்கு வங்காளம்)
34	ஹஸ்ரத் சய்யித் அப்துல் பாரி ஷாஹ் (ரஹ்)	1859-1900 (1276-1318)	பால்கதி (வங்காளம்), கொல்கத்தா	பந்தேல் (மேற்கு வங்காளம்)
35	ஹஸ்ரத் ஹாஃபிஸ் ஹாமித் ஹஸன் ஆலவி (ரஹ்)	1871/72 - 1959 (1288 - 1378)	கொஹண்டா (ஆஜம்கர், இந்தியா)	கோண்டா, இந்தியா
36	ஹஸ்ரத் முஹம்மது சயீத்கான் (ரஹ்)	1907-1976 (1325-1396)	நோனாரி, ஆஸம்கர்	ஆஸம்கர்
37	ஹஸ்ரத் ஆஸாத் ரஸூல் (ரஹ்)	1921-2006 (1339-1426)	ராஜஸ்தான்	டெல்லி
38	ஹஸ்ரத் ஹாமித் ஹஸன்	பி.1961 (1380)	டெல்லி	

ஷாதிலி தரீக்கா

எண்	ஞானாசிரியர்	காலம்	பிறந்த/ வாழ்ந்த ஊர்	மறைந்த ஊர்
1	முஹம்மது நபி (ஸல்)	570-632 51 ஹிமு10 ஹிபி	மக்கா, மதினா	மதினா
2	கலீஃபா ஹஸ்ரத் அலீ இப்னு அபூ தாலிப் (ரலி)	பி.598-661 (24 ஹிமு-41 ஹிபி)	மக்கா, மதினா	கூஃபா
3	ஹஸ்ரத் இமாம் ஹுஸைன் (ரலி)	626-680 (4-60)	மதினா	கர்பலா
4	ஹஸ்ரத் ஷெய்கு முஹம்மத் ஜர்பாதி (ரஹ்)			
5	ஹஸ்ரத் ஷெய்கு சயீத் கிர்வானி(ரஹ்)			
6	ஹஸ்ரத் ஷெய்கு ஃபதே மசூதி (ரஹ்)			
7	ஹஸ்ரத் ஷெய்கு அபுல் காசிம் மீர்வானி (ரஹ்)			

8	ஹஸ்ரத் ஷெய்கு அபூ இஸ்ஹாக் இப்ராஹீம் பஸரி (ரஹ்)			
9	ஹஸ்ரத் ஷெய்கு குத்புத்தீன் மஹ்மூது கஸ்வினி (ரஹ்)			
10	ஹஸ்ரத் ஷெய்கு ஷம்சுத்தீன் (ரஹ்)			
11	ஹஸ்ரத் ஷெய்கு தாஜுத்தீன் (ரஹ்)			
12	ஹஸ்ரத் ஷெய்கு அபுல் ஹஸன் அலீ (ரஹ்)			
13	ஹஸ்ரத் ஷெய்கு தகிய்யுத்தீன் சூஃபி			
14	ஹஸ்ரத் ஷெய்கு ஷர்ஃபுத்தீன் மதனி (ரஹ்)			
15	ஹஸ்ரத் ஷெய்கு அப்துஸ்ஸலாம் இப்னு மஷீஷ் (ரஹ்)	இ.1228 (625)	ஃபெஸ்	தென்கிழக்கு டெட்டுவன் (மொராக்கோ)
16	ஹஸ்ரத் ஷெய்கு நூருத்தீன் அபுல் ஹஸன் ஷாதிலி (ரஹ்)	1196-1258 (592-656)	குமாரா (மொராக்கோ) ஃபெஸ்,அலெக் சாண்டிரியா	ஹூமைத்ரா (எகிப்து)
17	ஹஸ்ரத் சய்யித் அப்துல் பாரி ஷாஹ் (ரஹ்)	1859-1900 (1276-1318)	பல்கதி (வங்காளம்), கொல்கத்தா	பந்தேல் (மேற்கு வங்காளம்)
18	ஹஸ்ரத் ஹாஃபிஸ் ஹாமித் ஹஸன் ஆலவி (ரஹ்)	1871/72 - 1959 (1288 - 1378)	கொஹண்டா (ஆஸம்கர்)	கோண்டா (இந்தியா)
19	ஹஸ்ரத் முஹம்மது சயீத் கான் (ரஹ்)	1907-1976 (1325-1396)	நொனாரி (ஆஸம்கர்)	ஆஸம்கர்
20	ஹஸ்ரத் ஆஸாத் ரஸூல் (ரஹ்)	1921-2006 (1339-1426)	ராஜஸ்தான்	டெல்லி
21	ஹஸ்ரத் ஹாமித் ஹஸன்	பி.1961(1380)	டெல்லி	

சிஷ்தி தரீக்கா

எண்	ஞானாசிரியர்	காலம்	பிறந்த/ வாழ்ந்த ஊர்	மறைந்த ஊர்
1	முஹம்மது நபி (ஸல்)	570-632 51 ஹிமு10 ஹிபி	மக்கா, மதினா	மதினா
2	கலீஃபா ஹஸ்ரத் அலீ இப்னு அபூ தாலிப் (ரலி)	பி.598-661 (24 ஹிமு-41 ஹிபி)	மக்கா, மதினா	கூஃபா
3	ஹஸ்ரத் ஹஸன் பஸரீ (ரஹ்)	642-728 (21-110)	மதினா	பஸரா
4	ஹஸ்ரத் அபுல் ஃபத்ல் அப்துல் வாஹித் இப்னு ஜைத் (ரஹ்)	இ. 793 (177)		
5	ஹஸ்ரத் அபுல் ஃபைத் ஃபுதைல் இப்னு இயாத்(ரஹ்)	இ. 803 (1.87)		மக்கா
6	ஹஸ்ரத் இபுராஹீம் இப்னு அத்ஹம் பல்கி(ரஹ்)	இ. 777/9 (160/2)	பல்க்	
7	ஹஸ்ரத் க்வாஜா சதீயுத்தீன் ஹுதைஃபா மராஷி(ரஹ்)			
8	ஹஸ்ரத் க்வாஜா அமீனுத்தீன் அபூஹுபைரா பஸரீ (ரஹ்)			பஸரா
9	ஹஸ்ரத் க்வாஜா மம்ஷாத் உல்வ் தினாவாரி (ரஹ்)			தினாவார் (பஸரா)
10	ஹஸ்ரத் க்வஜா அபூ இஸ்ஹாக் ஷாமி சிஷ்தி (ரஹ்)	இ.940 அ966 329 அ366	சிரியா சிஷ்த் (ஆப்கனிஸ் தான்)	அக்கா (சிரியா)
11	ஹஸ்ரத் க்வாஜா அபூ அஹ்மத் இப்னு ஃபரஸ்னஃபா (ரஹ்)	873/4-966 (260-355)	சிஷ்த்	சிஷ்த்

12	ஹஸ்ரத் க்வாஜா அபூ முஹம்மத் இப்னு அஹ்மத் (ரஹ்)	இ. 1020 (411)	சிஷ்த்	சிஷ்த்
13	ஹஸ்ரத் க்வாஜா அபூ யூசுஃப் சி ஷ்தி(ரஹ்)	985-1066/7 (375-459)	சிஷ்த்	சிஷ்த்
14	ஹஸ்ரத் முஹம்மது மௌதூத் சிஷ்தி (ரஹ்)	இ.1133 (527) அ 1181/2 (577)	ஹீரத்,பல்க், புகாரா	
15	ஹஸ்ரத் ஹஜ்ஜி ஷரீஃப் ஜிந்தானி (ரஹ்)			
16	ஹஸ்ரத் க்வாஜா உத்மான் ஹர்வானி (ரஹ்)		ஹர்வான், (நிஷாபூர், பாரசீகம்)	
17	ஹஸ்ரத் க்வாஜா முயீனுத்தீன் சிஷ்தி (ரஹ்)	1142-1236 (537-633)	செய்ஸ்தான் (பாரசீகம்), அஜ்மீர்,டெல்லி	அஜ்மீர்
18	ஹஸ்ரத் குத்புத்தீன் பக்தியார் காகி (ரஹ்)	1174-1235 (569-633)	உஷ் (ட்ரான்ஸ் சாக்சோனியா) டெல்லி	மிஹ்ராலி (டெல்லி அருகில்)
19	ஹஸ்ரத் ஃபரீதுத்தீன் மசூத் கஞ்ச ஷகர் (ரஹ்)	1175-1265 (570-664)	முல்தான், ஹன்ஸி, பக்பட்டான்	பக்பட்டான் (லாஹூர் அருகில்)
20	ஹஸ்ரத் க்வாஜா நிஜாமுத்தீன் அவ்லியா (ரஹ்)	1243/4-1325 (640/1-726)	பதாவுன் (கிழக்கு டெல்லி)	டெல்லி
21	ஹஸ்ரத் நசீருத்தீன் சிராக்-எ- டெல்லி (ரஹ்)	1276/7-1356 (675-757)	அயோத்யா (இந்தியா), டெல்லி	டெல்லி
22	ஹஸ்ரத் கமாலுத்தீன் அல்லாமா (ரஹ்)			குஜராத், இந்தியா
23	ஹஸ்ரத் சி ராஜுத்தீன் (ரஹ்)	இ. 1411 (814)	வங்காளம், டெல்லி	அஹ்மதாபாத், (இந்தியா)

24	ஹஸ்ரத் இல்முத்தீன் (ரஹ்)			
25	ஹஸ்ரத் மஹ்மூத் (ரஹ்)			
26	ஹஸ்ரத் ஜமாலுத்தீன் (ரஹ்)		ஹன்ஸி	
27	ஹஸ்ரத் ஹஸன் (ரஹ்)			
28	ஹஸ்ரத் முஹம்மத் (ரஹ்)			
29	ஹஸ்ரத் முஹம்மத் யஹ்யா மதனீ (ரஹ்)			
30	ஹஸ்ரத் மௌலானா கலீமுல்லாஹ் ஜஹனாபாதி (ரஹ்)	இ. 1729 (1142)		டெல்லி
31	ஹஸ்ரத் மௌலானா நிஜாமுத்தீன் (ரஹ்)			அவ்ரங்காபாத் (இந்தியா)
32	ஹஸ்ரத் மௌலானா ஃபஹ்ருத்தீன் (ரஹ்)	இ. 1784 (1199)		டெல்லி
33	ஹஸ்ரத் மௌலானா ஷாஹ் நியாஸ் அஹ்மத் (ரஹ்)	இ. 1834 (1250)	டெல்லி	பரெய்லி
34	ஹஸ்ரத் மௌலானா ஷெய்கு மிஸ்கீன் (ரஹ்)			
35	ஹஸ்ரத் மௌலானா நிஜாபத் அலி ஷாஹ் (ரஹ்)			
36	ஹஸ்ரத் அபூ ஹாமித் கரீம் பக்ஷ் (ரஹ்)			
37	ஹஸ்ரத் சய்யித் அப்துல் பாரி ஷாஹ் (ரஹ்)	1859-1900 (1276-1318)	பல்கதி (வங்காளம்), கொல்கத்தா	பந்தேல் (மேற்கு வங்காளம்)
38	ஹஸ்ரத் ஹாஃபிஸ் ஹாமித் ஹஸன் ஆலவி (ரஹ்)	1871/72-1959 (1288-1378)	கொஹண்டா (ஆஸம்கர்), இந்தியா	கோண்டா (இந்தியா)

39	ஹஸ்ரத் முஹம்மது சயீத் கான் (ரஹ்)	1907-1976 (1325-1396)	நொனாரி (ஆஸம்கர்)	ஆஸம்கர்
40	ஹஸ்ரத் ஆஸாத் ரஸூல் (ரஹ்)	1921-2006 (1339-1426)	ராஜஸ்தான்	டெல்லி
41	ஹஸ்ரத் ஹாமித் ஹஸன்	பி.1961(1380)	டெல்லி	

காதிரி தரீக்கா

எண்	ஞானாரிசிரியர்	காலம்	பிறந்த/ வாழ்ந்த ஊர்	மறைந்த ஊர்
1	முஹம்மது நபி (ஸல்)	570-632 51 ஹிமு10 ஹிபி	மக்கா, மதினா	மதினா
2	கலீஃபா ஹஸ்ரத் அலீ இப்னு அபூ தாலிப் (ரலி)	பி.598-661 (24 ஹிமு-41 ஹிபி)	மக்கா, மதினா	கூஃபா
3	ஹஸ்ரத் இமாம் ஹுஸைன் (ரலி)	626-680 (4-60)	மதினா	
4	ஹஸ்ரத் இமாம் அலீ ஜைனுல் ஆபிதீன் (ரஹ்)	இ.712(93)		
5	ஹஸ்ரத் இமாம் முஹம்மது பாகிர் (ரஹ்)	இ.731(113)		
6	ஹஸ்ரத் இமாம் ஜாஃபர் சாதிக் (ரஹ்)	702-765 (83-148)	மதினா	மதினா
7	ஹஸ்ரத் இமாம் மூசா அல் காசிம் (ரஹ்)	இ.799(183)		
8	ஹஸ்ரத் இமாம் மூசா ரிளா (ரஹ்)	இ.818(202)		
9	ஹஸ்ரத் ம'அரூஃப் கர்கி (ரஹ்)	இ.815/6 (200)	ஈரான், பாக்தாத்	பாக்தாத்
10	ஹஸ்ரத் சாரீ சகதீ (ரஹ்)	இ.769-867/8 (152-253)	பாக்தாத்	பாக்தாத்

11	ஹஸ்ரத் ஜுனைத் பக்தாதி (ரஹ்)	இ.910(298)	பாக்தாத்	பாக்தாத்
12	ஹஸ்ரத் ஷெய்கு அபூபக்கர் ஷிப்லி (ரஹ்)	861-946 (247-334)	பாக்தாத், சமாரா	பாக்தாத்
13	ஹஸ்ரத் ஷெய்கு அப்துல் அஜீஸ் தமீமி (ரஹ்)	இ.634(425)		
14	ஹஸ்ரத் அபுல் ஃபத்ல் அபுல் வாஹித் தமீமி (ரஹ்)			
15	ஹஸ்ரத் அபுல் ஃபரா தர்தூஸி (ரஹ்)			
16	ஹஸ்ரத் அபுல் ஹஸன் ஃபர்ஷி (ரஹ்)	இ.1093(486)		
17	ஹஸ்ரத் அபூ சயீத் அல் முபாரக் முகர்ரிமி (ரஹ்)	இ.1119(513)		
18	ஹஸ்ரத் ஷெய்கு அப்துல் காதிர் ஜீலானி (ரஹ்)	1077-1166 (470-561)	ஜீலான் (பாரசீகம்)	பாக்தாத்
19	ஹஸ்ரத் சய்யித் அப்துல் பாரி ஷாஹ் (ரஹ்)	1859-1900 (1276-1318)	பல்கதி (வங்காளம்), கொல் கத்தா	பந்தேல் (மேற்கு வங்காளம்)
20	ஹஸ்ரத் ஹாஃபிஸ் ஹாமித் ஹஸன் ஆலவி (ரஹ்)	1871/72 - 1959 (1288 - 1378)	கொஹண்டா (ஆஸம்கர்), இந்தியா	கோண்டா (இந்தியா)
21	ஹஸ்ரத் முஹம்மது சயீத் கான் (ரஹ்)	1907-1976 (1325 -1396)	நொனாரி (ஆஸம்கர்)	ஆஸம்கர்
22	ஹஸ்ரத் ஆஸாத் ரஸூல் (ரஹ்)	1921-2006 (1339-1426)	ராஜஸ்தான்	டெல்லி
23	ஹஸ்ரத் ஹாமித் ஹஸன்	பி.1961 (1380)	டெல்லி	

சூஃபிகள் மறைந்த ஆண்டுகள்

634	-	கலீஃபா அபூபக்கர் (ரலி)
644	-	கலீஃபா உமர் (ரலி)
657	-	ஹஸ்ரத் உவைஸ் அல் கர்னி
661	-	கலீஃபா அலீ (ரலி)
776	-	அபூ ஹாஷிம் கூஃபி
795	-	இமாம் மாலிக்
801	-	ராபியா பஸ்ரி
855	-	இமாம் அஹ்மத் இப்னு ஹம்பல்
857	-	ஹாரித் அல் முஹாசிபி
860	-	ச'அதுத்தீன் காஷ்கரி
869	-	ஹக்கீம் திர்மிதி
910	-	ஷெய்கு ஜுனைதுல் பக்தாதி
940/966	-	ஷெய்கு அப்துல் இஸ்ஹாக்
946	-	ஷெய்கு ஷிப்லி
1021	-	அபூ அப்துர் ரஹ்மான் அஸ்ஸுலமி
1033	-	க்வாஜா அபூ அல் ஹஸன் அல் கர்கானி
1072	-	ஷெய்கு அபுல் காசிம் அல் குஷைரி
1111	-	இமாம் அபூ ஹமீத் அல் கஸ்ஸாலி
1140	-	க்வாஜா யூசுஃப் ஹமதானி
1150	-	ஹகிம் சனாய்
1157	-	அந்தாகி

1166 - ஷெய்கு அப்துல் காதிர் ஜீலானி

1167 (வாக்கில்) - க்வாஜா அஹ்மத் யஸாவி

1168 - ஷெய்கு அப்துல் காதிரி சுஹ்ரவர்தி

1179 - க்வாஜா அப்துல் காலிக் குஜ்துவானி

1228 - இப்னு மஷீஷ்

1230 - ஃபரீதுத்தீன் அத்தார்

1234 - ஷெய்கு அபூ ஹஃப்ஸ் உமர் சுஹ்ரவர்தி

1235 - க்வாஜா குத்புத்தீன் பக்தியார் காகி

1236 - க்வாஜா முயீனுத்தீன் சிஷ்தி

1240 - ஷெய்கு இப்னு அரபி

1258 - ஷெய்கு அபூ அல் ஹஸன் ஷாதிலி

1265 - பாபா ஃபரீதுத்தீன் கஞ்ச ஷெகர்

1273 - மௌலானா ரூமி

1287 - அபூ அல் அப்பாஸ் முர்சி

1309 - இப்னு அதாவுல்லாஹ்

1325 - ஷெய்கு நிஜாமுத்தீன் அவ்லியா

1370 - க்வாஜா அமீர் குலால் சுகாரி

1389 - க்வாஜா பஹாவுத்தீன் நக்ஷபந்த்

1391 - ஹாஃபிஸ்

1624 - ஷெய்க் அஹ்மத் சர் ஹிந்தி

1762 - ஷாஹ் வலியுல்லாஹ்

1900 - ஷெய்கு சையித் அப்துல் பாரி ஷாஹ்

1912 - ஷெய்கு மௌலானா குலாம் சல்மானி

1959 - ஷெய்கு ஹஸ்ரத் ஹாமித் ஹஸன் ஆலவி

1976 - முஹம்மது சயீத் கான்

குறிப்புகள்

1. 'ஹஸ்ரத்' அல்லது 'ஹஸ்ரத்' என்பது 'நிகழ்பொழுதில் இருத்தல்' என்ற பொருள் தரும் 'ஹளர' என்ற அரபிச் சொல்லிலிருந்து வந்த மரியாதைக்குரிய பட்டப் பெயராகும். அரபி மொழி பேசுபவர்கள் மத்தியிலும் முஸ்லிம்களாலும் இச்சொல் பரவலாகப் பயன்படுத்தப் பட்டு வந்தாலும், ஒவ்வொரு கணமும் இறைவனை எவ்வளவு நெருங்குகிறோம் என்ற விழிப்புணர்வை ஏற்படுத்தும் சூஃபித்துவ சூழலில் இதற்கு ஒரு சிறப்பு முக்கியத்துவம் உண்டு. ஹஸ்ரத் எனப்படும் சூஃபி குரு தெய்வீக இருப்பை எப்பொழுதும் உணர்ந்தவராக கருதப்படுவார். இறைவனின் அருகாமையை அடையும் தேடலில் உள்ளவர்களுக்கு அவரால் வழிகாட்ட இயலும்.

2. கிறிஸ்தவ மடாலயங்களைப் போலல்லாமல், 'பீர்'களுக்கும் (ஆசிரியர்கள்) 'முரீது'களுக்கும் (மாணவர்கள்) இடையிலான ஒருங்கிணப்பு அமைப்பாக தரிக்கா எனப்பட்ட ஆன்மிப்பாதை செயல்பட்டு வந்தது. அதன் புகழோங்கிய காலகட்டத்தில் ஆண்கள், பெண்கள், ஆட்சியாளர்கள், விவசாயிகள், நாடோடிகளாக இருந்த துறவிகள், நிலைபெற்ற தொழில்வல்லுனர்கள் எனப் பலதரப்பட்ட பின்புலமும் வாழ்க்கை முறையும் கொண்ட மக்களின் ஆதரவைப் பெற்றிருந்தது (Marshall G.S.Hodgson, The Venture of Islam: Conscience and History in a World Civilization, பாகம் 2 (Chicago: The University of Chicago Press, 1977), பக். 210-222)

3. சூஃபித்துவம், தசவ்வுஃப் ஆகிய இரண்டு சொற்களும் 'சூஃப்' என்ற ஒரே வேர்ச்சொல்லில் இருந்து வந்ததாகும். ஒன்றின் இடத்தில் இன்னொன்று இணை மாற்றாக இந்நூலில் பயன்படுத்தப் பட்டுள்ளது.

4. 18ம் நூற்றாண்டில் ஐரோப்பாவில் தாக்கம் ஏற்படுத்திய தத்துவார்த்தக் கருத்துக்கள் Enlightenment என்று அறியப்படுகிறது.

5. முஹம்மத் அப்துல் ஹக் அன்சாரி எழுதிய Sufism and Shariah: A Study of Shaykh Ahmed Sirhindi's Effort to Reform Sufism என்ற நூல் (லெஸ்டர், யூ.கே. தி இஸ்லாமிக் ஃபௌண்டேஷன், 1986. பக். 32)

6. 'ஃபனா' என்ற சொல்லுக்கு 'அழிந்து போதல்', 'மறைந்து போதல்' போன்ற பொருள்கள் உண்டு. சூஃபித்துவத்தில் சுயத்தையும் உலகையும் இறைவனில் அழித்துக்கொள்ளுதலை இது குறிக்கிறது. 'பகா' என்ற சொல்லுக்கு 'நிலைத்திருத்தல்', 'அழியாமலிருத்தல்' என்று பொருள்.

7. திருக்குரான் 50:16ல் மனிதனின் பிடரி நரம்பைவிட அருகாமையில் தான் இருப்பதாக இறைவன் கூறுகிறான்.

8. 'முராகபா' என்பது கூர்ந்த கவனிப்பு அல்லது விழிப்புணர்வைக் குறிக்கும். எனினும் சூஃபித்துவ சொல்லாட்சியில் சில நேரங்களில் அது தியானம் என்று குறிப்பிடப்படுகிறது. தெளிவு வேண்டி, தியானம் என்ற பொருளிலேயே அச்சொல் இந்நூலில் பயன்படுத்தப்படுகிறது.

9. மௌலானா ஜலாலுத்தீன் ரூமி (ரலி) ஆப்கனிஸ்தானில் பல்க் என்ற நகரில் 1207 அல்லது 1208ல் பிறந்தார். இளம்பருவத்தில் துருக்கியின் பகுதியான கொன்யாவில் குடியேறினார். அங்கே மார்க்கம் மற்றும் மறைஞானம் தொடர்பான விஷயங்களை போதிக்கும் பேராசிரியராக இருந்தார். மௌலவியா தரீக்காவின் சூஃபி குருமார்களின் பாரம்பரியம் இவரிலிருந்து வருகிறது.

10. மனிதனின் பரிணாம வளர்ச்சி குறித்து ரூமி(ரலி)யும் மற்ற சூஃபிகளும் சொன்னதை ஒட்டி போலியோ தடுப்பு மருந்து கண்டுபிடித்த முனைவர் ஜோனாஸ் சல்க்-கின் கருத்தும் அமைந்துள்ளது குறிப்பிடத்தக்கது. மனிதர்கள் இன்னும் 'வேகமான பரிணாம வளர்ச்சியில் சென்றுகொண்டுள்ளனர். ஆனால் உயிரியல் அளவில் அல்ல. அதற்கும் மேலான அளவில்... நம்முடைய விழிப்புணர்வை மேம்படுத்துவதுதான் பரிணாம வளர்ச்சியின் தேவையாகும்... (மேற்கோள்: Parade Magazine, 4 நவம்பர், 1984, பக்.9)

11. குர்ஜீஃப் (Gurdjieff) என்பவர் ஒரு ரஷ்ய ஆன்மிகவாதி. உடல், மனம், உணர்ச்சி ஆகிய மூன்றையும் ஒருங்கிணைத்து விழிப்புணர்வு நிலை அடையவேண்டும் என்று கூறிய அவர் ஃபகீர், மடத்துறவி, யோகி ஆகிய மூவரின் வழிகளும் சரியல்ல என்று நான்காவது பாதை (The Fourth Way) என்ற ஒன்றை அறிமுகப்படுத்தினார். எகிப்து, ஈரான், இந்தியா போன்ற நாடுகளில் சுற்றுப்பயணம் செய்தார். பல ஆன்மிகப் பாதைகள், குறிப்பாக சூஃபிப் பாதைகளை அவர் ஆராய்ந்து பார்த்தார். அவருடைய தத்துவங்களின் பின்னால் முக்கியமாக நக்ஷபந்தி பாதையின் தாக்கம் இருந்ததைக் காண முடிகிறது.

ஜெ.ஜி.பென்னட்டின் Gurdjieff: A Very Great Enigma என்ற நூலைப் பார்க்கவும். (New York, Samuel Wieser *1973. பக். 55-62).* ரஃபேல் லஃபோர்ட் என்பவரின் The Teacher of Gurdjieff (Cambridge: MA: ISHK, *1998)* என்ற நூலில் நக்ஷபந்தி ஷெய்குமார்களோடு இணைந்து குர்ஜீஃப் படித்தது குறிப்பிடப்பட்டுள்ளது.

12. மனிதர்களே! உங்கள் இறைவனுக்குப் பயந்து நடந்து கொள்ளுங்கள், அவன் உங்கள் யாவரையும் ஒரே ஆத்மாவிலிருந்து படைத்தான், அவரிலிருந்தே அவர் மனைவியையும் படைத்தான்; பின்னர் இவ்விருவரிலிருந்து, அநேக ஆண்களையும் பெண்களையும் (வெளிப்படுத்தி உலகில்) பரவச் செய்தான் *(4:1.)*

13. திக்ர் என்ற சொல்லுக்கு ஜபித்தல், இறைவனை, அவனது திருநாமங்களை, நாவால் நினைவுகூர்தல் என்று பொருள்.

14. Sacrifice என்ற சொல்லின் லத்தீன் வேர்ச்சொல்லான sacrem facere என்பது 'புனிதமாக்குதல்' என்ற பொருளில், தியாகத்தின் பின்னாலிருக்கும் பரிபூரண மாற்றம் தரவல்ல ஆற்றலைப் பிரதிபலிக்கிறது.

15. அந்நஃப்ஸ் அல் அம்மாரா - உத்தரவிடும் சுயம். இது மனிதனை கீழான இச்சைகளை நிறைவேற்றத் தூண்டுவதாகும். சுயத்தின் ஏழு நிலைகளில் இது முதல் நிலை என்று சூஃபிகள் கருதுகின்றனர்.

16. ஃபரீதுத்தீன் அத்தார் எழுதிய, ஏ.ஜெ.ஆர்பெரியின் மொழிபெயர்ப்பில் வெளிவந்த Muslim Saints and Mystics: Episodes from the Tadkirat-al Aulia (Memorial of the Saints) என்ற நூலிலும் (பாஸ்டன்.ரூட்லஜ் - கெகான் பால் வெளியீடு, *1966),* ஷம்ஷுத்தீன் அஹ்மத் அல் எஹ்லாகி எழுதி, ஜேம்ஸ் ரெட் ஹவுஸ் மொழிபெயர்த்த Legends of the Sufis: Selections from Menaqibul Arifin என்ற நூலிலும் *(3ம்* பதிப்பு, லண்டன்: தியோசோஃபிகல் பப்ளிஷிங் ஹவுஸ் வெளியீடு, *1976)* சூஃபிகள் நிகழ்த்திய அற்புதங்களைப் பற்றிய பாரம்பரியக் கதைகளைப் படிக்க முடியும்.

17. கஷ்ஃபு என்றால் பிரித்துப்பார்த்தல் என்று பொருள். சூஃபி மொழியில் இறைவனின் அருளைக்கொண்டு ஒரு சூஃபிக்குத் தெரியும் அகக்காட்சி அல்லது உள்ளுணர்வை அது குறிக்கும்.

18. முஹம்மது அப்துல் ஹக் அன்சாரி எழுதிய Sufism and Shari'ah: A Study of Sir Ahmed Sirhindi's Effort to Reform Sufism என்ற நூல் (லெஸ்டர்: தி இஸ்லாமிக் ஃபௌண்டேஷன், *1986*/ஹி.*1406.* பக்: *58-59).*

19. திருக்குர்'ஆன் *2:143*

20. ஹதீது எனப்படும் நபிமொழிகள் நபிகள் நாயகம் (ஸல்) அவர்களின் சொல், செயல், அனுமதி ஆகியவற்றின் தொகுப்பாகும். திருக்குர்'ஆனுக்கு அடுத்தபடியாக முஸ்லிம்களுக்கு வழிகாட்டும் அதிகாரப்பூர்வ தொகுப்பாக இது இருக்கிறது. ஹதீத் குத்ஸி என்பது ஹதீதில் ஒரு முக்கிய பிரிவாகும். ஏனெனில் இறைவனிடமிருந்து நேரடியாக நபிகள் நாயகத்துக்கு அருளப்பட்ட செய்திகளின் தொகுப்பாக அது உள்ளது. திருக்குர்'ஆனுக்கும் ஹதீது குத்ஸிக்கும் உள்ள வேறுபாடு என்னவெனில், ஹதீத் குத்ஸிகள் நபிகள் நாயகம் சொன்னவையாகும். அவை 'அல்லாஹ் சொன்னான்' என்று தொடங்கும் தன்மை கொண்டவை. திருக்குர்'ஆன வானவர் தலைவர் ஜிப்ரயீல் (அலை) அவர்கள் மூலமாக நபிகள் நாயகத்துக்கு இறைவனால் அருளப்பட்டவை.

21. சூஃபிப் பயிற்சி மையங்கள் என்று பொருள்படும் கான்கா என்ற அரபிச் சொல்லும் தகியா, தைக்கால், தைக்கா, தெக்கெ என்றெல்லாம் சொல்லப்படும் துருக்கிச் சொல்லும் ஒரு பொருள் தருபவை.

22. ஃபரீதுத்தீன் அத்தார் எழுதிய, ஏ.ஜெ.ஆர்பெரியின் மொழிபெயர்ப்பில் வெளிவந்த Muslim Saints and Mystics: Episodes from the Tadkirat-al Aulia (Memorial of the Saints) என்ற நூலிலும் (பாஸ்டன்.ரூட்லஜ் - கெகான் பால் வெளியீடு, 1966) பக்கம் 51.

23. அதே புத்தகம்.

24. (16:36) மெய்யாகவே நாம் ஒவ்வொரு சமூகத்தாரிடத்திலும், 'அல்லாஹ்வையே நீங்கள் வணங்குங்கள்; ஷைத்தான்களை விட்டும் நீங்கள் விலகிச் செல்லுங்கள்' என்று (போதிக்குமாறு) நம் தூதர்களை அனுப்பி வைத்தோம்.

25. 'நபி' (இறைத்தூதர்) என்ற அரபிச்சொல்லுக்கு பைபிள், தோரா ஆகிய வேதங்களில் கொடுக்கப்பட்டிருப்பதைத் தாண்டிய அர்த்தங்கள் உள்ளன. இஸ்லாமிய கோணத்தில், நபி அல்லது இறைத்தூதர் என்ற சொல் ஓரிறைக்கோட்பாட்டை எடுத்துரைக்கவும், நற்கருமங்களைச் செய்யவும் இறைவனால் ஏவப்பட்ட அறவழியிலான தலைவர்களைக் குறிக்கும். முதல் இறைத்தூதர் ஆதம் (அலை) ஆவார். இறுதித்தூதர் முஹம்மது (ஸல்) ஆவார். இவர்கள் இருவருக்கும் இடையில் எண்ணற்ற தூதர்கள் வந்து போயுள்ளனர். அவர்களில் இயேசு, மூஸா, இப்ராஹீம், இஸ்ஹாக், இஸ்மாயீல், யாகூப், யூசுஃப், தாவூத் மற்றும் சுலைமான் ஆகியோரைப் பற்றி திருக்குர்'ஆன் குறிப்பிடுகிறது. பெயர் சொல்லப்படாத இன்னும் பல தூதர்களைப் பற்றியும் குர்'ஆன் குறிப்பிடுகிறது (40:78). 1,20,000 இறைத்தூதர்கள் அனுப்பப்பட்டதாக நபிகள் நாயகம் (ஸல்) கூறியுள்ளார்கள்.

26. ஜி.என்.ஜல்பானி. The Teachings of Shalh Waliullah Dehlavi. 3ம் பதிப்பு. லாகூர். குட. முஹம்மது அஷ்ரஃப், 1979. பக். 125-133.

27. மார்ட்டின் லிங்க்ஸ். Muhammad: His Life Bases on the Earliest Sources. கோலாலம்பூர்: ஏ.எஸ்.நூர்தீன். 1983.பக். 43 மற்றும் 213.

28. அபூபக்கர் (ரலி) அவர்கள் இறுதித்தூதரின் உயிர்த்தோழரும் மாமானாரும் ஆவார். கிபி 622ல் பெருமானாரோடு அவரும் மதினாவுக்கு ஹிஜ்ரத் செய்தார். பின் தொடர்ந்து வரும் எதிரிகளிடமிருந்து தப்பிக்க இருவரும் தவ்ர் என்ற குகைக்குள் தஞ்சம் புகுந்தபோது இது நடந்தது. எனவே மௌனமாக, குரலெழுப்பாமல், இறைவனைத் துதிக்க வேண்டிய அவசியமேற்பட்டது. பெருமானார் கிபி 632ல் மறைந்த பிறகு, முஸ்லிம் சமுதாயத்தின் முதல் கலீஃபாவாக அபூபக்கர் தேர்வு செய்யப்பட்டார். நக்ஷபந்தி முஜத்திதி சூஃபிப் பாதையானது அபூபக்கர் (ரலி) பரம்பரை வழியாக முஹம்மது நபி (ஸல்) அவர்களைச் சென்று சேரும்.

29. அலீ (ரலி) அவர்கள் பெருமானாருக்கு பெரியப்பா மகனும் பின்னாளில் அவர்களது அருமை மருமகனுமாவார். இஸ்லாத்தில் இணைந்த முதல் இளைஞர் அல்லது சிறுவர் என்ற பெருமைக்குரியவர். 'அஹ்லுல் பைத்' என்று சொல்லப்படும் பெருமானாரின் குடும்ப உறுப்பினராக இருந்த அலீயவர்கள் சூஃபிப் பயிற்சிகளை நேரடியாகப் பெருமானாரிடமிருந்தே பெற்றுக்கொள்ளும் வாய்ப்புப் பெற்றார். ஷாதுலி, சிஷ்தி, காதிரி ஆகிய சூஃபிப் பாதைகள் அலீ மூலமாக பெருமானாரைப் போய்ச்சேருகின்றன. கிபி 656 - 661 வரை இஸ்லாமிய கலீஃபாவாகவும் இருந்தவர் அலீ (ரலி).

30. ஆனிமேரி ஷிமெல். Mystical Dimensions of Islam. Chapel Hill, University of North Carolina Press, 19975. பக். 169 மற்றும் 218-221.

31. J. Spencer Trimingham. The Sufi Orders in Islam (Oxford: OUP, 1998), Arthur F. Buehler. Sufi Heirs of the Prophet: The Indian Naqshabandiyya and the Rise of the Mediating Sufi Sheikh (Columbia SC: University of South Carolina Press, 1998), Muhammad Hisham Kabbani, The Naqshabanni Sufi Way: History and Guidebook of the Saints of the Golden Chain (Chicago: Kazi Publications, 1995); Hasan Lufti Shushud, Masters of Wisdom of Central Asia (Hacegan Hanedani), translated by Muhtar Holland(North Yorkshire, UK; Coombe Springs Press, 1983) ஆகிய நூல்களில் காணலாம்.

32. The School of the Shadhuliyyah, Volume One, Orisons, Ist Ed, Trans. Maddawi az Zirr and Abdullah Nooruddin Durkee (Alexandria, Egypt, Darul Kutub, 1991), p.43.

33. இந்த கோட்பாடுகள் அல்லது தத்துவங்களைப் பற்றியும், சூஃபியின் இறை அனுபவத்தைப் பற்றியும் மேலும் விளக்கமாக அறிந்துகொள்ள முஹம்மது அப்துல் ஹக் அன்சாரியின் Sufism and Shariah: A Study of Sheik Ahmed Sir Hindi's Effort to Reform Sufism (Leisester: The Islamic Foundation, 1986), என்ற நூலை, குறிப்பாக, பக்கங்கள் 37-56, மற்றும் 101-117 வரை படிக்கலாம்.

34. இஸ்லாம், ஈமான் ஆகிய இரண்டோடும் சம அந்தஸ்தில் வைத்துப் பார்க்க வல்லதாகும் இஹ்ஸான்.

35. மத்ஹப் என்பது இஸ்லாமிய சட்டப்பள்ளியைக் குறிக்கும். உலகெங்கிலும் உள்ள இஸ்லாமிய சுன்னத் வல் ஜமாஅத் எனப்படும் பெரும்பான்மை சமுதாயத்தினர் மாலிகி, ஹம்பலி, ஹனஃபி, ஷாஃபி'இ எனப்படும் நான்கு மத்ஹப்களைப் பின்பற்றுகின்றனர். ஷியா முஸ்லிம்கள் ஜாஃபரி மத்ஹபைப் பின்பற்றுகின்றனர்.

36. The Muslim Magazine. ஏப்ரல் 1998. பக். 50-51. முஹம்மது ஹிஷாம் கப்பானி. What the Scholars Say about Tasawwuf.

37. ஹிள்ரு (அலை) அவர்களைப் பற்றி திருக்குர்'ஆன் குறிப்பிடுகிறது (18:65-82). சூஃபிகளுக்கு ஆதரவாக இருக்கும் புரவலர் ஞானி என்று அவர் அறியப்படுகிறார்.

38. ஃபரீதுத்தீன் கஞ்ச ஷகர் என்ற பெயர்கொண்ட பாபா ஃபரீத் அவர்கள் பக்தியார் காகியின் பிரதிநிதியாக இருந்தார். இன்றைய பாகிஸ்தானின் பாக்-பட்டானில் இருந்த அஜோதன் என்ற பகுதியில் அவர் வாழ்ந்து உபதேசங்கள் புரிந்தார். 1265ல் மறைந்தார்.

39. அபுல் காசிம் அல் குஷைரி. Sufi Book of Spiritual Ascent (al&Risalah al Qushayriya). ராபியா ஹாரிஸ் மொழிபெயர்ப்பு. பதிப்பாளர்: லாலே பக்தியார் (Chicago IL: ABC International Group, 1977), பக். 298.

40. Contempative Disciplines in Sufism (London: East West Publications, 1980) என்ற தனது நூலில் மீர் வலியுத்தீன் பக். 71-ல் இதுபற்றிக் குறிப்பிடுகிறார்.

41. ஷாஹ் வலியுல்லாஹ். The Sacred Knowledge of the Higher Functions of the Mind (Altaf-al-Quds). மொழிபெயர்ப்பு ஜி.என்.ஜல்பானி. தொகுப்பு: டேவிட் பெண்டில்பரி. லண்டன். ஆக்டகான் ப்ரஸ். 1982. பக்கம் 3-4.

42. தவஜ்ஜுஹ் என்ற சொல் என்னென்ன அர்த்த பரிமாணங்கள் கொண்டது என்பதை ஒரு சொல்லின் மூலம் சொல்லிவிடமுடியாது. அதன் வெளிப்படையான பொருள் 'கவனம்' என்பதாகும். 'வஜ்ஜுஹ' என்ற வினைச்சொல்லில் இருந்து மற்ற அர்த்தங்கள் கிடைக்கின்றன. அது 'இயக்குவது', 'தூண்டுவது', 'வழிகாட்டுவது',

'நேருக்கு நேர் சந்திப்பது', 'கவனத்தைத் திசை திருப்புவது' என்றெல்லாம் பொருள்படும். அதன் இன்னொரு வடிவமான 'தவ்ஜீஹ்' என்பதற்கு 'உத்தரவு', 'மாற்றம்', 'ஏற்றிச் செல்லுதல்' என்றெல்லாம் பொருளுண்டு. எனவே தவஜ்ஜுஹ் என்றால், ஒரு ஆன்மிக சீடர் தன் கவனத்தையெல்லாம் தன் இதயத்தின் பக்கமும், வழிகாட்டுதலின் மூலமாக எது இருக்கிறதோ அதன் பக்கமும் திருப்பவேண்டும் என்றும், பதிலுக்கு ஞானாசிரியர் வழிகாட்டுவார், செல்ல வேண்டிய திசையைக் காட்டுவார், மேலும் சீடரின் இதயத்துக்கு அதற்கு வேண்டிய உத்தரவுகளைக் கொடுப்பார் என்றெல்லாம் பொருளுண்டு.

43. முஹம்மது அஸது எழுதிய The Message of the Quran என்ற நூல். (Gibralter:Dar-al-Andalus, *1980. பக். 963.*

44. இந்த உரையாடல் மிகவும் முக்கியத்துவம் வாய்ந்தது. ஏனெனில், ஒரு காலகட்டத்தில் உமர் அவர்கள் இறுதித்தூதரையும் அவர்களது பின்னால் சென்ற முஸ்லிம்களையும் வெகுவாக எதிர்த்தவர். பெருமானாரின் மறைவுக்குப் பிறகும் (இ.632), ஹஸ்ரத் அபூபக்கர் அவர்களின் மறைவுக்கும் பிறகு (இ.634) ஹஸ்ரத் உமர் கலீஃபா ஆனார்கள். கிபி 644 வரை முஸ்லிம் சமுதாயத்தை வழிநடத்திச் சென்றவர் உமர் என்பது குறிப்பிடத்தக்கது.

45. ஆண்டுவிழா என்பது சூஃபிகளைப் பொறுத்தவரை பிறந்த நாள் அல்ல. இறந்த நாள். தன் காதலியோடு ஆன்மா இணையும் நாளாக அது அவர்களால் கருதப்படுகிறது.

46. முஹம்மது மஹ்மூத் அலி குத்பி எழுதிய Fragrance of Sufism என்ற நூல் *(*Karachi, Royal Book Co, *1993), பக். 21-23.*

47. ஷெய்குல் ஹதீத் மௌலானா முஹம்மது ஜக்கரியா எழுதிய 'Virtues of Dhikr'. Fazail-e-A'mal என்ற நூல். பாகம் 1. மொழிபெயர்ப்பு அப்துல் ரஷீத் அர்ஷத். *(*New Delhi: Ishara Asha'at-e-Diniyat, *1990),* பக். 570-571.

48. அதே புத்தகம், பக். 572.

49. ஷெய்கு பஹாவுத்தீன் நக்ஷபந்த் அவர்களுக்கும் ஷெய்கு அப்துல் காலிக் குஜ்துவானி அவர்களுக்கும் இடையில் இருந்த குரு சீடர் உறவு உவைசி தொடர்புக்கு ஒரு சிறந்த உதாரணமாகும். உடலோடு உயிர் வாழ்ந்துகொண்டிருக்கும் ஒரு சீடருக்கு உடலைவிட்டு மறைந்த ஒரு ஷெய்கிடமிருந்து உத்தரவுகள் கிடைக்குமானால் அந்த உறவை உவைசி தொடர்பு என்று கூறுவர். ஷெய்கு அப்துல் காலிக் குஜ்துவானி அவர்கள் ஷெய்கு பஹாவுத்தீன் நக்ஷபந்த் அவர்களுக்கு இரண்டு நூற்றாண்டுகளுக்கு முன்பே காலமாகியிருந்தார் என்பது

குறிப்பிடத்தக்கது. மேற்கொண்ட தகவல்களுக்கு அடிக்குறிப்பு 71-ஐப் பார்க்கவும்.

50. உயிரோடு இருக்கும் ஒரு ஆன்மிக மாணவருக்கு ஏற்கெனவே உடலை விட்டுப் பிரிந்துபோன குருவின் மூலம் கிடைக்கும் உத்தரவுகளை சூஃபிகள் உவைஸி என்ற சொல்லால் குறிக்கின்றனர். (அந்த குரு சில நேரங்களில் பெருமானார் (ஸல்) அவர்களாகவும் இருப்பதுண்டு). பெருமானார் (ஸல்) அவர்களின் காலத்தில் யெமன் தேசத்தில் வாழ்ந்த உவைஸுல் கர்னி என்ற பெரியார் பெருமானாரை நேரில் பார்க்க முடியாவிட்டாலும் கனவுகளின் மூலம் கண்டு களித்தார். ஷெய்கு ஃபத்லுல்லாஹ் ஹைரி. The Elements of Sufism என்ற நூல். Rockport, MA: Element Books, 1993), பக். 40 மற்றும் ஆர்தர். எஃப். புவஹ்லர் எழுதிய Sufi Heirs of the Prophet: The Indian Naqshbandiyya and the Rise of the Mediating Sufi Shaykh (Columbia, SC), University of South Carolina Press, 1998), பக். 88-89.

51. ஹஸ்ரத் அலீ (ரலி) பெருமானார் (ஸல்) அவர்களின் மருமகனும் இஸ்லாமிய சமுதாயத்தின் நான்காவது கலீஃபாவும் ஆவார். ஷாதிலி, சிஷ்தி, காதிரி ஆகிய தரீக்காக்களின் ஆன்மிகப் பாரம்பரியம் அலீ (ரலி) அவர்கள் மூலமாகவே பெருமானாரைச் சென்று சேர்கின்றன. ஷெய்கு அப்துல் காதிர் ஜீலானி (ரஹ்) அவர்கள் பாக்தாதில் வாழ்ந்த மாபெரும் சூஃபியும் காதிரி தரீக்காவின் ஸ்தாபகரும் ஆவார். (கௌது நாயகம் என்றும், முஹ்யித்தீன் என்றும் தென்னிந்திய மக்களின் மனங்களில் நீங்கா இடம் பிடித்த அவர்கள் மறைந்த நாள் தமிழகத்தில் உள்ள முஸ்லிம்களால் பதினோறாம் ஃபாத்திஹா என்றும் கியாவீன் ஷரீஃப் என்றும் நினைவுகூறப்பட்டு வெகுவிமரிசையாக மரியாதை செலுத்தப்படுகிறது - மொழிபெயர்ப்பாளர்).

52. அப்தால் எனப்படுபவர் நாற்பது பேர் என்றும் ஏழு பேர் என்றும் சொல்லப்படுகிறது. அவர்கள் பரிபூரணமடைந்த இறைநேசர்களாவார் கள். அவர்களின் ஆசீர்வாதங்களால் இந்த உலகம் முழுவதும் பயனடையும். நலமுடனிருக்கும். குத்பு என்று சொல்லப்படும் அச்சு போன்ற ஒரு இறைநேசரை மையப்படுத்தி சுற்றியிருக்கும் இறைநேசர்களின் பல வரிசைகளில் ஒன்றில் அப்தால்கள் இருப்பார்கள். அந்த வரிசைகள் மூலமாகவே இறைவனின் அபரிமிதமான அருட்கொடைகள் மனிதகுலத்தை நோக்கி வழிந்தோடுவதாக சொல்லப்படுகிறது. ஒரு அப்தால் மறைந்து போனால் அந்த இடத்தை இன்னொரு அப்தால் நிரப்புவார். இவ்விதமாக அப்தால்களின் எண்ணிக்கை மாறாமல் இருக்கும். Annemarie Shimmel எழுதிய Mystical Dimensions of Islam என்ற நூல் (Chapel Hill, Univ of North Carolina Press, 1975, பக். 200-203);

Arthur F. Buehler எழுதிய Sufi Heirs of the Prophet: The Indian Naqshabandiyya and the Rise of Mediating Shaykh என்ற நூல், Columbia SC: Univ of South Carolina Press, *1998*, பக். *117-118)*.

53. 19ம் நூற்றாண்டில் வாழ்ந்த மக்காவைச் சேர்ந்த ஷெய்கு அபூ அல் ஹஸனோடு ஷெய்கு அபூ அல் ஹஸன் ஷாதிலியைக் குழப்பிக் கொள்ளக்கூடாது. பின்னவர் முன்னவருக்கு ஆறு நூற்றாண்டுகளுக்கு முன்னர் வாழ்ந்தவரும் மேல் எகிப்தில் அடக்கம் செய்யப்பட்டவரும் ஆவார்.

54. அஹ்லுல் பைத் என்று அறியப்படும் நபிகள் நாயகத்தின் குடும்பத்தாருக்கு ஒரு சிறப்பு அந்தஸ்து உண்டு. பெருமானாரைப் பார்க்கவும் அவர்களது போதனைகளைக் கேட்கவும் அவர்களுக்கு சிறப்புத் தொடர்பு உண்டு. இதை எல்லா முஸ்லிம்களும் அறிவர். அதைப்போல, இறைவனின் நெருக்கத்தைப் பெற்றுக்கொண்ட அவ்லியா எனப்படும் இறைநேசர்களுக்கும் தான் விரும்புபவருக்கு ஒரு பார்வையின் மூலமோ ஒரு சொல்லின் மூலமோ அந்த அந்தஸ்தை வழங்கும் தகுதி உண்டு என்பது சூஃபி நம்பிக்கையாகும்.

55. அல் இல்ம் லதுன்னி என்பது கற்றுக்கொள்ளப்படாத அறிவு. ஒரு சூஃபியின் இதயத்துக்கு வேறொரு தளத்திலிருந்து, வேறொரு உயர் பரிமாணத்திலிருந்து கொடுக்கப்படும் அறிவாகும் அது.

56. Muhamad Haq Ansari எழுதிய Sufism and Shari'ah: A Study of Shaykh Ahmad Sirhindi's Effort to Reform Sufism என்ற நூல். (Leicester, UK: The Islamic Foundation, *1986)*, பக். *32-37*, *44-45*.

www.ingramcontent.com/pod-product-compliance
Lightning Source LLC
LaVergne TN
LVHW060438051026
849518LV00002B/506
9788184937381